năm tháng buồn thiu

KHÁNH TRƯỜNG

NĂM THÁNG BUỒN THIU

Tiểu thuyết

MỞ NGUỒN

Năm Tháng Buồn Thiu
Tiểu thuyết Khánh Trường
Bìa tác giả
Hoàn chỉnh bản thảo Song Thao
Dàn trang Tạ Quốc Quang

California, USA 2023
ISBN: 979-8-3304-2328-6

Tiểu thuyết là hư cấu. Chúng ta không lạ điều đó. Ngay cả tự truyện, hồi ký, hư cấu vẫn không thể tránh khỏi.

Tuy nhiên, hơn một lần tác giả từng nói hư cấu luôn bắt nguồn từ sự thực, của chính bản thân hay người quen, kẻ lạ đã từng nghe, từng thấy. Dựa trên sự thực đó tiểu thuyết hình thành. Tuy là sản phẩm tưởng tượng song người đọc vẫn có cảm nhận gần gũi nếu tác giả có tài, thổi được hồn vào con chữ, biến ảo thành chân.

Nội dung của *Năm Tháng Buồn Thiu* liên hệ đến vài sự kiện đã, đang xảy ra trong cuộc đời tác giả, song phần này chiếm tỷ lệ nhỏ, rất nhỏ. Nói cách khác, Trọng tâm của tác phẩm vẫn là hư cấu, bắt nguồn từ sự thực: tác giả bị nhiễm covid, căn bệnh quái ác đã đi sinh mạng của hàng triệu người trên hành tinh ày, cũng như ảnh hưởng không nhỏ đến mọi sinh hoạt xã hội, từ kinh tế, chính trị đến tâm tư, tình cảm...

Tác giả nhiễm covid là sự thật, nhưng sự cố này chỉ là cái cớ giúp tác giả hình thành *Năm Tháng Buồn Thiu,* độc giả hãy tiếp cận tác phẩm trong tinh thần: đang đọc một hư cấu tiểu thuyết.

1

Chớm Xuân, khí hậu gây lạnh, ngày hình như ngắn hơn, chỉ mới sáu giờ chiều khu chung cư đã đi vào đêm. Những trụ đèn phủ ánh sáng vàng vọt xuống parking lot vắng xe và hồ tắm công cộng. Trước hiên nhà, sát vách tường, cây sứ cùi trụi lá vươn cao cành, bên cạnh, cây đào tam thể nở đầy hoa trắng chen lẫn hồng phấn, đỏ sẫm nhẹ rung trong gió. Vắng lặng.

Tưởng đưa đôi mắt mệt mỏi nhìn qua cửa sổ. Mưa lất phất như sương. Con lộ rộng sát hàng rào thấp khu chung cư ngược xuôi xe cộ, những vệt đèn sáng quét trên mặt nhựa loang loáng. Căn phòng tối, Tưởng muốn ngồi dậy bật đèn nhưng cơn mệt buộc Tưởng phải dán tấm thân mỏng bẹp dí lên mặt nệm. Tưởng gọi vợ,

"Em ơi."

Liên từ phòng bên đi qua,

"Chi rứa anh?"

"Bật đèn hộ anh."

Điện bừng sáng. Liên nhìn Tưởng như bộ xương khô, mặt xanh mướt, hai hố mắt sâu lờ đờ,

"Anh mệt lắm hả?"

"Rất mệt".

"Mọi bữa đi lọc máu về đâu đến nỗi."

Tưởng trả lời, âm từ dính vào nhau không rõ. Liên cúi xuống,

"Anh nói chi?"

Tưởng lại thì thào, giọng yếu hẳn, dù cố gắng, Liên vẫn không hiểu.

Sau cơn đột quỵ cùng lúc với bệnh ung thư thanh quản cách đây hai mươi lăm năm, cổ họng Tưởng bị tổn thương, tuyến nước bọt hỏng vĩnh viễn, phát âm trở nên nhừa nhựa, không chuẩn âm sắc, ngọng. Ba năm trầm mình trong tuyệt vọng, Tưởng chỉ muốn chết. Chết, lối thoát duy nhất giúp Tưởng ra khỏi tình cảnh nghiệt ngã: có tai nghe, nhưng miệng lại không nói được, đau đớn nào hơn. Mỗi lần tái khám, bác sĩ khuyên Tưởng chịu khó luyện tập, thời gian rồi sẽ phục hồi dần chức năng cũ. Dù không mấy tin nhưng Tưởng cũng làm theo, nghĩ, cũng là một cách tiêu bớt ngày tháng thừa thãi vô vị. Tám tháng sau, kết quả khiến Tưởng phần nào lấy lại niềm tin, Tưởng ngọng nghịu nói được những câu ngắn dù chỉ một mình Liên nghe, đoán hiểu. Từ đó mỗi lần đối thoại với ai, Liên phải làm nhiệm vụ thông dịch. Tuy thế, một phần vì biểu tỏ thành ngôn ngữ nói quá khó khăn, phần khác, Tưởng cảm tưởng, trong mắt người đối diện luôn có chút gì trắc ẩn (có thể do tự kỷ ám thị) khiến Tưởng thấy bị tổn thương. Để tránh bực mình, Tưởng giới hạn giao tiếp với mọi người, cũng như lìa bỏ hẳn chiếc điện thoại, tự giam mình trong căn nhà nhỏ. Hai mươi lăm năm, quẩn quanh giữa bốn vách tường câm, không khác một tù nhân.

Tám năm nay, do di chứng của tai biến và phản ứng phụ vì uống thuốc quá nhiều (mỗi ngày 21 viên), và bệnh cao máu càng ngày càng trầm trọng không còn kiểm soát được, thận Tưởng yếu dần, dẫn đến bất khiển dụng, phải mỗi tuần ba ngày lọc máu.

Cuộc sống càng trở nên tệ hại, sức khỏe suy kiệt, vào ra nhà thương có tháng vài ba lần. Tưởng tự nhủ, duy trì làm gì cảnh sống này, một cảnh sống vô vị và đày ải, hơn thế, còn trở thành gánh nặng cho người thân. Lối thoát duy nhất cho bản thân là từ bỏ chốn này. Nhưng bằng cách nào? Hơn một lần Tưởng tích góp được số thuốc ngủ kha khá. Cũng hơn một lần, Tưởng cầm ống thuốc, chỉ cần ngửa cổ dốc hết vào miệng, chiêu ngụm nước, xong. Dễ dàng và gọn sạch. Người ta thường nói, quyên sinh là hành động hèn nhát muốn trốn thoát nghịch cảnh, có phải thế chăng? Đành rằng chết là hết, là vĩnh viễn xa lìa khổ đau. Nhưng tự kết liễu mạng sống, không dễ tí nào. Có lâm vào hoàn cảnh nghiệt ngã ấy mới hiểu được chọn lựa chung cuộc cho mình, thật khó khăn biết dường nao!

Tưởng bỗng oằn người, há miệng thở dốc. Liên hốt hoảng,

"Anh răng rứa?"

Tưởng thều thào,

"Đau..."

Cơn đau dâng cao, Tưởng nôn xối xả. Ba giờ sáng thức dậy rồi đi lọc máu, Tưởng nằm vùi không ăn uống gì suốt mười bốn tiếng nên bụng trống, chỉ nôn toàn mật xanh. Ngộp thở, kiệt sức, Tưởng rơi vào hôn mê. Liên cuống cuồng lay vai Tưởng. Bất động. Chụp vội chiếc điện thoại, Liên gọi cho người bạn ở gần nhà nhất. Người bạn đến ngay sau mươi phút. Nhận thấy tình trạng nguy kịch, anh hội ý nhanh với Liên, gọi cấp cứu.

Vào bệnh viện, sau khi xét nghiệm, bác sĩ cho biết Tưởng bị nhiễm Covid 19. Liên kinh ngạc, Hai người đã chích ngừa những ba mũi, sao lại bị con vi khuẩn độc hại này tấn công?

Bác sĩ hỏi Liên,

"Ông nhà thường tiếp xúc với ai?"

"Thưa, anh ấy ngồi xe lăn nên rất hiếm khi ra ngoài, trừ một tuần ba ngày đến chỗ lọc máu, về nhà, gần như chẳng giao du với ai."

"Ông nhà đi bằng gì?"

"Thưa, xe đến đón."

"Thế thì phải rồi. Xe cứu thương hàng ngày đưa rước vài mươi bệnh nhân, trong số ấy hẳn có người bị Covid, ông nhà tuổi cao, bệnh nền nhiều, cơ thể suy nhược, sức đề kháng yếu, môi trường thuận tiện dễ bị tấn công dù đã chủng ngừa."

Liên hỏi trong lo sợ,

"Có răng không bác sĩ?"

Bác sĩ là thanh niên cao to, tuổi đời có lẽ ngoài bốn mươi, khuôn mặt trắng hồng, cặp kiếng trắng gọng mảnh, tròng dày trễ xuống sống mũi, nhìn Liên, ngập ngừng,

"Không thể nói trước..."

Người y tá đẩy chiếc băng ca vào hành lang hun hút sâu. Tưởng vẫn chìm trong hôn mê. Mặt tái xanh thiêm thiếp như được đúc bằng sáp. Liên nhìn theo, bật khóc.

Tưởng được đưa đến khu đặc biệt, nội bất xuất ngoại bất nhập. Cách ly hoàn toàn với thế giới bên ngoài.

2

Tưởng cúi gập người xuống vệ cỏ dọc lối đi nôn thốc tháo, Liên trách,

"Uống cho cố…"

Nhà hàng cạnh kè đá ven sông, từ bờ bên này nhìn sang, cao ốc mười sáu tầng sáng rỡ ánh đèn nhảy múa lung linh dưới dòng nước rộng. Đại lộ chạy dọc bờ nghẹt cứng xe cộ, tiếng còi inh ỏi.

Nửa đêm rồi có lẽ. Tưởng đứng dậy, hai chân mềm nhũn, giọng nhừa nhựa,

"Xin lỗi em."

Liên nhăn mặt,

"Em đã biểu uống vừa phải mà không nghe."

Tưởng cười,

"Lần cuối."

"Bữa qua, bữa kia cũng lần cuối."

Tưởng lại cười,

"Anh hứa."

"Thôi đi ông."

Hai người ra đến lề đường. Một chiếc taxi ghé vào, Liên dìu Tưởng lên xe.

"Ông bà về đâu?"

Liên nói địa chỉ. Tưởng ngã đầu vào nệm tựa, nhắm mắt. Gió từ ngoài qua cửa kiếng quay thấp mơn man da mặt giúp cơn say vơi dần. Tưởng cầm tay Liên bóp nhẹ. Bàn tay mềm, hâm hấp nóng, Tưởng đưa lên môi, hôn. Liên nguýt,

"Chỉ giỏi nịnh."

Tưởng mở mắt nhìn Liên, ánh sáng đèn đường tráng lên khuôn mặt có sống mũi cao, đôi môi mịn, hai má phinh phính. Nét trẻ thơ vẫn không rời bỏ người con gái này. Tưởng lại nâng bàn tay mềm ấm lên môi, nói nhỏ,

"Thông cảm cho anh, bốn tháng chỉ lương khô thịt hộp, anh thèm chất tươi và rượu quá. Ba hôm nay coi như đủ, anh không uống nữa đâu, hứa."

Liệu quay nhìn Tưởng,

"Chắc?"

"Chắc."

Tài xế thả hai người xuống. Bóng họ đổ dài trên vỉa hè, dần chìm vào bóng tối khi họ đi vào con hẻm hẹp.

Căn nhà nhỏ của một bà cụ, trước là kho chứa vật dụng phế thải. Từ ngày cậu cháu đích tôn đi lính, bà cụ gọi thợ đến sửa, nới rộng, tiện nghi, sạch, rồi cho thuê, vừa có thêm thu nhập vừa có người bầu bạn. Căn nhà tọa lạc phía sau ngôi nhà chính, mặt tiền hướng ra lộ nằm giữa khu vườn rộng. Bà cụ chồng chết, ba anh con trai, kẻ ở xa, người tử trận. Đứa cháu duy nhất của người con đầu chết trận ở với bà, nhưng hai năm trước nó cũng xung lính, đóng đồn miệt Đồng Tháp, một năm hai lần về thăm bà nội vài ngày rồi lại đi. Bà cụ thui thủi một mình, héo hon vì nhớ cháu. Từ ngày có vợ chồng Tưởng, bà như hồi sinh. Những tháng Tưởng hành quân xa, bà cụ cùng Liên nấu cơm chung. Tình thương bà dành cho cô khách trọ không khác gì người cùng huyết thống. Và Liên cũng cảm thấy bớt cô quạnh trong những ngày dài chồng biền biệt.

Tưởng theo chân vợ bước vào nhà. Liên với tay mở đèn. Trên bàn, bên cạnh mâm cơm là mảnh giấy nhỏ: "Chờ mãi cô cậu vẫn chưa về, tôi ăn trước, đi ngủ."

Liên hỏi,

"Anh đói không?

"Không, em ăn đi, anh tắm."

Tưởng vào phòng vệ sinh. Nhìn mâm cơm tuy chỉ ba món giản dị nhưng Liên biết bà cụ vào bếp với tấm lòng của một người ruột thịt. Bà khiến Liên nhớ đến ngoại. Bao năm rồi kể từ ngày theo Tưởng, chưa một lần Liên trở lại quê xưa. Căn nhà nhỏ mái tranh vách ván bên cạnh cơ ngơi bề thế, đó là từ đường của dòng họ vang bóng một thời đã bị bom đạn phá nát một phần. Mái ngói âm dương và vách tường sập được chắp vá tạm bợ bằng những tấm tôn cũ. Ông bà ngoại tự gánh trọng trách trông coi từ đường. Bất chấp bom rơi đạn lạc, bất chấp cuộc sống ngặt nghèo, ông bà nhất quyết ở lại, với lời nguyền, bao giờ chứng tích thiêng liêng này chưa thành đống gạch vụn, hai người còn cùng nó.

Thân sinh Liên, do quan hệ với một đảng phái đối lập với chính quyền, đã phải xuất dương trốn lánh. Ngày hai người đi, Liên mới lên hai, không thể mang theo, đành nhờ ngoại nuôi, đợi qua tới xứ người, ổn định, họ sẽ bảo lãnh để đoàn tụ. Xong tiểu học, Liên được gửi ra thành phố tiếp tục đèn sách. Đến hè, Liên lại trở về quê. Đó chính là thời gian hạnh phúc nhất với Liên. Chiến tranh đã đẩy dòng họ phân tán khắp nơi, kẻ còn ở lại như ông bà ngoại thì dần sa sút, trở nên nghèo túng. Tuy vậy, giấy rách giữ lấy lề, ông bà nhất định bám trụ, cơm rau qua ngày bằng lợi tức nhỏ nhoi từ mảnh vườn quanh từ đường, mặc chiến tranh mỗi lúc thêm ác liệt, tai ương xảy đến hàng ngày trên khắp mảnh đất ngày xưa ruộng đồng bao la, cò bay thẳng cánh.

Liên nhớ những buổi chiều tụ tập bạn bè cùng lứa, kéo nhau đến bãi rộng ven sông, chơi những trò chơi u mọi, nhảy lò cò, đánh thẻ… Tuổi thơ dần qua, Liên trở thành thiếu nữ, mảnh khảnh, với mái tóc bum-bê ôm ngấn cổ cao, với vòng ngực thanh tân nhu nhú hai đỉnh nhọn, với tà áo dài xẻ eo để lộ khoảng da trắng kích thích trí tò mò bọn con trai. Mười bảy tuổi, Liên gặp Tưởng, mối tình đầu. Sau bốn năm nhiều trắc trở, cả hai quyết định trở thành chồng vợ. Lặng lẽ, không dạm hỏi, không đám cưới, không họ hàng đôi bên chứng kiến. Tuy vậy, họ rất hạnh phúc, dù sau đó Tưởng phải vào quân đội, xa cách liên miên, mỗi năm chỉ vài tháng bên nhau.

Tưởng từ restroom đi ra, Liên nói,

"Em cũng tắm, người rít ráp khó chịu quá."

"Tắm xong ra ăn cơm, lúc nãy không đói, bây giờ khỏe lại thấy đói."

Cơm nước xong, hai người vào giường. Liên thở dài,

"Hai bữa nữa anh lại ra đơn vị rồi."

"Anh hành quân liên miên, bỏ em một mình anh đau lòng lắm nhưng biết làm sao hơn!"

Rất nhiều lần Tưởng mong bị thương, nhẹ thôi, vừa đủ mất khả năng chiến đấu, về hậu cứ làm việc văn phòng để được gần vợ. Nhưng lại nghĩ, súng đạn nào có mắt, ngộ nhỡ trúng phải chỗ nhược, chết hay đui què. Khổ cho cả hai. Lợi bất cập hại!

Chiến tranh mỗi lúc thêm khốc liệt, hòa bình là viễn cảnh, Tưởng mơ ngày không xa nào đó sẽ cùng Liên trở về quê xưa, dựng lại ngôi từ đường, trồng lại cây trái trên mảnh vườn quen, vợ đi dạy như mơ ước thuở còn cắp sách. Tưởng thì mang khát vọng sáng tạo văn chương nghệ thuật bằng những bức tranh, những cuốn sách, ghi lại dấu tích một thời bão giông cùng những hoài vọng tương lai. Ước mơ đẹp, nhưng để thực hiện sao khó quá. Những ngày trở về từ vùng hành quân, hàng đêm ôm Liên trong tay, vuốt ve thân thể mềm mát, hít sâu hương tóc thân quen,

Tưởng thường bày tỏ khát vọng. Liên dụi đầu vào

ngực chồng thì thào,

"Được rửa, thích quá mình hỉ?"

Tưởng nâng khuôn mặt có đôi má phinh phính trẻ thơ, ngậm hai vành môi mịn, âu yếm,

"Chúng ta sẽ có con."

"Hai đứa nghe, em muốn một trai một gái."

"Bây giờ mình thực hiện nhé."

Liên khúc khích cười,

"Sao lại bây chừ? Á à, muốn dở trò."

"Muốn anh dở trò không?"

Liên vòng tay ôm chồng siết mạnh, nói khẽ,

"Không muốn mình cũng đâu có tha!"

3

Tưởng dần hồi tỉnh, ống truyền oxy, ống vào nước biển, ống đo áp huyết... chằng chịt quanh người. Tưởng mở mắt, mọi thứ nhập nhòe, màn hình TV đối diện đang mở với âm thanh rất nhỏ...

Tưởng há hốc miệng thở gấp, người cong như con tôm. Cơn đau quặn thắt, ngực nghẹn, tiếng rên ú ớ.

Trong bộ đồ bảo hộ bao phủ toàn thân kể cả đầu, cô y tá, mặt che kín bởi khẩu trang và tấm nhựa trong, bước nhanh đến cạnh giường bệnh, hỏi,

"Papa, what wrong?"

Tưởng thều thào,

"Breathe... stomach ache anymore... very painful..."

Cô y tá gọi bác sĩ, ông ta đến sau mười phút, nhìn con số chỉ lượng oxy quá thấp nên ra lệnh y tá cho Tưởng thở máy. Trong lúc y tá chuẩn bị, Tưởng có cảm tưởng mình như đang bị trấn nước.

Thêm cơn đau bụng quặn thắt làm Tưởng co giật, thở hắt và rơi lại vào hôn mê.

4

Người đàn ông gầy ốm, mặt xương, lưỡng quyền cao, râu cằm lún phún, tóc lốm đốm bạc và thưa. Đối diện bên kia mặt bàn là viên chấp cung xoáy tia nhìn không chớp vào người đàn ông, "Anh quan hệ thế nào với những tên kia?"

"Những tên kia" là ba người nữa, chụp chung với người đàn ông trong tấm hình đen trắng đã vàng ố, tịch thu hôm khám xét nhà người đàn ông, giờ đang nằm trên mặt bàn.

"Chỉ là bạn lúc tôi theo kháng chiến chống Pháp."

Đó là ba người bạn nhiều năm trước, khi ông còn theo phong trào kháng chiến, bùng nổ sau hiệp định Genève.

"Anh vẫn quan hệ với những tên này chứ?"

"Nhiều năm, tôi đến định cư ở miền Trung, đứt liên lạc, không biết bây giờ họ ra sao."

Viên chấp cung gằn giọng,

"Nói dối, khai thực đi, nếu không tôi buộc phải dùng biện pháp mạnh."

Người đàn ông nghĩ đến cậu học trò đã cao chạy xa bay. Cậu này theo "cách mạng", hoạt động nội thành, bị bại lộ, nhanh chân tẩu thoát khi đồng bọn báo tin. Người đàn ông là thầy của cậu học trò, hoàn toàn không hay biết gì cho đến khi cảnh sát xét nhà.

"Thưa, tôi không biết thực."

Viên chấp cung nhẹ lắc đầu,

"Nhẹ không muốn, thích nặng phải không?"

Nặng! Hôm qua, tại phòng giam, người đàn ông đã nghe không ít đến từ "biện pháp mạnh" này.

Người đàn ông cũng từng đọc, từng biết bao nhiêu chuyện qua sách vở và qua nhiều người đã nếm mùi tù đày vốn không ít trên đất nước này, một đất nước triền miên trong chiến tranh và tranh chấp phe phái dẫn đến thù hận.

Người đàn ông giọng run,

"Tôi nói thực."

Viên chấp pháp đứng dậy, lớn tiếng,

"Ngoan cố"

Hắn nhấn nút chuông góc bàn. Hai phút sau một gã trung niên vạm vỡ, mặt xương, quai hàm bạnh, tóc rễ tre, mặc áo thun xám khoe bắp thịt săn chắc, phủ ngoài quần kaki màu cức ngựa xuất hiện.

Viên chấp cung hất hàm về phía người đàn ông, đồng thời đưa tập hồ sơ cho gã trung niên,

"Tôi cần lời khai trung thực của tên này."

Gã trung niên bước đến bẻ quặt tay người đàn ông, lạnh lùng,

"Đi."

Gã đẩy mạnh người đàn ông về phía cửa.

Hai người vừa khuất, viên chấp cung ngồi xuống, lại nhấn chuông, nút bấm kế, màu xanh. Phạm nhân khác được dẫn vào, lần này là một thiếu phụ trẻ đang run rẩy, mặt tái xanh, một bên má sưng vù, tím đen, khúm núm trong bộ quần áo tù màu xám nhàu nhĩ, chẳng khác gì một hình nộm tả tơi biết di động.

Viên chấp cung mở tập hồ sơ bắt đầu công việc.

Người đàn ông bị gã trung niên xô ngã chúi vào căn phòng hẹp, bày biện đơn sơ, lạnh lẽo. Một bàn và hai ghế, rải rác treo trên tường, đặt ở góc phòng là những dụng cụ dùng để thực hiện "biện pháp mạnh"và cũng để uy hiếp tinh thần phạm nhân: xích sắt, kìm, búa, ba-trắc, thùng phuy đầy nước, bếp gas và nhiều vật dụng khác… Chỉ thoạt nhìn thôi, người đàn ông cũng đã sợ đến muốn vãi ra quần.

Gã trung niên lật tập hồ sơ xem qua rồi chỉ chiếc ghế,

"Ngồi đi."

Người đàn ông rụt rè ngồi xuống. Gã trung niên giọng đanh,

"Mày liên hệ thế nào với ba tên kia?"

"Thưa, từ ngày vào Trung, tôi không còn liên lạc với họ."

Gã đứng bật dậy chống tay lên mặt bàn phóng người về phía người đàn ông, hét lớn,

"Ngoan cố, cho mày biết thế nào là lễ độ."

Cùng lúc gót giày của gã đạp mạnh vào mặt người đàn ông. Chiếc ghế ngã, phạm nhân ngã ngửa, văng bắn vào tường. Một tiếng "rắc" nho nhỏ phát ra từ bả vai và con ngươi muốn văng ra khỏi hốc mắt trái khiến người đàn ông chực ngất. Gã trung niên lôi ông ta đứng lên,

"Nói không?"

"Thưa… tôi… không… biết…"

"Á à, cứng đầu!"

Gã trung niên lôi người đàn ông đến góc phòng, nơi đặt phuy nước,

"Khai không?"

"Lạy ông… tôi không… biết… thực mà…"

Gã trung niên thộp cổ người đàn ông nhấn vào phuy. Mặc vẫy vùng, gã trung niên vẫn giữ chặt đầu người đàn ông dưới mặt nước. Bọt sôi sùng sục. Động tác giãy giụa tuyệt vọng yếu dần.

Biết phạm nhân sắp ngất, gã trung niên kéo đầu người đàn ông ra khỏi phuy, xô vật ra sàn nhà,

"Mày không khai, tao sẽ còn cho mày nếm thêm nhiều món ăn chơi."

Người đàn ông co quắp, mắt trợn trừng, tiếng van xin hối hả thoát ra từ hố miệng còn sặc nước.

"Lạy... ông..."

5

Tưởng quằn quại, miệng há hốc.

"Ba... ba..."

Tưởng lăn khỏi giường, rơi sóng soài trên nền gạch, chiếc máy đo huyết áp đổ theo va vào mặt.

Còi báo động trên giường reo.

Vẫn cô y tá da đen chạy tới và vẫn câu hỏi cũ, giọng hớt hải khi thấy Tưởng vẫy vùng dưới sàn nhà,

"Papa what's wrong?"

Mồ hôi vã khắp người, mặt toát vẻ hoảng loạn,

Tưởng lặp lại,

"Ba... ba..."

Cô y tá luống cuống gọi y công đến phụ đưa Tưởng lên giường, kéo sợi dây "xoa" nịt vào khung sắt, đề phòng sự cố tái diễn.

Tưởng không ngớt quẫy đạp và luôn miệng gào,

"Ba... ba"

Tiếng gào nghèn nghẹn, sợ hãi và đau đớn.

Cô y tá gọi bác sĩ, hỏi phải làm sao. Cô được lệnh chích mũi thuốc an thần giúp bệnh nhân ngủ.

Đồng hồ treo tường chỉ sáu giờ chiều, giờ thay ca. Ba mươi phút sau, một y tá khác nhỏ con, có lẽ người Phi, cũng trong trang phục bảo hộ, bê khay thức ăn buổi chiều vào, đặt lên chiếc bàn một chân có bánh xe lăn, gọi nhỏ,

"Papa."

Nhưng Tưởng đã nằm im sau liều thuốc.

Y tá lặp lại lời gọi, Tưởng vẫn chìm sâu trong giấc ngủ. Cô ta phân vân một lát rồi bê khay thức ăn bữa trưa vẫn còn nguyên ra khỏi phòng.

Đã hai hôm, Tưởng không ăn uống và liên tục mê sảng.

Nắng chiều xuyên qua kính cửa sổ lầu hai, nơi Tưởng đang nằm, in lên góc tường bóng cây rậm lá bên ngoài vươn lên từ mặt đất, nhẹ đong đưa. Căn phòng trở lại yên tĩnh.

6

Khám tù nhỏ nhưng chứa tới mười hai nhân mạng, chưa kể người đàn ông vừa bị ném vào, sau khi nếm mùi "biện pháp mạnh" từ phòng chấp cung.

Người đàn ông không khác miếng giẻ rách, tả tơi, máu thấm ướt ngực, mặt bầm tím, lê bước về góc phòng, chúi xuống nằm bất động. Gã bạn tù nằm bên cạnh khẽ hỏi,

"Ăn chút gì nhé, hôm nay vợ tôi thăm nuôi, có đòn bánh tét?"

Người đàn ông khẽ lắc đầu, thều thào,

"Khát."

Gã bạn tù lấy lon guigoz đựng nước rót vào cái chén nhựa, nâng đầu cho người đàn ông hớp từng ngụm nhỏ rồi khuyên cố ngủ một giấc. Gần sáng, người đàn ông lên cơn co giật và rên lớn, lôi gã bạn tù ra khỏi giấc ngủ,

"Sao vậy?"

Anh ta đặt tay lên trán người đàn ông,

"Bỏ mẹ, nóng thế."

"Đau…"

Người đàn ông quằn quại, một mắt tím bầm, một mắt trợn trắng,

"Vai... đau…"

Gã bạn tù vạch áo, bả vai sưng tấy. Người đàn ông rên lớn khi gã sờ vào,

"Chắc gãy xương, phải đi bệnh viện ngay."

Gã bạn tù vừa nói vừa chạy ra phía cửa đóng,

"Cứu… cứu…"

Một lính gác mở ô vuông nhỏ trên mặt cửa, hỏi,

"Chuyện gì mà ầm ĩ thế?"

"Có người sắp chết."

"Đụ mẹ, nói nhảm ăn đòn nghe chưa!"

"Thực mà, gọi hộ y tá."

Gã bạn tù chỉ tay, tên lính gác nhìn qua ô cửa nhỏ thấy người đàn ông co giật liên tục, hắn lầu bầu chửi thề, đóng sập ô vuông. Một lát sau, y tá vào phòng, đo nhiệt độ, khám qua rồi lệnh hai bạn tù khiêng người đàn ông lên băng ca, chuyển ra xe cấp cứu. Trong cơn mê, người đàn ông không ngớt lảm nhảm,

"Lạy ông… tôi nói thực."

"Thực con mẹ mày, để xem lá gan của mày lớn bực nào."

Người đàn ông không biết gì thật. Đã nhiều năm rồi từ ngày vào Nam, có vợ, có con, thanh niên xưa kia đã thành người đàn ông bây giờ, quên hẳn quá khứ, quên luôn hoài bão lãng mạn trở thành họa sĩ tài danh khi thi vào trường mỹ thuật Đông Dương, chí thú làm ăn nuôi vợ nuôi con.

Ông ta hoàn toàn cắt đứt với quãng đời cũ.

Quãng đời có bạn bè từng một thời cùng chung chí hướng, cùng gia nhập kháng chiến với tấm lòng và trái tim no căng nhiệt huyết, mơ ngày không xa quê hương sạch bóng quân thù, hạnh phúc ấm no sẽ đến với mọi nhà. Nhưng sau ba năm ăn rau rừng, uống nước suối, ngủ võng, anh dần nhận ra, với tâm hồn quá đỗi nhạy cảm của một nghệ sĩ, để thích nghi được với môi trường kỷ luật khắt khe, đôi khi đến tàn nhẫn của tổ chức, quả là không thể. Vì thế, anh đã rời chiến khu về thành.

Những tưởng dĩ vãng đã vùi lấp dưới lớp bụi thời gian.

Gã trung niên lôi người đàn ông dậy, ấn ngồi lên ghế, dùng dây thừng trói gô vào thành tựa, lấy cây ma-trắc treo trên tường, vung cao,

"Khai không?"

"Lạy ông..."

"Mẹ mày, lạy mãi."

Gã quật mạnh cây ma-trắc vào ống quyển người đàn ông. Cơn đau buốt óc, ông ta hét lớn. Gã trung niên tiếp tục quật. Người đàn ông quằn quại, chiếc ghế ngã, đầu đập mạnh xuống nền xi măng sũng nước. Gã trung niên lôi dậy, định tiếp tục thì phát hiện ông ta đã ngất. Gã chửi thề, gọi thuộc hạ ném về phòng giam.

Cơn đau lan tỏa toàn thân, nhất là vai và mắt trái cùng hai ống chân sưng vù bầm tím, cộng với hình ảnh vợ, các con trong đầu khiến người đàn ông rơi vào hoảng loạn, khi tỉnh khi mê. Họ sẽ sống thế nào những ngày sắp tới khi ông không còn? Nước mắt trào ra. Người đàn ông nghĩ đến những ngày dài sắp tới, trong bốn vách tường câm, nỗi âu lo sẽ không rời phút giây nào trong suốt hai mươi bốn tiếng một ngày. Bao năm qua, từ lúc lấy nhau, dù tình yêu giữa họ vẫn tròn đầy, nhưng lòng người đàn ông mãi không yên vì nghĩ vẫn chưa mang đến cho vợ một đời sống vật chất ổn định, nhất là khi những đứa con ra đời, âu lo áo cơm khiến tuổi thanh xuân của vợ nhanh chóng tàn phai, xót xa lắm, nhưng làm sao hơn khi ông tự biết mình thừa mộng mơ nhưng thiếu khả năng làm kinh tế. Ngày trẻ, lúc mới đến với nhau, người đàn ông tưởng mọi chuyện sẽ giản dị, có tình yêu là có tất cả, tình yêu như lực đẩy vạn năng vượt qua mọi chướng ngại. Quan niệm ngây thơ và buồn cười làm sao!

Va chạm thực tế khiến người đàn ông tỉnh ngộ, từ bỏ mộng mơ, từ bỏ luôn mọi hoài bão, trở lại đời thường, làm một người chồng người cha như bao kẻ khác, không "đi trong sân mà nghĩ chuyện trên trời" nữa. Nào ngờ tai ương đến, bất ngờ và tàn nhẫn.

7

Cô y tá đo máu, xem biểu đồ oxy, truyền nước biển có pha thuốc điều trị covid, trong lúc Tưởng vẫn chìm trong giấc ngủ mê mệt.

Ngày thứ hai kể từ hôm nhập viện. Người nhà không được thăm nuôi. Tưởng gần như không ăn uống, sống nhờ nước biển và triền miên trong trạng thái hư thực lẫn lộn. Nhiều lúc Tưởng hồi nhớ dĩ vãng nhưng cứ ngỡ đang trong hiện tại. Các cô y tá thường hỏi tên tuổi, ngày tháng, đang làm gì, ở đâu... , một cách trắc nghiệm. Lúc tỉnh táo, Tưởng trả lời đúng. Có lúc Tưởng trả lời sai vì đang ngụp lặn ở thời điểm nào đó trong quá khứ. Hoặc khóc nức nở, hoặc cười rạng rỡ hạnh phúc.

8

Quán tọa lạc dưới tán lá rậm và rộng một đại thụ, thoáng mát, nhờ vậy luôn đông khách, nhất là vào mùa hè.

Liên ngồi đối diện Tưởng, nàng xoay nghiêng, phóng tầm nhìn bao quát. Thành phố buổi trưa chìm trong nắng và nóng, tòa cao ốc lớn nhất vừa khánh thành tháng trước chiếm hẳn góc ngã tư, sân đậu xe tráng ciment rộng phía trước loáng trong nắng, bốc hơi. Gió hiu hiu không xua được bầu khí oi bức. Tưởng nhìn khuôn mặt Liên, hai má phinh phính ửng hồng, mồ hôi rịt ướt chân tóc. Khuôn mặt trẻ thơ, Tưởng yêu lắm nhân diện này, không chỉ bây giờ mà chắc chắn suốt đời, Tưởng nghĩ.

"Nóng quá em nhỉ?

"Mùa hè mà."

"Nhưng năm nay nóng hơn mọi năm."

Liên nâng ly chanh đá nhấp một ngụm nhỏ rồi đặt ly xuống đưa tay vén mảng tóc xõa ngang trán. Nắng vẫn gay gắt. Cái xứ kỳ lạ, mùa hè nóng cháy da, mùa đông lạnh buốt xương. Có phải khí hậu cực đoan của thổ ngơi đã làm nên tích cách của cư dân bản địa? Từ ngôn ngữ, chất giọng ăn cục nói hòn đến bản chất ái nộ rạch ròi, yêu ai yêu mãn kiếp, ghét ai ghét muôn niên, không một dạ hai lòng, không sớm đầu tối đánh. Sự quyết liệt nhất quán này thể hiện rất rõ ở những người làm chính trị. Khi đã chọn lựa phe nhóm, đảng phái nào là họ một dạ trung kiên suốt đời.

Liên kéo túi ni lông trên ghế bên cạnh đặt lên đùi. Cái túi đựng những món quà đã mua, hộp trà Tàu, phong kẹo lạc, chai dầu gió xanh…, sẽ làm quà tặng hai ngoại.

"Chừng mô mình lên đường anh?"

"Dịu nắng tí nữa, khoảng bốn giờ."

"Trễ quá không?"

"Sáu mươi cây số, chạy thong thả cũng chỉ hơn

hai tiếng, mùa này tám giờ trời vẫn còn sáng, đến nơi nắng chưa tắt, sớm chán.”

Lần đầu Tưởng theo Liên về thăm ông bà ngoại nàng. Lòng Tưởng hoang mang. Dòng họ này, qua truyền khẩu và qua biên khảo của một học giả sinh trưởng tại đây Tưởng đã đọc khiến Tưởng có cảm tưởng sắp đối diện với một thử thách không dễ vượt qua. Tuy đã sa sút nhưng nề nếp gia phong vẫn còn đậm nét trong quan niệm, tất nhiên ông bà khó lòng chấp nhận một đứa con trai tuổi đời còn non trẻ, bằng cấp nhì nhằng, nghề nghiệp không có. Phó thác tương lai đứa cháu yêu quí vào một điểm tựa bấp bênh như thế, không bậc sinh thành nào muốn, huống gì ông bà đã từng hứa với thân sinh Liên sẽ nuôi nấng dưỡng dục đứa cháu gái trong điều kiện tốt nhất để một ngày nào đó xuất dương đoàn tụ. Đã nhiều lần ông bà khuyên nhủ Liên không nên yêu đương quá sớm, hãy chuyên tâm học hành, xong tú tài II, đủ mười tám tuổi, ông bà sẽ điện cho cha mẹ Liên hoàn tất thủ tục đoàn tụ. Ở xứ người, mọi điều kiện đều thuận tiện, tiếp tục lên đại học, có chữ nghĩa rộng, nghề nghiệp vững vàng, bấy giờ yêu đương chưa muộn.

Nhưng làm sao ngờ được, cuộc đời mỗi con người hình như được định đặt bởi một bàn tay vô hình nào đó, nằm ngoài dự kiến.

Trên một diện tích không lớn lắm, khoảng hai cây

số vuông, có những bốn trường trung học. Một công lập, một bán công, hai tư thục. Buổi sáng, giờ tựu trường, và chiều, giờ tan lớp, con đường chính chạy ngang những cơ sở giáo dục này và phụ cận luôn nhộn nhịp những tà áo dài trắng của nữ sinh, đồng phục xanh trắng của nam sinh. Họ đi bên nhau, nói cười rôm rả, cặp trong tay, môi hồng, mắt sáng, tóc nam húi cua, nữ xõa quá vai, những bước chân non nhảy nhót hay khoan thai. Tất cả đều toát ra một sức sống trẻ trung, phơi phới.

Ra khỏi lớp, Tưởng vừa đi vừa chạy. Tuy còn hơn một tiếng nữa mới tới giờ hẹn, từ trường đến nhà chưa đầy cây số rưỡi, chỉ mất tối đa hai mươi phút nhưng Tường vẫn nôn nóng dù chả có gì quan trọng. Hôm nay một người bạn theo cha từ quê ra, hắn hứa sẽ mang tặng một chú sáo đã được lột lưỡi, biết nói nhiều câu ngộ nghĩnh. Tưởng vốn thích nuôi chim, nghe chúng hót líu lo thật vui tai, lần này lại là một con sáo biết nói, không nóng lòng mới lạ.

Đứng khá lâu trước cổng trường, Tưởng đợi ngớt xe sẽ băng qua lộ. Nhưng đợi mãi vẫn ngược xuôi tấp nập. Sốt ruột, Tưởng bước đại xuống đường chả để ý một chiếc xe đạp đang trờ tới.

Không tránh kịp, chiếc xe húc Tưởng té ngửa, người điều khiển xe, một nữ sinh, cũng ngã vật bên cạnh. Khi cả hai đã đứng dậy, Tường lúng túng,

"Xin lỗi."

Cô bé mặt nhăn nhó, một ống quần rách toạc gần đầu gối. Cặp sách văng vào lề, Tưởng cúi nhặt, bỏ vào giỏ cài trước ghi-đông, khi cô bé vừa dựng xe lại.

"Đi đứng ẩu tả."

Cô bé gay gắt. Tường lặp lại lời xin lỗi. Cô gái nhăn mặt, lên xe tiếp tục hành trình.

Hai hôm sau, gần chỗ xảy ra tai nạn, Tưởng gặp lại cô bé. Tưởng cười,

"Nhớ tôi chứ?"

"Răng không!"

Cô bé nguýt, con mắt có đuôi. Chất giọng Quảng Nam đặc sệt càng làm câu trả lời tăng thêm ác cảm. Nhìn mái tóc demi-garçon, vóc dáng mảnh khảnh, cô bé không sắc nước hương trời song duyên dáng có thừa và nhất là nét trẻ thơ thể hiện qua đôi má phinh phính lúc nào cũng ửng hồng. Tưởng thấy lòng xao động. Vẫn được tiếng dạn dĩ, ăn nói có duyên nên không khó khăn lắm, Tưởng trở thành bạn và rồi thời gian ngắn sau, là người yêu của Liên, tên cô bé.

Những tưởng chỉ qua đường như bao mối tình khác, nhiều lúc ngẫm lại Tưởng không khỏi bồi hồi, cô bé này, xét chung, chả có gì vượt trội nếu so với các cô khác Tưởng từng quen biết, thế mà càng lâu Tưởng càng cảm thấy gắn bó khó rời. Mạnh mẽ và chân tình. Tưởng bị cảm hóa bởi nhân cách của Liên, một nhân cách khó tìm trong cuộc sống thực dụng vị kỷ bấy giờ.

Tưởng tăng tốc, chiếc honda chồm lên, leo dốc. Gió chiều lồng lộng, những khóm sim rừng nở đầy hoa tím dọc lối đi tỏa hương thoang thoảng, phía chân trời đám mây ửng hồng ráng chiều ùn lên sau chập chùng đồi núi. Liên nói,

"Qua hết ngọn đồi ni mình nhìn thấy nhà ngoại."

"Gần tới rồi à?"

"Dạ, dưới chân đồi."

Căn nhà vách ván nhỏ bé bên cạnh từ đường đồ sộ, tuy đã sập một phần nhưng vẻ uy nghi vẫn chưa mất, Tưởng nhìn gờ mái cong vút ngạo nghễ, vách tường dày bề thế dù lâu ngày không được quét vôi, rêu xanh bám loang lổ, những bậc cấp bằng đá xanh vững chải dẫn đến hành lang rộng, cao, trước khi vào tiền sảnh, nơi đặt bài vị các bậc tiền hiền của dòng họ trên các bệ thờ sơn son thiếp vàng chạm trổ cầu kỳ.

Tưởng và Liên theo sau ông ngoại thắp đủ một tuần nhang trên các bàn thờ.

Tưởng hỏi,

"Xưa kia mỗi lần giỗ chạp vui lắm phải không ngoại?"

Ông già chưa kịp lên tiếng, Liên đã trả lời thay,

"Còn phải hỏi, hơn mươi năm trước tình trạng an ninh chưa tệ như bây chừ, mỗi lần giỗ chạp hay tết nhất, linh đình hết biết. Người đông như trẩy hội, pháo nổ đỏ sân, mâm cỗ ê hề. Tuy ngày nọ em còn nhỏ, nhưng ấn tượng khó quên."

Tưởng nhìn ra vuông sân rộng lát gạch, cỏ dại vươn lên từ những kẽ hở, vàng úa. Bao quanh vuông sân là khu vườn rộng, chen chúc đủ loại cây trái, xoài, mít, vải, mãng cầu... xen kẽ những luống rau thơm, cải bẹ xanh, sà lách, sả, hành, ngò, ớt... Nguồn lợi tức khiêm tốn nuôi sống ông bà bao năm nay (Liên trọ học ngoài thành phố nhờ trợ cấp cha mẹ gửi về hàng năm hai lần). Chiều đã nhá nhem, bóng tối sắp làm chủ cảnh quan.

Tiếng bà ngoại,

"Ông cháu vô ăn cơm."

Bữa cơm đạm bạc, chủ yếu rau cỏ, món mặn chỉ một đĩa cá nục kho tiêu mặn quắn lưỡi, thế nhưng Tưởng nhận thấy rất ngon. Yếu tố tâm lý, từ hôm Liên nói sẽ cùng về thăm hai ngoại Tưởng nơm nớp lo sợ luôn nghĩ sẽ phải đương đầu với hai trở lực lớn. Khi xe đổ dốc vào địa phận làng, Tưởng lơi tay ga, chiếc xe giảm tốc độ, Liên nói,

"Đường vắng, chạy nhanh một chút, em nóng lòng."

Tưởng cầm cánh tay Liên ôm ngang thắt lưng,

"Em à, anh lo quá!"

"Nói miết mà không nghe, nếu hai ngoại không bằng lòng em sẽ bỏ nhà theo anh, em nói được làm được, tính em ông bả rành quá."

'Anh vẫn lo."

Tưởng dựng xe trước sân, theo chân Liên bước vào nhà.

Ông ngoại, theo lời Liên, năm nay đã bảy sáu tuổi nhưng trông còn tráng kiện tuy hơi ốm. Râu dài, tóc lốm đốm bạc và thưa, ông mặc bộ bà ba trắng, trông không khác một điền chủ Tưởng thường thấy trong các phim xã hội nông thôn thời trước, đang ngồi trên ghế vấn điếu thuốc sâu kèn nhìn ra thấy Tưởng và Liên, vội đứng dậy,

"Về trễ rứa?"

Liên nhào tới ôm ông ngoại,

"Dạ, còn nắng, trễ mô."

Rồi không đợi hỏi, Liên quay sang Tưởng,

"Anh Tưởng, con đã nói với hai ngoại bữa nớ."

Ông ngoại nhìn Tưởng, tia nhìn soi mói vẻ đánh giá, Tưởng cố bình tĩnh,

"Thưa ngoại."

"Ừ, hai đứa mang hành lý vô rồi ra sau rửa mặt."

"Bà ngoại đâu ông ngoại." Liên hỏi.

"Bả ra vườn hái mấy bẹ cải…, kìa, bả tề."

Liên và Tưởng quay nhìn ra, một bà già thấp người, cũng tóc lốm đốm bạc búi củ hành, và cũng ốm, từ khu vườn bên kia miếng sân gạch chậm rãi đi vào, tay cắp rổ cải xanh.

"Bà ngoại."

Liên sà tới. Bà mở rộng vòng tay ôm đứa cháu cao

hơn bà nửa đầu, giọng trách móc,

"Cha mi, nửa năm rồi mới thấy mi về."

Liên dụi mặt vào ngực bà,

"Con bận học mà.'

Bà quay nhìn Tưởng,

"Tưởng phải không?"

"Dạ, con."

Cảm giác lo âu vẫn đeo bám trong tâm trí Tưởng suốt từ khi chạm mặt hai ngoại đến bữa cơm chiều.

Tàn bữa, ông ngoại bảo Tưởng cùng ông ra ngồi ngoài hiên vừa hóng gió, vừa uống trà đàm đạo.

Ngoại hỏi,

"Năm ni con bao nhiêu tuổi?"

"Dạ, mười tám."

"Trẻ quá."

Tưởng bối rối chưa biết trả lời cách nào thì Liên từ trong bước ra, nhanh miệng,

"Ảnh mới đậu tú tài hai, chuẩn bị vô Sài Gòn học đó ngoại."

'Ừ, học tiếp tốt, ra đời càng có chữ nghĩa càng có tương lai vững chắc. Còn con?"

"Sang năm, hết trung học con cũng xin hai ngoại vô Sài Gòn học tiếp."

"Cha mi nói mi đủ mười tám sẽ bảo lĩnh qua đoàn tụ."

"Con chẳng đi mô."

Ông ngoại vẻ ngạc nhiên,

"Không đi? Ai cũng mơ ước được du học, mi lại chẳng muốn đi, điên à?"

Liên nhìn ngoại rồi nhìn Tưởng,

"Con không muốn xa hai ngoại."

"Không muốn xa hai ngoại hay không muốn xa cậu ni?"

Liên cầm ấm trà rót thêm vào tách của ngoại, giọng vừa nũng nịu vừa quả quyết,

"Cả ba."

"Ngoại không phản đối chuyện hai đứa yêu nhau, nhưng cả hai đều quá trẻ, tương lai còn bấp bênh, răng không đợi hết đại học, tới với nhau đâu đã trễ?"

"Con đi, cũng có nghĩa bọn con sẽ xa nhau vĩnh viễn, làm răng tới với nhau?"

Hai ông cháu lời qua tiếng lại khá lâu, Liên vẫn một mực giữ vững lập trường. Cuối cùng ông ngoại đành nhượng bộ,

"Thôi thì ý con đã rứa, ngoại chịu, nhưng mà hai cái thân già ni không thể tự tiện, ngày mai ngoại sẽ thơ cho cha mẹ mi biết để tụi nó tính."

Con đường dẫn về tương lai còn lắm trở lực, song bước đầu tương đối suôn sẻ, hai ngoại không thể cấm cản khi đứa cháu gái bề ngoài trông mảnh mai lại ẩn chứa bên trong một nội lực mạnh mẽ.

Có lẽ đêm qua ông bà đã bàn bạc rất nhiều nên

sáng nay thái độ hai người khang khác, quan tâm ân cần hơn so với buổi đầu. Tưởng vui, dù sao chàng đã được hai ngoại ngầm chấp nhận như một thành viên của gia tộc này. Tưởng biết, nếu không có chiến tranh, không có những đổi đời quyết liệt thì nhiều phần Tưởng khó vượt qua được bao chướng ngại. Không thể phủ nhận một sự thực, chiến tranh đã phá hủy bức tường cao bao đời nay phân chia giai tầng xã hội.

Ba người rời từ đường về lại căn nhà nhỏ. Trưa đứng bóng. Tuy oi bức nhưng nhờ không gian thoáng, nhiều cây xanh phủ bóng râm nên Tưởng cảm thấy dễ chịu hơn môi trường thành phố.

Dùng xong cơm trưa, Liên nói với Tưởng,

"Mình ra sông chơi anh."

"Xa không?"

"Chừng một cây số, ở ngoài nớ mát lắm."

Thổ ngữ thô cứng phần nào đã nhạt khi Liên ra thành phố, nhưng khi gặp hai ngoại, Liên nhanh chóng lấy lại cách phát âm cũ, ngồ ngộ. Từng tiếp xúc không ít bé bạn, người quen, Tưởng nhận thấy không chỉ Liên mà hầu như mọi người xuất thân từ vùng miền này đều thế, chất giọng ăn cục nói hòn sẽ mãi mãi theo họ đến ngày về với đất, dù họ đã xa nơi chôn nhau cắt rốn từ lúc còn bé, kể cả những người đi du học thuở mới thành niên, trên dưới ba phần tư cuộc đời sống ở xứ người, thỉnh thoảng Tưởng gặp lúc họ về thăm quê hương.

Hai người đi dọc con đường đất ven sông phủ rợp bóng râm rặng tre ven bờ rì rào tiếng gió. Bầu trời mùa hè cao và trong. Liên đưa tay chỉ một khoảng đất trống chạy thoai thoải xuống bờ sông ngổn ngang nhiều tảng đá chất chồng,

"Chỗ nớ mấy năm trước lúc chưa ra thành phố em và tụi bạn chiều mô cũng rủ nhau tới chơi, bày đủ trò con nít, vui ghê."

"Trò con nít là trò gì?"

"Nhảy dây, u mọi, bịt mắt bắt dê..."

"Ở thành phố đất chật, mấy trò này ít thấy trẻ con chơi."

Liên ghé vào quán nhỏ cạnh bến đò. Tưởng gọi chanh đá cho Liên và cà phê đá cho mình. Gió nhẹ đưa hơi nước từ sông tỏa rộng, bầu khí dịu hẳn,

"Ngoài này dễ chịu thật" Tưởng nhận xét.

Liên nhìn xuống bến, một chiếc đò nằm đợi khách, Liên nói,

"Chỗ ni mấy năm trước khá nhộn nhịp, là thủy lộ chính đưa nông phẩm ra phố Hội. Từ ngày chiến sự lan tới, nông dân không còn sử dụng thủy lộ ni. Chừ hoang vắng quá."

Tưởng nghĩ đến ngôi từ đường sập một mái, không biết nơi linh thiêng của dòng họ vang danh bao đời nay còn hứng chịu bao nhiêu tai ương nữa? Chiến tranh mỗi ngày thêm khốc liệt, những vùng an ninh thu hẹp dần, ruộng đồng vườn tược bỏ hoang, dân quê không thể canh tác, buộc phải tìm đến những nơi an toàn hơn. Tưởng nhớ khu định cư tạm bợ ven ngoại thành, những mái tôn thấp trên cồn cát cháy nắng, trẻ con đen nhẻm bụng ỏng da chì, đàn ông vào thành khuân thuê vác mướn, đàn bà, con gái đi ở đợ hoặc làm đĩ. Đổi thay khốc liệt băng hoại đến tận cùng nền tảng xã hội. Làm sao hình dung được mối liên hệ giữa những con điếm phấn son lòe loẹt, nói năng chửi thề tục tĩu nhan nhản trong các ổ điếm với các cô gái quê chơn chất một thời? Đổi thay này, Tưởng nghĩ, di hại không chỉ nhất thời, mà có thể vài mươi năm, thậm chí cả trăm năm nữa không chừng. Chiến tranh, con quái thú nhiều vòi, cuốn vật tất thảy những gì nó vớ được. Chiến tranh, làm sao nói hết chất chồng thảm trạng nó đã và sẽ gây ra, Tưởng nhẹ lắc đầu, lái suy nghĩ tới những chuyện tích cực hơn.

Tưởng nghĩ đến tình thương vô bờ hai ngoại dành cho đứa cháu gái, động lực thúc đẩy ông bà chấp nhận mối tình của hai đứa, dù thực lòng không mấy ưng ý. Tưởng cầm tay Liên bóp nhẹ,

"Chuyện của chúng ta không ngờ tiến triển tốt đẹp, hai ngoại đã đồng ý, chỉ còn cha mẹ!"

"Chuyện phải tới sẽ tới. Với lại, đúng như ngoại nói, tụi mình còn quá trẻ, học cho hết rồi tính."

Dưới bến tiếng máy nổ vang động cả khúc sông, đò chuẩn bị rời bến tuy khách không đông.

Người đàn bà đứng trên mui lớn giọng với gã đàn ông trên bờ,

"Chiều chừng hai giờ tui về. Ông và con Nhàn dọn dẹp nhà cửa, để bừa bộn đàng trai sẽ đánh giá."

Tưởng đoán gia đình này sắp có hỉ sự. Cuộc đời từ muôn kiếp đã thế, vẫn thế và sẽ thế đến muôn sau. Mặc bao tang thương, đôi lứa vẫn tìm nhau, kết đôi, khai sinh những thế hệ mới, bất kể giàu nghèo sang hèn, bất kể giai tầng xã hội. Vòng tuần hoàn bất tận.

Gã phụ xế tháo dây buộc, con đò được tự do, bò chậm ra giữa sông rồi tăng tốc về hướng phố Hội. Sóng rẽ thành hai dải bọt trắng kéo dài hai bên mạn. Trên bờ trái, ruộng nứt nẻ phô chân rạ bạc màu, bờ phải hàng tre lả ngọn in bóng râm xuống dòng nước. Tưởng hỏi,

"Từ đây xuống phố Hội bao xa em?"

"Chừng bốn mươi cây số, trung bình mất hai giờ."

"Tiện nhỉ, đường bộ xa hơn lại xuống cấp xe không thể chạy nhanh!"

"Nhưng đó là thời chưa mất an ninh, chừ ca-nô lính cộng hòa thường xuyên chặn lại tra xét, chưa kể đụng độ cơm bữa giữa hai bên dọc làng mạc ven sông, trực thăng xạ kích băm nát mọi thứ nhìn thấy, pháo cối Việt cộng rơi nổ lung tung. Dân sợ tai bay vạ gió ít ai dám dùng thủy lộ ni. Thuở xưa mỗi ngày một chuyến luôn đầy khách, chừ mỗi tuần chỉ hai chuyến khách vẫn lèo tèo."

Tiếng động cơ nhỏ dần rồi mất hút cùng con đò sau bờ cây xanh. Bến sông trở lại im vắng. Tưởng và Liên rời quán đi dọc ven bờ, lên ngọn đồi thấp dẫn xuống làng nghề trồng dâu nuôi tằm một thời hưng thịnh. Ngày nay, do vải vóc công nghiệp tràn lan, làng nghề teo tóp dần, cuối cùng phải tuân theo qui luật đào thải, mất hẳn. Liên đưa tay chỉ những vùng đất rộng trồng đủ loại cây ăn quả, chôm chôm, nhãn, bưởi, cam sành và vài loại khác nữa.

"Hồi xưa chỉ thuần túy dâu xanh bạt ngàn."

"Biết đâu thay đổi này khá hơn."

"Nhưng xét mặt văn hóa phi vật thể, vùng đất nổi tiếng bao đời mất đi một nghề truyền thống."

"Văn hóa phi vật thể là phần hồn của một cộng đồng, quan trọng đấy, song suy cho cùng không quan trọng bằng ấm no. Nếu đổi thay giúp họ dư ăn thừa mặc thì dù mất đi biểu trưng đặc thù kia, anh nghĩ, cũng không đáng tiếc lắm."

"Anh thực dụng!"

"Không đúng sao?"

"Con người sống đâu phải chỉ có cái bao tử, sẽ tội nghiệp biết chừng mô nếu chỉ nghĩ đến nó mà quên đi phần hồn, trừu tượng không nhìn thấy bằng mắt, nhưng là cốt lõi giúp con người hơn xa mọi động vật khác."

"Em nói như một nhà văn hóa, sang năm vào Sài

Gòn học Văn khoa được đấy".

"Học chi ngành nớ, ra trường cạp đất mà sống à?"

"Em thích văn chương và mơ được làm cô giáo mà."

"Thích văn chương không có nghĩa muốn trở thành nhà văn, em sẽ vô Sư phạm."

"Em bảo anh thực dụng, em còn thực dụng hơn anh gấp bội."

"Hiểu rõ vấn đề không có nghĩa thực dụng."

Tưởng cười lớn,

"Haaha... Quảng Nam hay cãi, cãi xuôi cũng được, cãi ngược cũng xong".

Dừng một chút, Tưởng gật gù,

"Cãi là một dạng của phê bình, lý luận, thảo nào xứ của em lắm nhân tài trong lĩnh vực này, Huỳnh Thúc Kháng, Phan Khôi, Đặng Tiến, Nguyễn Hưng Quốc... Sau này sống với em, tối ngày cãi nhau. Chắc chết"

Liên ôm cánh tay Tưởng ngước nhìn âu yếm,

"Em nghe bà ngoại nói, đàn bà con gái Quảng Nam nổi tiếng thủy chung, chiều chồng. Em chắc không ngoại lệ. Em yêu anh, sẽ không cãi với anh nữa đâu. Thôi, bỏ qua."

"Anh nào trách em, cãi, vui mà."

Đến lưng chừng đồi rợp bóng râm do nhiều cây cao và bụi rậm, chỉ một lối mòn nhỏ dẫn xuống làng.

Vắng. Không một bóng người. Tưởng xoay nhìn, nắng viền quanh khuôn mặt Liên vầng sáng, Tưởng nhớ bức tranh Đức Mẹ đã thấy không nhớ ở đâu, bức tranh vẽ khuôn mặt Đức Mẹ ngước lên, đôi mắt với tia nhìn dịu dàng tắm đẫm trong vòng hào quang sáng rực. Đẹp, vẻ đẹp thuần khiết, thánh thiện. Tưởng bỗng thấy lòng trào dâng niềm cảm khái, bất giác thốt kêu không định trước,

"Anh yêu em."

Và kéo khuôn mặt người yêu lại gần, hôn lâu. Liên rướn người, nhắm mắt, mở rộng hai môi cho lưỡi Tưởng luồn sâu, quấn quít. Vòm miệng thơm, nước bọt ứa ra mùi vị kích thích khiến Tưởng bị cơn hưng phấn cuốn cao.

Khắp người Liên nổi gai. Nụ hôn đẩy cả hai vào bầu khí bềnh bồng phi trọng lực.

Nắng xuyên qua tàn lá cây gạo rơi lốm đốm khắp thân thể Liên. Một giọt nắng đậu trên đỉnh vú nhu nhú, Tưởng cúi ngậm. Dù qua lớp vải, Tưởng vẫn cảm nhận được cái mềm mát của thịt da,

Liên thốt kêu,

"Anh..."

Tiếng kêu như thúc hối, Tưởng lòn bàn tay vào hàng khuy hai tà áo, mơn man hai gò ngực. Cảm giác mềm ấm làm Tưởng ngây ngất như say.

"Anh... đừng..."

Mặc, bàn tay rời đỉnh cao di chuyển xuống sâu, qua lưng quần dây thun, qua vòng xì líp mỏng, áp trên vùng đồi phì nhiêu phủ kín lông mềm hâm hấp nóng. Tưởng như con thú đến mùa động cỡn, không thể kiểm soát được hành vi, bàn tay xuống sâu hơn nữa, luồn vào hai vách thịt mềm. Cảm giác ẩm ướt lan đến óc.

Liên rùng mình, máu chảy rần rật trong huyết quản, Liên khép đùi, giữ chặt bàn tay Tưởng, thở hắt,

"Anh… đừng…"

Hoàn toàn mất kiểm soát, Tưởng bò xuống dang mạnh hai đùi, vục mặt vào khe trũng. Mùi hương lạ sộc đầy mũi, Tưởng luồn sâu lưỡi giữa hai vách thịt mềm, giọng mê sảng,

"Cho anh…"

"Không được đâu, anh điên à?"

Tưởng điên thật, bất chấp sự kháng cự, Tưởng vật Liên ngã ngửa, trườn lên.

Liên quẫy đạp cuống cuồng,

"Đừng mà, giữa ban ngày…"

Giữa ban ngày, trên lưng chừng đồi lộng gió, bằng sức lực của một thanh niên đang tuổi sung mãn, dù không dễ, cuối cùng Tưởng cũng đạt mục đích. Liên vùng vẫy cật lực nhưng rồi phải bật kêu hoảng loạn khi dương vật Tưởng khó nhọc len vào giữa rãnh lõm,

"Trời ơi…, đau…, đau...!"

Tiếng kêu lặp lại không ngừng mỗi lúc một nhanh

và nước mắt ràn rụa hòa nhịp theo động tác vào ra hối hả, mãi đến lúc Tưởng trân người bắn mạnh rồi đổ ập trên thân thể Liên.

Chiều xuống sâu, nắng chỉ còn thoi thóp trên đỉnh tàn lá cao cây gạo, khí trời dịu hẳn oi bức.

Liên dã dượi, tóc rối, mặt tái xanh, mắt đỏ hoe, áo quần xộc xệch, một vài giọt máu bết trên ống quần. Liên co ro, ôm gối khóc nghẹn, Tưởng luôn miệng,

"Anh xin lỗi…"

Liên co chân đạp Tưởng bật ngửa,

"Khốn nạn."

"Tha lỗi cho anh."

Nhìn sự đau đớn và phẫn nộ của Liên, Tưởng sợ thực sự. Cho đến nhiều năm sau Tưởng vẫn còn ân hận hành động mê muội của mình. Tại sao? Động cơ nào? Khi cơn "đồng nhập" qua đi, Tường không ngờ mình đã hành xử thế. Từ kinh nghiệm bản thân, sau này Tưởng thường không quá khắt khe với nhiều trường hợp tồi tệ Tưởng biết hoặc đọc, nghe. Chỉ một phút không kiềm chế được bản năng, mặc cảm tội lỗi sẽ đeo bám đến ngày lìa bỏ trần gian.

Cuộc du ngoạn bỏ dở nửa chừng, Liên không nói gì suốt quãng đường từ lưng chừng đồi đến nhà, dù Tưởng không ngớt bày tỏ sự ăn năn. Sáng hôm sau Liên đột ngột đòi về lại thành phố.

Nhìn thái độ đứa cháu, hai ngoại đoán biết đã có

sự cố nhưng không rõ chuyện gì, đành kết luận giản dị, bọn trẻ giận lẫy nhau, chuyện thường.

9

Tưởng nằm yên như chết, y công lật nghiêng, gom vội tấm ga nhầy nhụa nước vàng thay ga mới sau khi đã lau thân thể bệnh nhân bằng giấy ướt sát trùng. Tưởng bậy ra giường và trây trét vung vãi, tuy chả có phân vì đã ba ngày không ăn uống nhưng mùi hôi cũng nồng nặc. Trong trạng thái rã rời, bụng quặn đau từng cơn và chực ói thường trực dù y tá đã cho uống ondansetron, một loại thuốc chống ói, nửa giờ trước, Tưởng còn đủ tỉnh táo nghĩ có lẽ mình sắp lìa bỏ trần gian. Cũng tốt thôi, vật vã thế này, thêm ngày nào khổ ngày ấy, cho bản thân và cho mọi người.

Cô y tá nhìn khay cơm cô vừa mang đến nói nhỏ,

"Papa try to eat to have strength"

Tưởng nghe loáng thoáng, không hiểu, mở lớn đôi mắt ý hỏi. Cô ta lặp lại, lần này to hơn.

Tưởng muốn trả lời nhưng không thể, chỉ lắc nhẹ đầu. Cô y tá dỗ dành,

"Papa haven eaten for three days, your strength

can take it."

Tưởng nhắm mắt. Ăn, chỉ nghĩ đến đã muốn ói. Cô y tá chần chừ một lát, lặng lẽ kéo tấm chăn đắp kín người bệnh nhân, chỉ chừa đầu, rồi xoay lưng ra khỏi phòng.

Trưa. Ngoài cửa sổ bầu trời màu xám nhạt như cao hơn, tiếng động cơ chiếc xe cần cẩu đang hoạt động xé rách sự im vắng. Bệnh viện đang cất thêm một building nữa trên khoảng đất trống bên cạnh. Gã trung niên cùng phòng vừa xuất viện sau một tuần điều trị, ông ta cũng vướn covid dù đã chủng ngừa, nhờ khỏe mạnh nên dễ dàng hồi phục. Chiếc giường đã được thay ga mới, phẳng phiu. Tấm màn ngăn hai giường kéo về vị trí sát vách, căn phòng trở nên rộng.

Ngoài đau bụng, vai trái Tương cũng tê cứng và có cảm tưởng trong ống xương hàng triệu con trùng đang gặm nhấm, buốt nhức, di chứng của vết thương hồi trẻ, lúc còn trong quân đội, thỉnh thoảng bị hành nếu sức khỏe tồi. Tưởng muốn gọi cầu cứu nhưng không nhấc tay lên nổi để với cầm chiếc remote nằm trên bàn, cạnh khay thức ăn. Mãi gần tối y tá vào đo máu và bơm thuốc vào bịch nước biển, Tưởng thều thào,

"That's hurt!"

"Where is the pain?"

"Stomach and left shoulder…, unbearable pain."

Cô y tá đã được lệnh bác sĩ từ trước, đưa qua AV

một liều an thần (AV, ống nhựa nhỏ nối với kim ghim vào mạch máu để truyền thuốc cho nhanh khi bệnh nhân vừa nhập viện). Không lâu sau Tưởng lại chìm vào giấc ngủ.

10

Đơn vị di hành xuyên qua làng và cánh đồng mênh mông, bắt đầu vào khu rừng ngập nước, cỏ lát cao quá đầu. Vượt khỏi khu rừng này đơn vị sẽ tiếp giáp với một địa hình khác, bắt đầu lên cao, vào vùng đồi núi chất chồng đá tảng và mây tre, hiểm trở, gai góc. Đơn vị đã được cấp chỉ huy nhắc nhở, phải luôn cảnh giác. Đây là căn cứ của địch, nhờ địa thế gần như bất khả xâm phạm và quen thuộc, địch chủ động nếu ta xâm nhập bằng bộ binh, dùng phi cơ oanh tạc thì địch rút sâu vào các hang đá, an toàn cao. Từ lúc trực thăng đổ quân xuống đã hai ngày, đơn vị đi qua hai ngôi làng, tuy xơ xác nhưng yên bình, không có dấu hiệu hiểm nguy, mọi người có vẻ thiếu cảnh giác. Bây giờ, nhìn cảnh quan, Tưởng cảm thấy bất an. Tưởng ra lệnh giãn quân thật mỏng, nhỡ có bất trắc tổn thất sẽ nhẹ, và có thời gian ứng phó.

Bỗng tiếng AK 47 nổ dòn phía trước, tiếng gã hạ

sĩ truyền tin hốt hoảng qua máy bộ đàm,

"Địch từ trên bắn xuống, đích thân!"

Nhanh chóng, Tưởng ra lệnh,

"Cố thủ và chờ, tôi với trung đội ba và bốn sẽ bọc hậu, khi tôi lên đến đỉnh, hãy bắn thật rát để hướng chú ý của địch xuống phía dưới."

Tưởng cùng thuộc hạ và trung đội ba ra phía sau ngọn đồi, leo lên. Địa hình rất hiểm trở, dốc nghiêng gần như thẳng đứng, gai mây chằng chịt, binh sĩ tiến chậm, sơ sẩy trượt ngã, rơi xuống vực. Tiếng súng vẫn giòn giã nhưng thưa hơn. Hai bên đều cố thủ.

Địch ẩn mình trong các hốc đá lưng chừng vách núi. Phải đến đỉnh, dùng dây đu xuống cận chiến, chủ yếu bằng lựu đạn. Chiến thuật này khá nguy hiểm, đòi hỏi sự can đảm và hy sinh. Biết vậy nhưng không còn cách nào hơn.

Tưởng nghĩ đến Liên. Em yêu, anh không biết sẽ về được với em lần này chăng? Trên cương vị chỉ huy, anh phải dẫn dắt binh sĩ dưới quyền dành chiến thắng. Lòng tự trọng cùng an nguy của gần một trăm sinh mạng không cho phép anh hèn yếu, đích thân anh phải vào hang cọp, dù biết lành ít dữ nhiều.

Đã có lần anh nói với em cuộc chiến giữa hai phe cùng màu da hoàn toàn do sắp xếp của ngoại bang trên bàn hội nghị Geneve năm 1954. Trong nội tâm anh có hai lực đối kháng không ngừng cấu xé, anh ý thức rất rõ mình cũng như những kẻ phía bên kia đều là những con tốt trên bàn cờ thời cuộc. Nhưng vì anh đã sinh ra, học tập và trưởng thành từ bờ Nam sông Bến Hải, nên không còn chọn lựa nào khác ngoài bộ quân phục này khi đến tuổi cùng mọi hệ lụy và trách nhiệm, anh phải sống chết cho nó. Điều ấy xem chừng phi lý, buồn thay, như mọi chuyện trong cõi nhân gian này, chúng ta luôn bị cuốn vào những tình huống nằm ngoài mong muốn.

Gần ba tháng xa em, anh nhớ lắm.

Nhớ sự cố trên ngọn đồi thấp nhìn xuống làng trồng dâu nuôi tằm gần nhà hai ngoại đã dẫn đến việc em cắt đứt liên lạc.

Cũng thời gian đó ba anh bị bắt, bị tra tấn và ông từ trần bốn tháng sau.

Anh bỏ học vì gia đình đã mất đi đầu tàu, mẹ anh buôn tảo bán tần cũng chỉ đủ sức nuôi bốn miệng ăn và lo cho hai em, một trai một gái, tiếp tục việc học. Riêng anh nếu muốn vào Sài Gòn phải có tiền thuê phòng trọ, cơm nước, sách vở, chưa kể chi tiêu vặt vãnh, tốn kém này ngoài khả năng của mẹ. Anh bỏ học nên không được hoãn dịch vì lý do học vấn, cũng có nghĩa anh sẽ vào lính. Tám tháng ở quân trường biến anh từ một cậu học sinh yếu đuối thành người lính phong trần. Ra trường anh về một quận lỵ nhỏ vùng xôi đậu. Quận nghèo, chỉ vài mươi nóc gia, mái tranh phên tre lụp xụp, ruộng vườn xơ xác, những con lạch cạn khô, những ao bèo váng phèn, cỏ dại mọc tràn. Ban ngày địa phương quân lùng sục, sách nhiễu, ban đêm phía bên kia về thu lương thực. Người dân một cổ hai tròng, vất vả lo cái ăn cái mặc còn phải chịu cảnh bom rơi đạn lạc, sống nay chết mai. Qua thực tế tận mắt nhìn thấy, lập trường phản chiến, tỷ lệ thuận với lực đối kháng càng lúc càng lớn khôn nguôi cấu xé trong anh.

Lần đầu hành quân anh bị thương được trực thăng chở về quân y viện. Em vào thăm một người anh họ nằm cùng phòng với anh. Cuộc tái ngộ bất ngờ. Nhìn anh xanh mét, tiều tụy em không thể làm ngơ. Những lời thăm hỏi của em, thái độ hối lỗi chân thành của anh đã dẫn đến kết cục là em tha thứ, quan hệ sau hai năm chia cắt được nối lại, anh sung sướng lắm, đúng là tái ông thất mã.

Nhớ sáu tháng sau ông ngoại em bị bệnh qua đời, và kế tiếp, không lâu, bà ngoại cũng theo ông. Anh và em về quê lo ma chay, xây cất phần mộ. Trước ngày về lại thành phố, cả hai ra nghĩa trang riêng của dòng họ, tọa lạc trên một cuộc đất cao, nơi được xem đắc địa nhất vùng, con cháu sẽ đời đời giàu sang phú quý, theo lời một thầy phong thủy người Hoa nói vào thời xa xưa nào đó. Đời đời! Ngày nay con cháu thất tán khắp nơi, kẻ trở thành mạt hạng cùng đinh, người tha phương cầu thực! Chả còn mấy ai phú quý, lời tiên tri hết linh! Anh và em thắp bó nhang trước hai mộ phần nằm sát song song.

Nhìn làn khói ẻo lả vươn cao trong buổi chiều đứng gió, em thở dài, rơm rớm,

"Tình hình mỗi ngày thêm tệ, em sợ sẽ không thể còn cơ hội về thăm."

"Chiến tranh rồi sẽ phải kết thúc, chả lẽ kéo dài mãi sao?"

Anh hỏi em dự tính tương lai, hai ngoại mất rồi, em qua Pháp đoàn tụ với gia đình chứ? Em nhìn anh thật lâu,

"Em đã xé *passport*, em sẽ theo anh."

Anh vừa mừng vừa lo, mừng vì em đã quyết định như anh mong muốn, lo vì đời lính bấp bênh, nhỡ có bề gì em sẽ ra sao?

Em nói,

"Trên đất nước này đâu chỉ mình em?"

Đó là lần thứ tư và cũng là lần cuối cùng chúng ta về quê ngoại.

Nhớ buổi tối trước ngày lên đường anh đã say lệch trời nghiêng đất. Và như bao lần trước, anh hứa sẽ bỏ rượu, dù ngầm hiểu, lời hứa tựa ấm nước trên bếp lửa già ngọn, nhanh chóng bốc hơi, anh lại uống, lại say, lại hứa... Em lại trách, lại giận, lại tha thứ. Vòng lẩn quẩn không lối thoát, như cây kim mòn trên đĩa hát cũ lặp mãi một điệp khúc! Nhiều lần sau cơn say, anh đã ôm em thành thật giãi bày: anh uống chả phải vì ghiền chất men, mà uống, như một cách cân bằng mọi chênh vênh luôn tồn tại trong tâm hồn, bắt nguồn từ ngày anh chớm bước vào tuổi thanh niên với hình ảnh người cha tù tội, để rồi sau nửa năm vật vã vì di chứng những trận đòn tra tấn, ông đã giã từ cõi trần với nỗi oan khuất không thể biện minh. Đời lính như một nghiệp dĩ oái ăm, nó buộc anh chịu đựng triền miên sự dằn vặt mâu thuẫn, một bên là hình ảnh người cha cùng nỗi đau không nguôi từ thể xác đến tâm hồn, một bên là bộ quân phục anh đang khoác trên người cùng lòng tự trọng và trách nhiệm đàn ông. Em hiểu điều đó nên đã nhiều lần nhẫn nhục tha thứ.

Nhưng anh hiểu không thể như thế mãi, sức chịu đựng của con người nào phải vô tận, sớm muộn sẽ đến lúc bùng nổ tan hoang. Anh phải thay đổi nếu còn yêu em và muốn cùng em đi trọn đường trần đến ngày cả hai lưng còng, đầu bạc. Dĩ nhiên anh chỉ mong thế. Nhất định phải chỉnh sửa mọi sai trật, anh tự nhủ, lần này nếu còn sống trở về anh sẽ quyết liệt giữ trọn lời hứa.

Hơn một giờ vất vả, Tưởng và hai trung đội lên đến đỉnh, Tưởng rải mỏng đội hình, dùng dây đu xuống rồi thận trọng bò đến những hốc đá ném lựu đạn vào, nhiều nơi không có chỗ đứng, binh sĩ phải treo lửng lơ như nhân vật người rừng trong loạt phim ăn khách một thời. Nhiều người chưa đến mục tiêu địch đã phát hiện, bị bắn rơi xuống vực hoặc trọng thương. Tuy nhiên cuối cùng địch phải rút lui bằng đường hầm được đào khoét kỳ công xuyên suốt từ hốc đá này sang hốc đá kế, dẫn đến miệng hang lưng chừng vách núi thẳng đứng, từ đó địch dùng thang dây xuống chân núi rồi biến trong khu rừng rậm tiếp giáp. Khi tiếng súng đã im Tưởng cùng những binh sĩ còn lại thận trọng tiến vào hang. Toán khinh binh đi đầu vướng phải mìn địch gài lại khi rút lui, bốn người nữa tử vong, Tưởng cũng bị một mảnh đá cắm ngập vào bả vai, vết thương không trầm trọng lắm, Tưởng vẫn có thể chỉ huy sau khi đã băng bó tạm thời. Mãi đến lúc chiến trận thực sự kết thúc, lệnh trên điều một đại đội khác đến thay thế, Tưởng và thuộc cấp mới được trở về hậu cứ, nghỉ dưỡng và bổ sung quân số.

Thế là căn cứ địa gần như bất khả xâm phạm nhiều năm qua đã bị đơn vị Tưởng phá vỡ, tuy tổn thất không nhỏ: gần một phần tư đại đội thương vong.

Vết thương không nặng, mảnh đá xuyên vai, nằm kẹt giữa xương đòn gánh và sợi gân chính, theo lời bác sĩ, không cần mổ, về lâu về dài thịt sẽ bao phủ.

Một tháng dưỡng thương và chờ bổ sung quân số, Tưởng được gần vợ trọn thời gian này.

Thành phố vẫn sinh hoạt bình thường như từ bao giờ, những rạp chiếu bóng đông vui khách xem, những vũ trường rực rỡ đèn màu, những cửa hiệu, thương xá hào nhoáng, công viên rợp bóng cây xanh che mát cho những cặp tình nhân dạo chơi, mọi con đường chật cứng xe hơi, gắn máy, trên vỉa hè lũ lượt nam nữ thời trang cập nhật những kiểu cọ từ phương Tây hoặc các nước Á Châu tiên tiến… . Chiến tranh dường như thuộc về một thế giới khác không mảy may liên hệ với vùng đất an bình này, Tưởng vui khi được gần vợ, nhưng cảm thấy một điều gì đó lấn cấn trong tâm hồn. Tưởng nhớ những địa danh đã hành quân qua, bom đạn xới tung ruộng vườn, thôn làng tả tơi, nông dân đói ăn. Yên bình chỉ co cụm ở các thành phố, quận lỵ còn nằm trong vòng kiểm soát của chính quyền, ngoài ra gần 60% (theo khảo sát của Liên hiệp quốc) lãnh thổ còn lại gần như hoang địa. Một đất nước có miền Nam đất đai màu mỡ, ruộng đồng phì nhiêu thế mà phải ăn gạo Thái Lan, Ấn Độ! Kinh tế nằm trong tay giới tài phiệt Chợ Lớn, Sự hào nhoáng xa hoa đến từ viện trợ Mỹ… Nghịch lý và đau lòng quặn ruột. Nhiều người cho Tưởng có lập trường phản chiến, thiên tả. Phản chiến, đúng, nhưng thiên tả, buồn cười! Tưởng sinh ra, trưởng thành, ăn học ở miền Nam, qua sách vở của nội và ngoại Tưởng có cho riêng mình một tư duy độc lập, dựa trên nền tảng dân tộc, không tả chẳng hữu. Chống chiến tranh không có nghĩa về phe bên kia.

Kết luận qui chụp hàm hồ! Ba Tưởng bị tù tội, bị tra khảo đến mang trọng bệnh lìa trần chỉ vì đã trót có những người bạn ở phía đối nghịch. Oan khuất của ông và của rất đông người khác trên khắp mọi miền khiến

Tưởng thù ghét chiến tranh, hận thù cốt nhục.

Hết thời gian nghỉ dưỡng và quân số được bổ sung đầy đủ, Tưởng lại cùng đơn vị ra tuyến đầu.

Thêm hai năm nữa, đơn vị hành quân liên miên, mọi mặt trận càng lúc càng khốc liệt, nhiều lần Tưởng chạm mặt với cái chết, nghĩ sớm muộn gì cũng sẽ vĩnh viễn xa lìa vợ.

Lần cuối cùng là cuộc hành quân qui mô lớn bên ngoài lãnh thổ, trận chiến sinh tử, dẫn đến chung cuộc trên bàn hội nghị không lâu sau đó, kết thúc một giai đoạn lịch sử đầy máu và xác chết sau hai mươi năm tương tàn. Trong trận này Tưởng bị thương nặng, mất khả năng chiến đấu và được giải ngũ.

Tưởng cũng vừa bước vào tuổi hai mươi lăm.

Một cánh cửa mới mở ra cùng nhiều biến cố khiến mối quan hệ vợ chồng giữa Tưởng và Liên tưởng chừng bất khả đổi thay có nguy cơ tan vỡ.

11

"Bác, dậy ăn cơm."

Tiếng gọi lôi Tưởng ra khỏi giấc ngủ, Tưởng mở mắt nhìn cô y tá,

"Cô người Việt Nam?"

"Dạ."

"Từ bữa nhập viện đến hôm nay mới gặp một y tá đồng hương."

"Bác có vẻ tỉnh rồi."

"Ok, bác khỏe nhiều."

Hôm nay là ngày thứ sáu kể từ buổi tối nhập viện, thời gian đầu Tưởng bị hành hạ ngất ngư, nghĩ sẽ không qua khỏi, thế nhưng mọi chuuyện dần ổn, có lẽ nhờ thuốc men tốt. Cô y tá nói,

"Bác may mắn, năm trước không được như bây giờ đâu. Nhiều bệnh nhân khỏe hơn bác vẫn đi."

"Tại sao?"

"Bấy giờ thuốc chưa được FDA chính thức chuẩn thuận. Mỗi lần vào thuốc như bây giờ cho bác, các bác sĩ phải họp lấy ý kiến chung để quyết định."

"Gì mà ghê thế?"

"Dạ, vì thuốc rất hạn chế, lại mắc. Bác biết không, mỗi bịch thuốc giá không dưới sáu nghìn."

"Sáu nghìn?"

"Đúng vậy, ông Trump khi vướng covid đội ngũ bác sĩ dùng thuốc này chữa, nhờ thế chỉ ba ngày sau ông ta đã trở lại làm việc."

Tưởng nhớ mỗi buổi sáng kèm theo nhiều loại thuốc trị đủ bệnh là một bịch chất lỏng nhỏ bằng bàn tay được chuyền qua mạch máu, covid medicine. Tưởng tính nhẩm, tiền phòng, tiền thuốc mỗi ngày trung bình tốn khoảng 10.000 đô, vị chi mười ngày ngót 100.000 đồng, chưa kể mỗi lần bấm 911, một lô y tá, y công, bác sĩ, xe cứu thương, xe cứu hỏa hụ còi đến nhà, chí ít cũng tốn thêm 2.000 đô! Chỉ nước Mỹ giàu có mới chu toàn nổi. Ban đầu Tưởng áy náy, nghĩ cái thân già vô tích sự của mình gây bao nhiêu tốn kém, sau, nằm vẩn vơ hạch toán, Tưởng thấy phí khoản này luân lưu theo vòng tròn: y tá, bác sĩ, nhân viên mọi ngành liên quan có việc làm, bệnh viện nhờ thu nhập sẽ có kinh phí mở rộng, mua sắm thêm máy móc, chợ búa, shopping phồn thịnh nhờ đồng lương của những người coi sóc, chữa trị cho bệnh nhân..., sinh hoạt xã hội vận hành tốt. Kinh tế có động lực phát triển. Xét cho cùng, nhìn tương quan nhân quả, chả có kẻ nào là gánh nặng. Mọi người tựa vào nhau, nhờ nhau để tồn tại.

Cô y tá làm xong nhiệm vụ trở ra, trả lại yên tĩnh cho căn phòng. Tưởng theo dõi bóng cành lá vươn lên từ dưới sân bắt đầu nhạt dần chỗ góc tường. Chiều đang phai. Đêm nay sẽ khó ngủ, giấc ngủ sâu vừa qua khá dài. Tưởng mở mắt nhìn màn hình TV thay đổi không ngừng hình ảnh, nhưng đầu óc Tưởng đang chìm trong hồi ức những tháng năm xưa, nên có lẽ đã không thấy không hiểu gì.

12

Tưởng đã cởi trả bộ quân phục hơn một tháng. Vợ chồng như được hưởng tuần trăng mật thứ hai. Hết rồi những ngày dài miệt mài rừng tiếp rừng, núi tiếp núi, mùa hè nắng cháy, mùa đông mưa dầm. Hết rồi những chia lìa đành đoạn anh em đồng đội đã nằm xuống một xó rừng nào đó giữa bạt ngàn Trường Sơn. Hết rồi dằn vặt nội tâm du Tưởng vào những cơn say cực thân nhọc trí. Hết rồi những nhớ thương khôn nguôi người vợ trẻ mòn mỏi trông chồng. Hết rồi mặt nệm rộng một mình với chiếc gối ôm cùng những ngày dài chờ mong mòn mỏi. Hết rồi nỗi ám ảnh một hôm nào đó mở thùng thư và nhận được mảnh giấy: Tưởng đã vĩnh viễn không trở về.

Buổi tối ngoài hành lang căn nhà nhỏ góc vườn sau, trăng dội ánh sáng như sữa xuống cảnh vật, tàn cây trước sân rì rào gió động.

Cuộn tròn trong lòng chồng, Liên nhìn vầng trăng chưa tròn vừa ra khỏi đám mây, hỏi,

"Bữa ni ngày mấy âm lịch anh hỉ?"

"Mười hai."

"Em nhớ buổi tối ở nhà ngoại, cũng ngày ni trăng hình như sáng hơn."

"Đúng thôi, trăng nhà quê làm sao địch lại đèn điện thành phố."

Bầu trời thăm thẳm, trăng lên cao, vằng vặc, rải ánh sáng phủ kín không gian bao la. Tưởng nhìn khuôn mặt Liên như trắng hơn, môi mọng ướt, đôi mắt sâu, Tưởng hôn nhẹ vầng trán phẳng, thì thào,

"Em càng ngày càng đẹp."

"Thiệt không?"

"Nhìn em anh muốn ăn."

"Ăn đi."

Tưởng vén vạt áo, vùi mặt vào vùng trũng giữa hai bầu vú hít sâu rồi lăn lưỡi lên đỉnh, vờn quanh núm tròn, ngậm, nút. Liên thun người, khúc khích,

"Nhột em."

"Thích không?"

"Thích…"

Liên hơi cựa mình, thở hắt, đồng thời ép sát thân thể vào lòng Tưởng, ưỡn cao để Tưởng "ăn" dễ dàng hơn từ bên này sang bên kia. Gió hiu hiu lay nhẹ những ngọn lá xanh phủ kín giàn bầu sai trái, những trái bầu tròn, căng bóng dưới ánh sáng bóng điện trên ngạch cửa sau ngôi nhà chính. Tưởng hé nhìn, liên tưởng đến hai bầu ngực Tưởng đang vày vò, và không khỏi cười thầm. Gió luồn vào hành lang, mơn man da thịt. Liên rùng mình, không biết vì lạnh hay vì lưỡi Tưởng như con sâu đo cuốn cần mẫn hai núm vú nâu nhạt sưng tấy. Không đừng được, Liên lòn tay xuống, cầm, vân vê,

"Gớm, lúc mô cũng phồng phao."

"Em vọc thế không phồng phao có họa thánh."

Liên lại cười khúc khích. Tưởng quì xuống nền xi măng. Liên ôm đầu chồng kéo rịt, thốt kêu,

"Mình..."

Tưởng ngước nhìn vợ cười âu yếm,

"Anh ghiền!"

"Nói trạng, ghiền thiệt không?"

"Thật."

"Nhớ nhé, phải ghiền suốt đời."

"Suốt đời, kể cả khi nó teo héo vì tuổi già."

Tưởng xốc Liên đứng tựa vào tường, từ tốn xâm nhập vùng nhạy cảm của vợ. Tiếng da thịt chạm vào nhau càng lúc càng nhanh hòa cùng tiếng thở mạnh vang trong đêm thanh vắng. Họ ân ái cuồng nhiệt. Tiếng chim đêm vỗ cánh trên tàn lá rậm. Tưởng siết mạnh vòng ôm,

"Cưng... anh tới..."

Liên trân người thắt bóp cơ vòng cùng tiếng tán thán cách vô thức bật ra khỏi miệng,

"Mình ơi..."

Tưởng chết điếng, cảm nghe máu chảy rần rật trong huyết quản, Tưởng cúi ngậm vú vợ nút mạnh, một tay bóp cuống cuồng vú còn lại. Động tác chậm dần. Họ vẫn ôm nhau đứng bất động, môi áp môi. Rất lâu sau Liên lên tiếng trước,

"Anh... nghe em hỏi."

"…"

"Anh định làm chi ít bữa nữa?

"Hôm trước gặp Thuận, em nhớ Thuận không? Nó bảo sẽ xin hộ anh một chân nơi nó đang làm việc."

"Anh Thuận, em nhớ, anh sẽ làm chi chỗ nớ?"

"Họ cần thêm họa sĩ trình bày mẫu quảng cáo cho các cơ sở kinh doanh."

"Anh vẽ tranh, cái ni đồ họa."

"Anh làm được."

Lúc trước, ngoài việc cầm cọ Tưởng cũng rất quan tâm đến lĩnh vực đồ họa, vì thế Tưởng chuyên cần nghiên cứu, tập luyện bất cứ lúc nào rảnh. Một phần do sở thích, phần nữa Tưởng hiểu, với xu hướng nghiêng về công nghệ tại các quốc gia đang phát triển như Việt Nam, đồ họa là ngành không thể thiếu nên dễ dàng tìm việc. Có thực mới vực được đạo, tuy rất mê *fine arts* song Tưởng đủ sáng suốt cân bằng giữa nghệ thuật và thực tế.

Trăng lên cao tận đỉnh đầu, sáng nhức mắt. Hai người tiếp tục hàn huyên liên quan đến dự tính tương lai. Liên cũng sẽ vào làm việc ở công ty bia rượu, nơi ông chú ruột đang làm giám đốc điều hành. Hai tháng trước ông đã bảo Liên bất cứ lúc nào muốn, sẽ thu xếp cho cô cháu một chỗ ngồi tương xứng với khả năng.

Khuya sâu, trong gió bắt đầu có hơi hàn, Liên co người,

"Em lạnh."

Tưởng bế Liên vào nhà, bật ngọn đèn mờ trên bàn đêm. Nhìn mặt nệm trắng, Liên che miệng ngáp,

"Em buồn ngủ quá."

Tưởng nói,

"Anh tắm cái đã, em tắm chung chứ?"

Dễ chừng đã sang ngày mới khi họ vào giường. Trên cánh tay chồng, Liên thiết tha,

"Em hạnh phúc."

Tưởng hôn nhẹ trên cánh tay Liên đang choàng ngang ngực,

"Anh cũng thế."

Hạnh phúc! Tưởng không nghĩ sẽ có ngày này. Bình yên đến quá bất ngờ. Tưởng nhớ những năm mặc áo lính, hàng nghìn lần Tưởng mơ sẽ có một ngày trở về đời sống dân sự nguyên vẹn hình hài, và cũng hàng nghìn lần Tưởng nghĩ sẽ chẳng bao giờ ước mơ thành hiện thực, bởi hàng trăm lần Tưởng tận mắt nhìn thấy đồng đội đã bỏ mình, đã thương tích, thường nếu không mất chân cụt tay thì cũng khiếm khuyết một bộ phận nào đó nếu không ở thể xác thì cũng trong tâm hồn (qua sách vở, người ta đặt tên cho chấn thương vô hình này là hội chứng sau chiến tranh). Tưởng nhớ lời một bài hát của Phạm Duy: *Lung linh nến thắp hai đầu áo quan* hay *Anh trở về trên đôi nạng gỗ / Anh trở về bại tướng cụt chân.* Trên đất nước này đã có bao nhiêu ngọn nến lung linh và bao nhiêu bại tướng cụt chân suốt hai mươi năm bom đạn? Bao nhiêu triệu người đã nằm xuống? Bao nhiêu tù nhân đã bỏ mình vì khảo tra, vì đói khát trong ngục tù, ngoài Côn Đảo, giữa bốn vách tường cao Hỏa Lò? Bao nhiêu góa phụ mất chồng, bao nhiên đứa trẻ mất cha? Bao nhiêu mái nhà đã thành tro bụi? Bao nhiêu ruộng vườn nuôi xanh cỏ dại? Bao nhiêu cánh rừng bạt ngàn đã trơ cành trụi lá vì thuốc khai quang? Bao nhiêu trái đạn đã dội vào thành phố hàng đêm. Bao nhiêu cây cầu đã sập? Bao nhiêu thước đường bị đào xới, đắp mô…?

Phản chiến! Cho đến hôm nay bộ quân phục đã cởi, không còn nữa những ngày, những đêm ăn bờ ngủ bụi, đối diện thường xuyên mọi tai ương, Tưởng vẫn không thể bình tâm.

Phản chiến! Tưởng nhớ một người bạn từng rủ Tưởng làm báo, hắn bảo bằng kinh nghiệm đã trải, Tưởng sẽ phơi bày được những sự thực. Người bạn có cùng lập trường, một ngày hắn bị bắt và bị kết tội "nằm vùng"! Tưởng không biết giờ hắn đang ở đâu, trong ngục thất nào đó hay đã cao bay xa chạy đến những nơi thực tâm hắn không nghĩ sẽ có lúc phải chọn lựa. Nhiều, rất nhiều người trẻ như Tưởng, như hắn đã bị qui chụp một cách oan khiên, buộc phải thoát thân bằng quyết định ngã về phe đối kháng vì sợ tù đày, tra khảo. Những con vật bị dồn đến chân tường! Những lộ trình, các hướng đời rất nhiều khi không do mình muốn, mà do hoàn cảnh.

Điều này nếu nhìn qua lăng kính tâm linh gọi là số mệnh, Tưởng không tin số mệnh, với Tưởng, chỉ thuần túy do thời thế, cái thời thế đúng lúc ta chẳng may sinh ra, lớn lên.

Phản chiến! Nếu không thương tích, nếu chưa cởi trả áo lính, Tưởng sẽ còn bị dằn vật nội tâm đến bao giờ?

Tưởng ôm Liên nhẹ giọng,

"Ngủ đi cưng, khuya quá rồi."

và do thói quen Tưởng lòn tay xoa chậm gò mu nham nhám. Liên dạng rộng chân,

"Xoa lâu lâu, chừng nào em ngủ mới được thôi."

"Ích kỷ, không cho anh ngủ à?"

Liên dụi đầu vào ngực chồng, cắn nhẹ,

"Mình cũng muốn chớ bộ."

Bên ngoài trăng không còn vằng vặc, sương xuống càng lúc càng dày.

Hết tuần này Tưởng sẽ đến công ty người bạn đã giới thiệu, Tưởng thầm nhủ.

13

Tưởng rời nhà sớm vì có sở thích chạy xe trên

những con đường chỉ lát nữa thôi sẽ tấp nập xe cộ, inh ỏi tiếng còi. Bình minh chưa lên hẳn, không khí còn ẩm sương đêm, mát, mặt lộ rộng và sạch. Tưởng tăng tốc, chiếc xe lao nhanh, gió gây lạnh mơn man da mặt.

Những năm cuối cùng của cuộc chiến, lúc chưa giải ngũ, đơn vị hành quân liên miên, rất nhiều lần nửa đêm thức giấc, trăng hạ tuần xuyên qua những tán cây rừng đan kín trên cao rơi lốm đốm khắp mặt đất phủ ngập lá khô, tiếng chim vỗ cánh, tiếng suối róc rách nhịp đều ngoài bìa rừng. Tưởng trăn trở mãi trên võng, sương đêm nhỏ chậm từng giọt trên mái *poncho*, tiếng lách cách từ băng đạn nịt quanh người của viên trung sĩ đi tuần vang rõ mồn một càng làm bầu khí yên tĩnh của đêm đậm hơn. Trong lúc chờ giấc ngủ trở về, Tưởng nghĩ mông lung, nhớ cồn cào những buổi sáng tinh mơ thành phố còn ngái ngủ, một mình trên chiếc honda, Tưởng chạy khắp thành phố trước khi ghé một quán quen, gọi ly cà phê đen nóng, vừa nhấm nháp, vừa phì phèo điếu thuốc và nhìn dãy phố bên kia lần lượt mở cửa. Đối diện là quán bún bò Huế, lò than đỏ rực, những sợi khói từ nồi nước lèo vươn cao mang theo mùi sả và mùi mắm ruốc thơm bát ngát phủ kín một vùng rộng, đến tận quán cà phê, khiến bao tử Tưởng cồn cào.

Ba tháng trước, buổi đầu thấy chồng thức dậy sớm, làm vệ sinh xong thay đồ đẩy xe ra sân, Liên hỏi,

"Anh đi mô sớm rứa?"

"Đi uống cà phê."

Liên đòi theo. Tưởng nói,

"Sao không ngủ tiếp."

"Em không ngủ được nếu không có mình bên cạnh."

"Thế thì đi."

Vợ chồng Tưởng rời nhà khi trời mới nhá nhem. Xe chạy qua nhiều con đường. Tất cả các hàng quán đều chưa mở cửa. Ngồi sau, vòng tay ôm eo ếch chồng, Liên nói,

"Buổi sáng thành phố thoáng, thích ghê."

Tưởng chỉ con lươn chạy dọc lộ, phân chia hai chiều xuôi ngược,

"Em nhìn kìa, đẹp không?"

Phủ kín con lươn là vô số bông trắng nhụy vàng nở rộ trên nền xanh của lá, những đóa hoa mơn mởn ngậm sương, Liên reo nhỏ,

"Đẹp thiệt. Hoa gì rứa anh?"

"Cúc dại, nguyên thủy là cây hoang mọc ở mọi nơi, bất kể đất đai thời tiết khắc nghiệt. Vì không tốn nhiều công chăm sóc, lại ra hoa quanh năm nên rất lý tưởng trồng dọc các trục lộ giao thông. Hoa còn có một tên nữa là hoa họa mi."

"Tên đẹp lại dễ tính."

"Bởi thế hoa này còn được xem là biểu trưng cho tình yêu, thứ tình yêu trong sáng, thủy chung."

Liên siết chặt vòng ôm quanh eo ếch và ngả đầu vào lưng Tưởng,

"Giống tình của em dành cho mình đó."

"Của anh nữa chứ."

"Bây giờ có thể, nhưng tương lai chưa chắc."

"Sao em nghĩ thế."

"Đàn ông các anh đa số đều thích của lạ, khi yêu ai họ nghĩ rất thành thực là sẽ thủy chung trọn đời, nhưng lấy nhau vài năm sự thành thực trở thành sợi dây trói buộc. Giống một món ăn dù ngon cách mấy ăn miết cũng chán, họ muốn thay đổi khẩu vị, điều ni càng phổ biến hơn với giai cấp thành đạt, sung túc vật chất. Anh lạ chi chuyện tụi cự phú, tụi tai to mặt lớn có phòng nhì, phòng hai, phòng ba…, và cả

tá đào địch."

"Chỉ đàn ông thôi sao?"

"Dĩ nhiên không loại trừ đàn bà, nhưng tỷ lệ rất thấp so với nam giới. Đa số phái nữ khi đã lấy chồng đều an phận, họ có hàng trăm mối lo, nào tề gia nội trợ, nào sinh con, dạy dỗ, lo toan chuyện ăn chuyện học của chúng."

Ngừng một chút, Liên tiếp,

"Chỉ trừ những người đà bà có nhan sắc, càng đẹp càng bất hạnh."

"Em nói thế nào, làm sao bất hạnh được?"

"Hồng nhan đa truân, người xưa nói không sai.

Điều này dễ hiểu thôi, làm sao không xao động trước hàng chục, hàng trăm lời đường mật, tán tỉnh vây quanh, lòng tham của con người vô đáy, được một muốn hai, được trăm muốn ngàn, cứ rứa, các giai nhân lợi dụng nhan sắc trời cho chạy miết theo bóng phù du, bỏ cũ, bắt mới. Nhưng ai cũng biết nhan sắc như hoa, sớm nở tối tàn, khi đã tàn ắt không còn kẻ đón người đưa, sẽ chỉ một mình đối bóng. Tuổi già, cô quạnh, không bất hạnh thì là gì?"

"Theo anh thấy, tuyệt đại đa số giai nhân đều có cuộc sống vượt trội, nhà cao cửa rộng, xe sang có tài xế lái, kẻ ăn người làm đảm đương công việc nhà, họ chỉ ngồi hưởng thụ."

"Có nằm trong chăn mới biết chăn có rệp."

"Em bi thảm hóa vấn đề!"

"Con người không chỉ sống bằng vật chất, em đồng ý các giai nhân đều có cuộc sống vật chất vượt trội, nhưng mặt tinh thần mấy ai hạnh phúc? Em vừa nói, đàn ông thành đạt, quyền cao chức trọng luôn muốn tìm của lạ, đẹp cách mấy, với họ, một thời gian cũng trở thành cũ, họ đi tìm tình nhân mới, đẹp hơn, trẻ hơn. Về phía những giai nhân, bất hạnh sẽ gấp đôi, gấp ba nếu họ có học vị, và tài hoa, ví dụ cầm kỳ thi họa hơn người. Họ khó lòng yêu ai ngoài yêu bản thân, mọi đối tượng chỉ là cái cớ nhằm xác minh giá trị của mình. Dưới mắt họ những người chạy theo đều tầm thường, họ trở nên cao ngạo, để rồi sẽ chết già trong cô đơn bởi tìm mãi vẫn không gặp đối tượng tương xứng. Tóm lại, bất hạnh nếu không từ người đàn ông họ chọn thì cũng từ chính họ."

"Em có vẻ ác cảm với các giai nhân!"

"Ngược lại, chỉ thấy họ đáng thương."

"Đáng thương?"

"Hồng nhan đa truân, thêm tài hoa nữa thì nếu không bạc mệnh cũng ba chìm bảy nổi, chẳng đáng thương à?"

"Tuy nhiên không thiếu ngoại lệ, ví dụ vợ anh chả hạn."

"Nịnh quá đi."

Tưởng ve vuốt bàn tay vợ ôm trước bụng,

"Không đúng sao?

"Thôi đi ông."

Tuy nói thế Liên vẫn thấy vui, tiếp,

"Chuyện giản dị quá mà, em tin cưng cũng hiểu như thế, thậm chí còn hơn nữa, đúng không?"

Trời ửng sáng sau dãy phố cao. Ngày sắp lên. Tưởng nói,

"Mình đến quán là vừa."

Tưởng vòng xe lại. Quán tọa lạc trong khu vườn nhỏ rìa thành phố, kề con sông phân chia địa giới một bên là nội thành, bên kia là vùng ngoại ô, nghe nói theo qui hoạch, trong tương lai dân số tăng cao, sẽ sát nhập thành một quận mới của đô thị này, nơi từng được xem là thủ đô của miền Nam trước khi chiến tranh kết thúc.

Ông chủ trẻ ngồi sau quầy cười rất tươi khi thấy Tưởng và Liên,

"Chà, hôm nay đi với người đẹp."

Tưởng vòng tay ôm Liên, nói với người đàn ông có lẽ chưa qua khỏi tuổi ba mươi, mặt xương, tóc dài vẻ nghệ sĩ,

"Bà xã tôi."

Ông ta vồn vã,

"Chào chị, lần đầu được gặp chị."

Liên đáp trả cũng bằng nụ cười và theo Tưởng đến chỗ ngồi quen thuộc, từ đó có thể nhìn bao quát cảnh quang trước mặt đến tận ngã tư, nơi có bùng binh rộng và tượng đài một danh nhân. Tưởng gọi cà phê đen cho mình và cà phê sữa, nhiều sữa, cho vợ.

Hai người nối tiếp câu chuyện dang dở.

Tưởng múc một thìa lưng lửng đường bỏ vào ly khuấy chậm, chất nước màu hổ phách bốc khói mang theo mùi thơm kích thích khẩu vị. Nâng ly hớp một ngụm nhỏ, cảm nhận vị đắng gây nghiền chạy từ miệng xuống bao tử, sảng khoái. Tưởng ngã người vào thành ghế, chậm rãi,

"Xét cho cùng, một người đàn bà có ngoại hình bắt mắt vẫn hơn."

"Xấu là một thua thiệt, nhưng đẹp cũng bất hạnh như em mới nói. Triết và y học Đông phương cho rằng cái gì thái quá đều không tốt, trung dung là lý tưởng nhất, luật cân bằng âm dương không chỉ dành riêng nữ giới mà còn cho sức khỏe, tuổi thọ của muôn loài. Bây chừ giải phẫu chỉnh hình giúp cải thiện nhan sắc, trong tương lai sẽ hiếm hoi người xấu."

"Nhưng không phải ai cũng có điều kiện kinh tế để chỉnh hình."

"Em chỉ nói chung chung, cưng thừa biết cái nết đánh chết cái đẹp."

Liên nhìn chồng, nhún vai cười,

"Như em chả hạn."

Tưởng bóp tay vợ đặt trên bàn, âu yếm,

"Gớm, chưa thấy ai tự tin một cách trơ trẽn như vợ tôi, tuy vậy khách quan mà nói, em đẹp nhất."

Lòng phơi phới, Liên lườm chồng,

"Lại nịnh."

Cả hai cùng cười. Tiếng nhạc từ dàn máy đặt đâu đó vang nhẹ. Trời đã sáng hẳn.

Tưởng nghĩ, từ nay có thêm bạn tâm đắc mỗi sáng bên tách cà phê.

Nhưng vài lần theo chồng, Liên cấn thai, Tưởng không cho theo nữa, bảo em cần ăn ngủ nghỉ ngơi đầy đủ, không phải chỉ cho bản thân, mà còn cho thai nhi. Đứa con đầu lòng. Giọt máu kết tinh tình nghĩa vợ chồng, sợi dây nối kết thiêng liêng. Nhìn vòng bụng mỗi ngày mỗi vồng cao, căng bóng, tỉ lệ thuận với hai mông nây nẩy và âm hộ mập ú đẩy đà, Tưởng thấy đẹp, quyến rũ lạ . Giữa năm tới, nếu không có gì bất ưng, Tưởng sẽ lên chức cha. Nhiều đêm nằm áp đầu trên gò bụng vợ, lắng nghe tiếng quẫy đạp nhẹ nhàng, đưa tay vuốt ve thảm lông mượt phủ kín đồi thịt nở nang mum múp, Tưởng nhích xuống nhìn lâu, nhận thấy hai múi cam hai bên rãnh mọng hơn lúc chưa có thai, cũng có nghĩa mời gọi hơn. Tưởng vùi môi hít sâu giữa khe trũng mềm ướt, toát ra mùi vị ngai ngái quyến rũ,

"Thằng bé mai mốt sẽ ra đời từ chỗ này."

Liên đan hai bàn tay vào đám tóc rậm siết nhẹ, âu yếm,

"Mấy mươi năm trước anh cũng rứa."

"Dĩ nhiên, cả nhân loại từ ngàn xưa đến ngàn sau đều thế, không loại trừ Chúa, Phật và các thánh nhân."

Tưởng trườn lên, lăn lưỡi chu du khắp thân thể vợ, miệt mài trên hai núm vú, nách, lỗ rốn và cuối cùng phía trong hai đùi, Tưởng lùa sâu lưỡi vào mơn trớn vách thịt mềm ẩm. Liên ưỡn mông rên khẽ, cảm nghe hơi nóng chuyền từ lưỡi chồng luồn rần rật dưới da,

"Mình làm em chịu hết nổi."

Tưởng chồm người,

"Anh vào nhé?"

"Khoan, nghe em hỏi đã."

"Gì nữa cưng?"

"Tín đồ Công giáo tin Đức mẹ đồng trinh, phản

khoa học rứa?"

Tưởng nhớ câu đối thoại của người đàn bà với bạn ngoài phòng chờ phá thai trong tác phẩm *Cá voi trầm sát* của nhà văn Mai Ninh, Đức mẹ đồng trinh vẫn có con, trong khi tao không muốn lại có. Tưởng bật cười. Liên hỏi,

"Anh cười gì rứa?"

Tưởng diễn đạt suy nghĩ thành ngôn ngữ.

Liên nói,

"Bà Mai Ninh ví von hay thiệt".

"Nghiêm túc mà nói, anh nhớ đã đọc đâu đó câu này: phúc cho kẻ nào không thấy mà tin. Niềm tin tôn giáo là điều bất khả tư nghì, không thể lý giải bằng luận cứ thường tình. Đọc Cựu Ước, nhan nhản hàng trăm chuyện mà ngày nay, với kiến thức tối thiểu ai cũng thấy nó phi thực như chuyện Adam và Eva, trái cấm trong vườn địa đàng, đàn ông là cái xương sườn của đàn bà, trận đại hồng thủy, con tàu chở theo người, muôn thú và mọi loài thực vật, tháp Babel xây cao chạm trời... Vậy mà tín đồ sùng đạo của Công giáo, Do Thái giáo, kể cả Hồi giáo đều tảng lờ. Tuy phi thực song nhìn dưới lăng kính tôn giáo những chuyện trên giúp Thánh kinh thơ mộng hơn, huyền ảo hơn. Bỏ qua mọi luận cứ khoa học, niềm tin giúp con người làm lành tránh dữ, không tốt sao? Xét cho cùng mọi tôn giáo đều nhằm giúp chúng ta hướng thiện, đó là mục đích và cứu cánh nhân loại cần.

Thiết nghĩ nếu không có tôn giáo như sợi cương hướng dẫn con ngựa đi đúng lộ trình, loài người nào khác cầm thú, bạo lực, cái ác lên ngôi, tha hồ hành hạ, chém giết. Thế giới cầm chắc giống bãi chiến trường ngập ngụa máu me!"

Tưởng liên tưởng đến những cuộc qua phân đã và đang xảy ra trên nhiều vùng đất khắp mặt hành tinh. Người chết, máu đổ, cha mẹ, con cái, vợ chồng ly tán. Thế nhưng người ta vẫn không ngừng nghiên cứu, sáng chế những vũ khí có tính sát thương cao hơn, hiệu quả hơn. Nghịch lý đến lạ, bên ngoài các cơ xưởng chế tác vũ khí giết người là hàng vạn giáo đường, chùa chiền được xây cất, hàng triệu kinh sách in ra mỗi ngày.

Tưởng nghĩ đến vô số cơ sở nuôi gia cầm trên mọi quốc gia. Ở Pháp, Nga, Trung Quốc, Đan Mạch… có nhiều trang trại rộng mênh mông nuôi hàng triệu con ngỗng, đến bữa người ta dùng phễu bóp miệng con con vật đổ thức ăn trộn thuốc khích thích nhằm tăng trưởng gan lớn gấp mười rồi giết, chế biến thành món gan đóng hộp cực ngon nổi tiếng, thịt phân phối cho cho các nhà hàng chế biến thành những món ăn cao cấp hấp dẫn khẩu vị, lông làm nệm và áo ấm. Ở vương quốc Na Uy, đất nước có chỉ số hạnh phúc đứng thứ tư trên hành tinh này, nuôi thỏ lấy thịt và lông là một trong những nguồn kinh tế trọng yếu của quốc gia không kém dầu khí, du lịch. Ở Mỹ, để giữ giá, nhiều lúc buộc phải bắn bỏ hàng ngàn con bò đẩy xuống hố chôn tập thể. Ở mọi quốc gia, mỗi ngày hàng triệu gia cầm bị đưa vào lò sát sinh. Vậy mà cũng ở nhiều nơi trên thế giới, các hội bảo vệ súc vật không ngừng biểu tình, tẩy chay chăn mền, áo khoác làm bằng lông thú, giày dép mũ nón xách ví làm bằng da súc vật. Cuộc đời vốn thế, có vô số mâu thuẫn không hiểu nổi. Tựa chuyện chăn gối giữa vợ chồng, hành động tất yếu để vun bồi hạnh phúc lứa đôi và phát huy sự sống, song người ta thường né tránh, ngầm xem đó là chuyện tục!

Liên ôm chồng nhỏ giọng,

"Thôi bỏ qua những chuyện này, yêu em đi cưng."

Lần thứ hai kể từ đầu đêm Tưởng và Liên đắm sâu vào cuộc ân ái.

Tưởng uống cạn ly cà phê và rít một hơi dài điếu thuốc đã cháy đến đầu lọc rồi dụi vào gạt tàn, đến quầy trả tiền và rời quán bước xuống vỉa hè, rảo nhanh qua lộ vào quán bún bò. Quán đã đông, có lẽ khách quen, họ chào hỏi, nói cười thân tình như người cùng một nhà. Bà chủ đậm người, mặt tròn, tóc búi cao, chiếc áo bà ba có vẻ chật, không phủ kín cặp mông đẫy đà, những múi thịt hai bên hông muốn bung lớp vải hoa màu sáng, hai trái ngực đồ sộ cũng có khuynh hướng đòi thả rông, dù chủ nhân đã hào phóng mở nút áo trên cùng để lộ vùng thịt rịn ướt mồ hôi. Bà ta luôn tay nhanh nhẹn những thao tác đã quá quen thuộc: nhón ít bún bỏ vào tô, thêm khúc giò, vài lát chả quế, vài viên thịt heo xay, vài lát thịt bò thái mỏng, vài miếng gân, tất cả đã được ninh, luộc, xào trước, cuối cùng là nhúm rau thơm, trước khi múc nước lèo đang sôi sùng sục trong nồi to chan ngập tô, nhón ít hành lá thái nhỏ rải đều trên mặt. Xong. Cô gái trẻ, nhân viên phục vụ, đứng chờ đón lấy mang lại cho khách.

Nhìn tô bún bò váng mỡ đỏ đậm màu ớt bốc khói dịch vị Tưởng lại ứa. Tưởng nhẩn nha thưởng thức món ăn. Nước lèo ngọt thanh, cay vừa phải, giò heo và thịt bò mềm thơm gia vị. Tưởng nghiêng tô vét cạn chút nước lèo còn lại rồi rút tờ napkin lau những giọt mồ hôi lấm tấm trên trán. Với cầm ấm trà rót vào ly, nhấp vài hớp. Tưởng nhìn quanh, khách kín bàn, bà chủ thoăn thoắt không ngừng tay. Tưởng gọi tính tiền, rời quán.

Lại băng qua đường lấy xe. Nhìn đồng hồ, Tưởng nhủ thầm, chỉ chừng ba cây số, mình sẽ đến nơi công ty mở cửa chưa lâu.

14

Từ bên này đường Tưởng ngước nhìn tấm biểng

lớn trên cao che kín sân thượng của căn phố bề thế chiếm trọn góc ngã tư. Đợi ngớt xe Tưởng băng qua lộ mở cửa kính bước vào trong. Máy điều hòa không khí giúp căn phòng rộng mát lạnh. Cô gái trẻ trạc tuổi Liên ngồi sau bàn tiếp tân ngước nhìn Tưởng,

"Anh cần gì?"

"Vui lòng cho tôi gặp Thuận."

Cô gái nhấc điện thoại. Sau cuộc điện đàm ngắn, cô gái nói với Tưởng,

"Anh chờ chút."

Chỉ chưa đầy một phút, Thuận từ trên lầu đi xuống, bước nhanh về phía Tưởng,

"Đến sớm thế?"

"Mình đi uống cà phê, thuận đường đến đây luôn."

"Theo tôi."

Thuận nói và đi về phía cánh cửa gỗ đóng kín, bên ngoài gắn biển đồng nhỏ: Giám đốc.

Thuận gõ cửa.

"Vào đi."

Người đàn ông độ trên năm mươi, mập tròn, trán hói bóng lưỡng, đeo kính cận gọng đen to bản ngồi phía sau mặt bàn lót kính ngẩng nhìn khi hai người bước vào.

Thuận nhanh nhẹn lên tiếng,

"Thưa, đây là Tưởng, người hôm trước tôi đã đề

cử."

Giám đốc nhìn Tưởng vẻ đánh giá rồi đưa tay chỉ hai chiếc ghế,

"Mời ngồi."

Giọng ông ta lơ lớ, Tưởng đoán có lẽ người Việt gốc Hoa. Qua vài câu chất vấn, Tưởng được tạm thời thử việc. Có lẽ nhờ lời giới thiệu của Thuận.

Phòng thiết kế mỹ thuật nằm trên lầu hai gồm bốn nhân viên kể cả Tưởng. Người họa sĩ đứng tuổi, trưởng phòng, giao cho Tưởng một đơn đặt hàng: thiết kế mẫu quảng cáo cho một công ty chế biến gia vị.

Thuận nói,

"Ráng lên, nếu khách hàng chấp thuận, tôi được tiếng cử người có khả năng, cậu cũng trúng đậm, hoa hồng không nhỏ. Mẫu quảng cáo sẽ gắn hai bên hông một trăm sáu mươi tám tuyến đường xe buýt trong nội thành, chưa kể trên tường các cao ốc và nhiều tấm pano lớn dọc xa lộ."

Sau hai ngày tận lực, mẫu thiết kế hoàn tất, trưởng phòng trình giám đốc xem rồi chuuyển đến khách hàng. Tâm huyết của Tưởng nhanh chóng được chấp thuận. Giám đốc gọi Tưởng vào cười vui,

"Cậu khá lắm, từ hôm nay cậu là nhân viên chính ngạch."

Tưởng thở phào sung sướng.

Tối hôm ấy Tưởng đưa Liên đến một nhà hàng

trong Chợ Lớn ăn mừng. Cả hai uống hết chai vang đỏ. Rượu vào lời ra, Tưởng huyên thuyên, với số lương không tệ, kèm hoa hồng từ những mẫu quảng cáo được chọn, nếu mọi chuyện êm xuôi, vài năm nữa đủ tiền mua một căn nhà nho nhỏ. Cuộc sống ổn định, vợ chồng con cái hạnh phúc. Niềm vui của Tưởng lan sang Liên. Chuyện cơm áo không còn là mối lo đè nặng tâm trí hai người.

Tưởng làm việc được gần hai tháng, trở thành nhân viên chủ lực của phòng thiết kế, ngoài khả năng đồ họa Tưởng còn được tiếng là họa sĩ trẻ tài danh qua một triển lãm tập thể Tưởng có tham gia.

Một hôm vừa chạy xe từ bãi đậu của công ty ra, định xuống đường, Tưởng nhìn thấy cô gái phòng tiếp tân đứng lóng ngóng trên hè. Cô gái trang phục áo phông rộng cổ, ngắn hở rốn, bộ ngực lớn nhô cao hai núm vênh vểnh như muốn chọc thủng lớp vải mỏng, cô gái không mặc nịt ngực, mốt mới thời thượng, quần thun bó sát phần dưới, nổi vồng đôi mông và vùng nhạy cảm phía trước, đổ xuống đôi chân dài thon gọn. Tưởng hỏi,

"Sao em chưa về, xe đâu?"

"Em chờ buýt, xe em hỏng đang sửa."

"Em về đâu anh cho quá giang?"

"Ồ, tốt quá, em ở gần chợ Bà Chiểu."

Tưởng cười,

"Hơi ngược đường nhưng không sao, mấy khi

được dịp phục vụ người đẹp.”

Cô gái ngồi sau vòng tay ôm Tưởng, mùi nước hoa thoang thoảng cộng với vóc dáng ngồn ngộn khiến Tưởng, dù rất yêu vợ, vẫn không thể kềm giữ đầu óc tơ tưởng bất minh.

Giờ tan tầm, như hầu hết các đô thị thuộc vùng Đông Nam Á, lòng đường lúc nào cũng nghẹt cứng xe cộ, bộ hành chen chúc trên vỉa hè, tiếng động cơ, tiếng còi, khói, bụi. Nhịp sống lúc nào cũng hối hả. Tuy môi trường sống, xét tổng thể, rất không tốt cho sức khỏe, cả hai mặt tâm và thân, song lại có hấp lực mạnh mẽ. Đã đến, đã ở, đã trở thành nhân tố tạo nên nhịp sinh hoạt của thành phố là hầu hết đều không muốn rời xa. Tưởng diễn đạt ý nghĩ này với cô gái khi dừng xe chờ đèn xanh một ngã tư.

“Đúng vậy, nửa năm trước em và gia đình ra Trung thăm họ hàng chỉ hai mươi ngày mà thấy nhớ thành phố này lạ lùng.”

“Gần như tất cả những người đã đến đây sinh sống đều không muốn trở về nơi họ đã ra đi.”

“Đất lành chim đậu mà anh.”

“Thành phố này nói riêng, cả miền Nam nói chung quả là đất lành, ruộng đồng phì nhiêu, sông rạch chằng chịt nuôi xanh lúa mạ cây trái, cá tôm dồi dào. Thổ ngơi ảnh hưởng đến tính cách cư dân bản địa, hào sảng, phóng khoáng, bộc trực, khác xa nơi tôi đã sống suốt thời thơ ấu và thiếu niên."

"Trước anh ở đâu?"

"Quê hương gốc của tôi ở Bắc, bố mẹ vào Trung lúc còn trẻ, tuy chào đời ở Quảng Nam, nhưng có lẽ do ảnh hưởng từ song thân, giọng nói của tôi mang âm hưởng miền Bắc nhiều hơn."

"Thảo nào nghe phát âm em đoán mãi không ra anh người miền nào."

Đèn xanh. Tưởng nhấn chân ga, chiếc gắn máy vọt qua ngã tư. Lũ lượt trước sau, phải trái tiếng động cơ ầm ĩ, mùi khói và xăng nực nồng. Hàng cây bên vệ đường ngả bóng râm phủ kín con lộ. Nắng sẽ tắt không lâu nữa nhưng khí trời vẫn oi bức, ngột ngạt. Tấm bảng hiệu một cửa hàng cơ khí gần ngã tư rực đỏ trong nắng chiều. Nga ôm chặt, hai trái vú ép sát trên lưng âm ấm. Một lần nữa, Tưởng không thể kèm giữ trí tưởng tượng đi hoang. Tưởng hỏi, cốt xóa tan những suy nghĩ bất minh trong đầu,

"Em người Sài Gòn?"

"Bố mẹ em Bắc di cư, nhưng em sinh ra tại đây."

"Hèn chi giọng nói của em đặc biệt."

"Đặc biệt?"

"Nửa Nam nửa Bắc."

Cô gái cười,

"Có cậu bạn trai bảo em có giọng nói sexy."

Tưởng cũng cười,

"Sexy thật, tôi đoán không lầm, chắc em có nhiều cây si vây quanh."

"Nhiều, nhưng chưa tên nào đốn được em."

"Sao vậy?"

"Toàn một lũ trẻ con nhi nhô."

Xe vừa qua khỏi trường Đại học Mỹ Thuật, sắp đến Lăng Ông, Cô gái nói,

"Gần tới rồi, anh cho Nga xuống đầu con hẻm cạnh gốc cây lớn đối diện chợ Bà Chiểu."

Chợt cô gái kêu to hoảng hốt,

"Kìa anh!"

Mải nói chuyện Tưởng không để ý khi qua ngã ba góc sau Lăng Ông. Từ hướng trung tâm thành phố một chiếc tải lao đến, Tưởng thắng không kịp, chiếc gắn máy lao vào đầu xe tải, cô gái ngồi sau chỉ trầy xướt nhẹ, duy Tưởng gãy chân trái, mặt đập xuống mặt nhựa đường trầy sướt, sưng tấy. Cảnh sát giao thông gọi số cấp cứu, mười phút sau xe cứu thương đến đưa Tưởng vào bệnh viện. Liên được người ta báo tin qua giấy tờ tùy thân trong người. Hơn tháng nằm viện với chân trái bó bột treo cao, chiều nào Liên cũng vào thăm, mang thức ăn nấu ở nhà hoặc mua ở quán. Canh lúc Liên về, cô gái vào, ở đến mười một giờ, có khi tận nửa đêm, Tưởng bảo cô gái hãy về sớm ngủ lấy sức mai còn đi làm nhưng cô gái nói,

"Về sớm em cũng đâu ngủ được, nằm trằn trọc

nghĩ đến anh một mình cô quạnh trong này em không đành lòng."

Qua ánh mắt, thái độ và sự chăm sóc đặc biệt, Tưởng linh cảm có điều gì không bình thường.

Thứ bảy tuần qua mãi đến mười giờ đêm Liên mới ra về, lập tức cô gái xuất hiện, Tưởng hỏi,

"Nga ở đâu đến nhanh vậy?"

"Em ngồi ngoài phòng chờ, thấy chị ra em vào ngay."

Hôm nay cô gái mặc áo ba lỗ, vẫn không nịt ngực, hai núm vú nổi rõ khiêu khích và quần jean ngắn đến bẹn bó sát, tóc cột đuôi ngựa, trông mạnh khỏe, quyến rũ. Cô gái ngồi ngay mép giường, bắp đùi trắng mịn sát cạnh mặt Tưởng, mùi nước hoa từ thân thể cô gái toát ra khiến Tưởng lúng túng, lẩn tránh bằng cách quay mặt vào tường.

Cô gái bóc từng múi cam nhón tận miệng Tưởng. Để tránh tình trạng quá thân mật, Tưởng thối thác,

"Anh không muốn ăn"

"Phải ăn mới mau lại sức, anh xanh lắm đó."

Cô gái tiếp tục nhón từng múi cam, mắt nhìn Tưởng âu yếm. Cô gái rút tờ napkin trong hộp giấy trên bàn nhỏ cạnh đầu giường lau giọt nước cam tươm ướt khóe miệng Tưởng, cử chỉ ân cần như của một người vợ. Tưởng ngập ngừng,

"Nghe anh hỏi nè."

Cô gái nhìn Tưởng chờ đợi.

"Sao Nga tốt với anh quá vậy?"

Cô gái đưa tay vén mảng tóc lòa xòa trước trán Tưởng,

"Anh không biết thực ư?"

Ngay từ ngày đầu Tưởng được nhận vào công ty, cô gái đã có ấn tượng tốt. Người con trai này, trong mắt cô, rất khác so với những đồng nghiệp cùng sở. Khác thế nào, cô không giải thích được, nhưng rõ ràng những cây si vây quanh trong dĩ vãng chả mảy may tác động đến tâm hồn cô. Ngược lại, mặc dù Tưởng không tỏ một cử chỉ nào quan tâm đến cô, thế mà, lạ chưa, rất nhiều đêm cô gái mất ngủ, một biểu hiện trái ngược với cá tính cô: mạnh mẽ, ngổ ngáo, xem bọn con trai chỉ là một lũ trẻ con nhi nhô tựa những con rối. Để rồi sau tai nạn cô nghĩ có lẽ do định mệnh sắp đặt. Tại sao cô hỏng xe? Tại sao Tưởng đề nghị cho cô quá giang? Tại sao tai nạn xảy ra? Những tại sao càng trở nên rõ nét từ hôm lần đầu vào thăm, nhìn Tưởng nằm thoi thóp, một chân bó bột treo cao, má sưng húp tím bầm. Cô gái khẳng quyết định mệnh đã vô hình chung gắn kết cuộc đời cô với Tưởng.

Cô gái nhìn Tưởng khá lâu trước khi buông lời chắc nịch,

"Em yêu anh."

Thực ra Tưởng đã lờ mờ phỏng đoán nhưng khi cô gái thốt thành lời Tưởng không khỏi bàng hoàng,

"Nhưng anh đã có vợ, em hẳn biết"

"Em có đòi hỏi gì đâu."

"Anh yêu vợ, không ai thay thế được cô ấy."

"Đã bảo em không đòi hỏi gì hết, tuyệt đối tôn trọng tình yêu của anh dành cho chị."

"Vậy em được gì ở anh?"

"Tình yêu chân chính không đòi hỏi đáp đền."

"Điều em vừa nói chỉ xảy ra trong tiểu thuyết, có lẽ em mê tiểu thuyết nên bị nhiễm nặng."

"Em ít khi đọc tiểu thuyết, đó không phải đam mê của em, bơi lội, cầu lông em quan tâm hơn."

Tưởng xuất viện khi khi chân được cưa bỏ bột bó, nghỉ dưỡng một thời gian Tưởng trở lại sở làm. Công việc vẫn bình thường như cũ, có điều giờ giấc không như trước kia, Tưởng thường về rất trễ sau tan tầm. Liên hỏi, Tưởng bảo công việc ở công ty bề bộn, phải làm thêm giờ, mệt nhưng phải ráng, không dễ gì tìm một chỗ làm tốt hơn. Liên nghe, tin chồng. Nhưng càng ngày sự thất thường càng trầm trọng, có hôm mãi nửa đêm hoặc đôi khi suốt sáng mới thấy Tưởng về, mặt mày phờ phạc, quần áo nhàu nhĩ, thoang thoảng có mùi lạ. Chuyện chăn gối cũng không còn mặn nồng, nhiều lúc Liên đòi hỏi, Tưởng chiều vợ nhưng Liên có cảm tưởng Tưởng chỉ làm bổn phận, thậm chí có lúc Tưởng xin lỗi vì áp lực công việc đã rút cạn sinh lực, Tưởng không còn sức đáp ứng. Qua biểu hiện của chồng, và bằng giác quan thứ sáu đàn bà vốn có, Liên linh cảm có chuyện bất thường. Để tâm theo dõi, một hôm Liên đến công ty sau giờ tan tầm. Vắng lặng, bãi đậu xe trống trải, Liên đứng một lúc, lòng hoang mang, chợt thấy một thiếu phụ trang phục xềnh xoàng đi ra sau khi đã khóa cửa, Liên trờ tới hỏi, thiếu phụ bảo bà ta là nhân viên vệ sinh, ở lại dọn dẹp sau khi mọi người đã về. Qua vài câu hỏi nữa, Liên được thiếu phụ cho biết chưa bao giờ thấy nhân viên làm thêm giờ. Hôm sau Liên đến sớm đứng bên kia đường, núp sau một quầy báo. Tan sở, mọi người ra về, Tưởng và Nga ra sau chót, họ thân mật khoác tay nhau vào bãi lấy xe. Liên đứng chết lặng, không tin vào mắt mình, người chồng Liên đã hết lòng thương yêu, bỏ xuất ngoại, bỏ đoàn tụ với mẹ cha để được mãi mãi ăn đời ở kiếp với nhau. Người ấy, Liên nghĩ, cũng yêu thương mình không kém, sẽ muôn kiếp thủy chung, không thay lòng đổi dạ như bao lần trong những lúc gối chăn mặn nồng, anh ta ôm và rót vào tai Liên những lời ngọt ngào đằm thắm. Tưởng, chồng của mình đây sao?

Bên kia lộ, Nga ngồi sau, đầu áp vào lưng Tưởng vẻ thắm thiết, sự thắm thiết của một cặp vợ chồng đang thời kỳ trăng mật. Chiếc gắn máy rời bãi đậu nhập vào dòng xe xuôi ngược dưới lòng đường, chạy về hướng ngoại thành, Liên vội vã theo. Hai người vào một căn nhà nhỏ, và khép cửa. Liên đứng chết lặng gần đó. Nắng tắt, đêm bắt đầu xuống, vẫn không thấy hai người trở ra. Đau đớn, uất nghẹn bóp nghẹt tim, cuối cùng Liên đành ra về. Mọi chuyện đã rõ.

Thế là hết, hết thực rồi.

Tưởng về khá khuya, vừa cởi áo móc lên giá vừa thở ra,

"Mệt quá, ngày nào cũng làm thêm giờ thế này, chắc chết."

Liên chua xót nghĩ, anh không chết vì công việc, nếu có chết chắc chắn chỉ vì người đàn bà kia.

Lạnh lùng, không nhìn chồng, Liên lên tiếng,

"Anh ngồi xuống nghe em nói."

Nhìn thái độ của vợ, Tưởng chột dạ. Giọng Liên nghẹn ngào,

"Anh còn lừa dối em bao lâu nữa?"

Cố bình tĩnh, Liên kể lại rành mạch mọi chuyện, lời người đàn bà phụ trách vệ sinh của công ty, căn nhà nhỏ vùng ngoại thành hai người đã vào. Tưởng hết đường chối cãi,

"Em à…"

"Anh khỏi thanh minh thanh nga, chuyện rõ như ban ngày, tình nghĩa của chúng ta đến đây là hết, em đã nghĩ kỹ, không còn chọn lựa mô khác, anh thừa biết tính em, son sắc nhưng cứng cỏi, việc xé sổ thông hành xuất ngoại là minh chứng. Em không chấp nhận dối trá, một dạ hai lòng. Anh đã phản bội, chà đạp lên tấm chân tình của em, sẽ chẳng có chuyện tha thứ, hoặc anh ra khỏi nhà tới với cô ấy hoặc em sẽ đi. Em nhắc lại, không còn cách mô khác. Anh đừng phí lời nữa vô ích."

Liên sợ sẽ òa khóc nếu nói thêm. Tưởng lại gần đặt hai tay lên vai vợ,

"Anh xin lỗi..."

Liên hất tay Tưởng, đanh giọng,

"Em đã quyết, anh đừng lôi thôi làm chi, hãy chọn một trong hai giải pháp, hoặc anh ra khỏi nhà hoặc em đi."

Hai ngày, sau nhiều lần năn nỉ với lời hứa sẽ từ bỏ tất cả, nhưng Liên một mực không chuyển lòng. Mãi đến lúc thấy Liên xếp quần áo vào va-li, Tưởng hiểu chuyện chả thể cứu vãn, đành thở dài,

"Anh đi, nhưng em đang mang thai."

Liên cười cay đắng,

"Anh yên tâm, em có việc làm, thừa sức tự nuôi thân và nuôi con sau này."

15

Người đàn bà tuổi trung niên, cũng người Việt, tự giới thiệu,

"Tôi là y tá trưởng khu này. Tuy covid trong người bác chưa âm tính nhưng không đủ sức lây lan, lẽ ra bác được xuất viện, ngặt nỗi trung tâm lọc máu của bác không nhận lại bệnh nhân nếu chưa đủ mười ngày điều trị, thành ra chúng tôi buộc phải giữ bác lại, về nhà làm sao bác lọc máu khi đến ngày?

"Nghe nói rất tốn kém, mỗi ngày không dưới mười ngàn nếu tôi còn nằm đây."

Bà y tá cười,

"Bác lo con bò trắng răng, bảo hiểm trả cho bác, chẳng thấm gì tiền bọn nó thu vô."

Sửa lại chụp thở oxy trên mũi Tưởng, bà ta vẫn giữ nụ cười,

"Nằm trong này bực bội lắm phải không? Ráng thêm vài ngày nữa thôi."

Bà y tá ra khỏi phòng, chỉ mươi phút sau một bệnh nhân mới được đẩy vào, chị ta từ ICU chuyển sang, đã qua cơn nguy kịch, nằm tĩnh dưỡng vài ngày sẽ được xuất viện.

Chị này thuộc típ lắm chuyện, y tá vừa rời phòng chị ta đã chồm dậy vén màn hỏi tía lia đủ điều, còn hơn chấp pháp hỏi cung tội nhân. Tên tuổi, ở đâu, nghề nghiệp, bị covid bao giờ, tại sao, đã nhập viện lúc nào, có vợ mấy con, bao nhiêu cháu nội ngoại...

Tưởng trả lời chưa xong câu này đã thêm câu hỏi khác. Dường như chị ta hỏi chỉ cốt được nói, không hiểu chị ta có nghe chăng những câu trả lời của Tưởng. Bình thường Tưởng rất dị ứng với những người thuộc "trường phái đa ngôn" này, nhưng trong hoàn cảnh cô quạnh lại hóa hay. Tưởng nhớ đã đọc cuốn sách thuật chuyện một người bị đắm tàu, trôi dạt vào hoang đảo, ngoài việc tìm mọi cách để sinh tồn, anh ta thèm vô cùng tiếng nói của đồng loại, kể cả những tiếng nói, bình thường anh ta rất khinh bỉ, như tiếng chửi rủa thô tục, cay độc, xảo trá, lật lọng của bọn du thủ du thực. Nhất là vào mùa đông, đêm tối, biển động, nằm trong hang đá lạnh buốt xương, nghe tiếng sóng biển quật đập, nghe tiếng mưa gió gào rú, nghe tiếng sấm ì ầm và nhìn những tia chớp lóe sáng xé rách bầu trời vần vũ mây đen, sự cô quạnh càng hiển lộ, người đàn ông thèm đến ràn rụa nước mắt tiếng chửi chó mắng mèo hàng ngày của bà vợ "chằn ăn trăn quấn" đã làm khổ ông ta không ít lúc trước.

Người đàn bà đa ngôn hỏi Tưởng,

"Nằm ở khu này có nghĩa bệnh ông anh đã khá, bao giờ xuất viện?"

Tưởng nói vài ngày nữa và cho chị ta rõ về trường hợp của mình, chị ta nhìn Tưởng,

"Ông anh lọc máu à, tại sao?"

"Tôi hư thận."

"Chắc lúc trước ăn chơi lắm chứ gì."

Tưởng chống chế,

"Tôi cao máu, cao mỡ nhưng lại rượu chè bạt

mạng, chểnh mảng thuốc men, khiến nghẽn mạch máu não, đột quỵ. Từ đó phải uống thuốc nhiều, mỗi ngày không dưới hai mươi viên, lâu, phản ứng phụ tích lũy, gây suy thận, dần dần đi đến bất khiển dụng phải lọc máu."

"Tôi nói có sai đâu, không rượu chè vô độ thì làm gì có chuyện đột quỵ. Mà này, ông anh ngồi xe lăn?

"Phải."

"Bao lâu rồi?"

"Hai mươi lăm năm."

"Ồ, lâu thế? Ông anh sống dai nhỉ."

"Sống chết do trời định, như tôi, muốn chết cũng không được. Bị covid dù đã chích ngừa mũi thứ ba, thêm bệnh tật cùng mình, cầm chắc lên đường, thế nhưng vẫn sống. Kiếp trước chắc tôi làm nhiều chuyện gian ác lắm, kiếp này phải sống để trả nợ!"

"Ông anh nói gở, ai muốn chết bao giờ?"

Tưởng thở dài,

"Một ngày như mọi ngày, quẩn quanh trong bốn vách tường, lúc nào cũng mang mặc cảm là gánh nặng cho vợ con, sống như thế chỉ thêm khổ thân, khổ người, ích gì?"

"Nếu đã nói đến ông trời thì vợ chồng con cái cũng do trời định, vợ ông anh, con ông anh đã được ông trời sắp đặt như thế thì phải thế."

Một ngày nữa sắp qua, bóng lá cành cây dưới sân

in ở góc tường dần phai, công nhân xây cất buillding *mới cũng đã mãn giờ làm, trả lại bầu khí vắng lặng không khác nghĩa trang lúc hoàng hôn.*

Nhân viên ẩm thực mang hai khay khẩu phần buổi chiều vào.

Thiếu phụ lắc đầu ngao ngán,

"Ăn mãi thế này ớn quá, mong về nhà để được một bữa ra hồn."

Tưởng nhìn khay thức ăn tuy không muốn ói như mấy bữa trước, song, như chị ta nói, quả thực rất ngán. Cơm nhà thương tuân thủ nghiêm chỉnh qui định: không dầu mỡ, tiết chế tối đa mắm muối, nhạt thếch, chả mùi vị, ăn cốt no, không ngán sao được!

Người đàn bà đẩy khay thức ăn sang bên, mở hộp trái cây tráng miệng, rót ly nước uống cạn rồi lại thao thao,

"Nhưng gẫm cho cùng nằm đây vẫn hơn, sáu năm trước tôi ở Massachusetts, chán hết biết. Chung quanh toàn Mỹ, muốn tìm một đồng hương làm bạn cũng khó. Tôi đòi về Việt Nam, các con tôi bảo mom *có khùng không, về Việt Nam làm sao gần gũi con cháu, tôi than bọn mày đi làm đi học suốt ngày bỏ tao một mình trong nhà khác chi ở tù, về Việt Nam có bà con hàng xóm láng giềng, lại được nói tiếng mẹ đẻ. Thằng con đầu đưa giải pháp, hay* mom *xuống Orange Couty ở với chú thiếm Sắc,* that district all Vietnamese, mom *tha hồ* say

tiếng Việt, húp mắm nêm. Tôi nói tao không muốn trở thành gánh nặng cho chú thiếm bọn mày. Con gái thứ nói mom *khỏi lo, hàng tháng bọn con sẽ gửi trả phí tổn cho chú thiếm Sắc, có* mom, *chú thiếm vui là đằng khác,* we can easy visit, *hoặc* mom *nhớ bọn trẻ, chỉ* phone *một tiếng bọn con sẽ mua vé máy bay cho* mom, *trên dưới ba tiếng là* mom *gặp bọn nhỏ. Thế là tôi* move *về đây. Sướng thật, ra đường toàn đầu đen mũi tẹt, có khi cả năm chưa sửa mồm sửa miệng thót một câu tiếng Mễo. Chợ búa bán đủ loại rau quả Việt Nam, bạc hà, húng quế, ngò gai, bí bầu, kể cả rau đắng, rau muống, rau lang, tôm chua, mắm ruốt... không thiếu thứ gì. Hàng quán cũng thế, phở, bún bò, hủ tiếu Nam Vang, Triều châu, lẩu mắm Châu Đốc, bún măng, mì Quảng, giả cầy, chả rươi... Luật sư, bác sĩ, thợ hồ, thợ máy cũng toàn phe mình,* hospital *này nghe nói của một bác sĩ Việt Nam."*

"Gần như thế, bác sĩ P. có cổ phần lớn nhất. Tôi quen một người làm việc ở đây, anh ta cho tôi biết."

"Vậy sao không mướn toàn bác sĩ, y tá người mình cho tiện?"

"Bà chị buồn cười, bệnh nhân nằm đây đâu chỉ người Việt. Mỹ, Mễ, Miên, Lào, Tàu, Hàn, Phi, Trung Đông..., đủ chủng tộc, chả lẽ mọi người đều nói tiếng Việt?"

Người đàn bà cười,

"Ừ nhỉ."

Vài hôm nữa, không chừng sáng mai, người đàn bà lắm chuyện này xuất viện, Tưởng lại một mình với bốn vách tường, màn hình TV và những bịch nước biển, những viên thuốc cùng các y tá trong trang phục bảo hộ kín mít. Nghĩ đến đó Tưởng không giấu được tiếng thở dài.

Ăn uống xong, ba điều bốn chuyện một lúc, người đàn bà bảo "ngủ thôi". Chỉ năm phút sau Tưởng đã nghe bà ta ngáy đều. Tưởng nghĩ phải chi mình cũng vô tâm như người đàn bà thì khỏe biết bao nhiêu. Trằn trọc mãi đến gần nửa đêm Tưởng mới vào được giấc ngủ. Như mọi đêm, Tưởng lại rơi vào quá khứ, chất chồng vô số hình ảnh nhắc nhớ quãng đời bão dông dĩ vãng.

16

Tưởng vẫn đi làm. Suốt buổi cắm cúi vào công việc, chẳng buồn trò chuyện với ai. Tan sở Tưởng vào bãi lấy xe, Nga theo,

"Hôm nay anh sao thế."

"Sao là sao?"

"Khó đăm đăm, cả em, anh cũng lạnh như đá

cục."

"Anh có chuyện buồn."

"Nói em nghe, chuyện gì?"

Tưởng thở dài,

"Anh bị vợ đuổi."

"Tại sao?"

"Liên đã biết tất cả. Buộc anh chọn một trong hai giải pháp, hoặc anh ra khỏi nhà hoặc cô ấy đi. Anh biết tính Liên, rất dịu dàng, nhẫn nhục nhưng khi gặp chuyện lại vô cùng cứng cỏi, một khi đã quyết định thì khó lay chuyển, anh ra khỏi nhà vì xét cho cùng, là người có lỗi."

Nga trầm ngâm một lát,

"Anh chờ em."

Nói xong Nga đi nhanh, băng qua lộ mua một tờ báo, trở về, lật trang bảo Tưởng cùng đọc, tìm nhà cho thuê.

"Chi vậy?" Tưởng hỏi.

"Hỏi lạ, anh phải có nơi ở chứ. Em nữa, sẽ ở với anh."

"Chẳng ổn tí nào, thứ nhất, em đang ở với mẹ, thứ hai, anh yêu Liên, mặc cảm tội khiến anh nếu cùng sống anh sẽ không thấy thoải mái, như vậy anh lại có lỗi với mẹ con em, điều anh không muốn, em hiểu chứ?"

"Hiểu, nhưng thứ nhất, em qua tuổi trưởng thành từ lâu, ra riêng là chuyện bình thường, mẹ không thể cấm cản, anh khỏi mặc cảm, thứ hai, nếu anh không thoải mái, em hoàn toàn cảm thông, nên không đòi hỏi anh phải thế này thế nọ."

"Nhưng..."

"Không nhưng nhị nữa."

Nga lật trang quảng cáo dò tìm rồi reo lên,

"Đi, chúng ta đến địa chỉ này."

Tưởng chần chừ, Liên vừa đội mũ bảo hiểm vừa leo lên yên sau,

"Đi mà."

Như người mất hồn, Tưởng khởi động máy điều khiển xe ra khỏi bãi xuống đường chạy về hướng Nga chỉ.

Đó là một khu nhà tập thể gồm nhiều phòng nhỏ dành riêng cho sinh viên từ các tỉnh về trọ học hoặc công nhân độc thân lương tiền giới hạn. Thường một phòng từ hai đến ba nhân mạng, tối cùng trải chiếu ngủ dưới nền ciment, ban ngày đi học hay đi làm, chiều về mở bếp điện góp gạo thổi cơm chung cho bữa tối và sáng hôm sau mang đi, đỡ tốn kém, phù hợp số tiền không mấy dư giả, nhà vệ sinh tắm giặt cuối dãy dùng chung. Ngoài các phòng nhỏ trên còn có nhiều hộ lớn hơn, tiện nghi hơn, mỗi hộ có bếp, buồng vệ sinh riêng dành cho vợ chồng son hoặc phòng hai phòng ba của các đại gia. Nga bảo Tưởng dừng xe trước văn phòng quản lý khu tập thể cùng vào ký hợp đồng thuê một căn hộ. Nhận chìa khóa, Tưởng và Nga theo gã quản lý đến căn hộ vừa thuê. Nhỏ, tinh tươm, phòng khách thiết kế gọn, bàn ghế tuy không sang trọng nhưng phù hợp không gian chung, phòng ngủ giường đôi, chăn nệm sạch, tủ quần áo âm trong tường, kệ TV đối diện giường. Căn bếp, microwave, nồi cơm điện, tủ lạnh nhỏ và buồng vệ sinh ngăn nắp, sạch sẽ. Nhìn tổng quát căn hộ khá lý tưởng cho những cặp vợ chồng son. Xem qua một vòng, Nga nói,

"Anh tắm rồi nằm nghỉ, em về thu xếp quần áo sẽ đến ngay cùng đi ăn tối, ngày mai tan sở bọn mình vào siêu thị sắm soong nồi, dao thớt, chén đũa, em sẽ trổ tài nội trơ, anh yêm tâm, không thua chị đâu."

Nga ôm Tưởng hôn nhanh rồi nhanh nhẹn rời khu nhà tập thể, mất hút trong dòng xe đủ loại, hai, bốn bánh tấp nập buổi chiều.

Tưởng thả người xuống mặt nệm ngước mặt nhìn trần nhà, lòng dạ rối bời, Tưởng nghĩ đến vợ một mình trong căn nhà nhỏ với thai nhi đang tượng hình trong gò bụng bắt đầu nhô cao, chỗ đã bao lần Tưởng gối đầu, trườn xuống vùi miệng ngậm nút dòng mật tươm ra giữa hai múi cam, cảm nhận tình yêu vô bờ đang chảy cuồng trong trăm ngàn mạch máu khắp cơ thể. Tưởng nhớ ngôi từ đường và những bài vị, chân dung những người đã khuất. Tưởng nhớ mái tranh, sân gạch rộng, bên kia là những luống hoa màu, cây trái, cùng ông bà ngoại của Liên. Tưởng nhớ cô nữ sinh ngã sóng soài bên vệ đường, trước cổng trường dẫn tới tình yêu rồi tình chồng vợ. Tưởng nhớ lần đầu chiếm đoạt tiết trinh Liên trên ngọn đồi nhìn xuống làng truyền thống trồng dâu nuôi tằm, hậu quả là ba năm cách xa. Tưởng nhớ những ngày nằm viện đau đớn vì thương tích hóa ra là cơ may hàn gắn mối tình tưởng vỡ. Tưởng nhớ những ngày dài trong bạt ngàn Trường Sơn quắt quay hình ảnh người vợ trẻ giữa chăn mền và mặt nệm trống cùng chiếc gối ôm. Tưởng nhớ những bữa cơm đạm bạc nhưng đầm ấm. Tưởng nhớ đêm cùng vợ ái ân dưới chái hiên, cạnh giàn bầu rợp lá xanh và những quả bầu lớn căng tròn tựa hai trái vú mềm mịn Tưởng đang ngậm nút. Tưởng nhớ gò mu mum múp phủ kín lông óng ánh như rắc nhũ tắm sữa trăng Tưởng vào ra hối hả, trơn nhớt, sần sượn thịt da. Tưởng nhớ tiếng bì bạch của da thịt chạm nhau càng lúc càng nhanh. Tưởng nhớ đôi mắt nhắm, vành môi có nốt ruồi duyên khóe trên hé mở run run và tiếng thở gấp anh ơi, mình ơi, em tới, hai đùi khép mở, những cơ vòng thắt bóp… . Tưởng nhớ chụp đèn đêm phủ ánh sáng dịu trên thân thể Liên trắng nhờ, trên đôi mông tròn, trên hai núm vú săn, trên gò mu cao mượt lông bàn tay Tưởng đang cần mẫn xoa chậm, cùng mái tóc thơm mùi dầu gội xỏa tràn khung ngực và giọng thủ thỉ, xoa lâu lâu, chừng nào em ngủ mới được thôi. Tưởng nhớ, nhớ quá… Lúc còn ở nhà Liên luôn bên cạnh, Tưởng không nghĩ sẽ có lúc như bây giờ.

Bây giờ, giữa căn phòng xa lạ vắng vẻ, dù sẽ có Nga, nhưng làm sao thay thế dễ dàng tình chồng vợ bao năm? Đó là sự kết hợp bất khả phân ly giữa xác thịt và yêu thương sau nhiều năm xẻ chia bao trái xanh đắng chát, lắm trái chín ngọt bùi. Tưởng chỉ xem Nga như món ăn lạ bất cứ tên đàn ông nào cũng muốn nếm khi có dịp. Dù cảm động bởi chân tình của Nga, cho đi vô điều kiện, khổ nỗi Tưởng không yêu, chỉ thuần nhục dục. Những ngày tháng sắp tới sẽ thế nào đây? Tương quan nghiêng lệch nặng vật lý này sẽ tồn tại bao lâu? Tưởng lại thở dài, muốn ngồi dậy vào buồng tắm, nghĩ nước lạnh sẽ xua đi sự mỏi mệt một ngày miệt mài với công việc và nỗi buồn khi phải rời tổ ấm đã bao năm gắn bó thiết thân, nhưng Tưởng cảm thấy gây gây sốt, tay chân rã rời.

Tưởng nghiêng người xoay mặt vào tường, nhắm mắt, cố xua đuổi khỏi đầu mọi ảnh tượng gợi quá khứ để tìm giấc ngủ, nhưng càng cố càng rõ nét, Tưởng lại liên tục thở dài, lòng nặng trĩu.

Đêm lên, ngọn đèn ngoài hành lang hoạt động bằng năng lượng mặt trời bừng sáng, ánh sáng vàng yếu không tỏa đủ xa soi luống hoa dọc chân tường mới nửa giờ trước vẫn còn khoe sắc, giờ đã chìm trong bóng tối.

Tiếng máy nổ dừng trước hiên. Nga đã tới. Khệ nệ bê một thùng giấy đặt xuống góc phòng rồi quay nhìn

Tưởng,

"Anh chưa tắm à?"

"Anh mệt quá."

Nga đặt tay lên trán Tưởng,

"Bệnh rồi, nóng như lửa."

Nga đứng dậy vừa đi nhanh ra cửa vừa nói vói lại,

"Em về ngay."

Trên đường về đây, cách khoảng cây số, Nga nhìn thấy một nhà thuốc tây, Nga mua hộp *tylenol* và chai nước tăng lực, đồng thời ghé quán cơm bình dân mua thêm hai phần ăn.

Tưởng uống thuốc xong, ngủ vùi, trong giấc ngủ thỉnh thoảng gọi Liên, giọng trùng như sắp khóc.

Nga ngồi bên cạnh nhìn Tưởng vật vã trong giấc ngủ có lẽ nhiều mộng mị, cảm thấy lòng đau. Gã con trai này, xét chung chả có gì đặc biệt, vậy mà không hiểu sao lại chi phối gần như toàn bộ cuộc sống Nga, một cuộc sống trước đây khá êm ả.

Chiều nay Nga nói với mẹ,

"Con muốn ra riêng ở với bạn."

"Trai hay gái?"

"Dạ trai."

Mẹ há hốc miệng thốt kêu,

"Mày nói thực chứ?"

"Dạ thực."

"Mày có điên không?"

"Mẹ à, con đã hai lăm, nghĩa là đã trưởng thành từ lâu, mẹ phải để con tự quyết định cuộc đời của con chứ."

Hai mẹ con lời qua tiếng lại, có lúc lớn giọng, có khi van vỉ. Mẹ khóc,

"Ba mày chết từ lâu, tao tảo tần đầu tắt mặt tối nuôi chúng mày ăn học nên người, những mong chúng mày chồng vợ đàng hoàng, nếu không để ba mày ngậm cười nơi chín suối, thì cũng chẳng xấu mặt với bà con họ hàng, mày làm thế này tao còn mặt mũi nào ăn nói với người ta."

"Con có làm gì xấu xa đâu?"

"Mày bỏ nhà theo trai, nghĩ xem, đẹp mặt lắm à?"

Nhưng cuối cùng mẹ đành bất lực nhìn Nga thu vén quần áo, giày mũ và mọi vật dụng linh tinh vào thùng giấy. Trước khi đi Nga nói,

"Con xin lỗi mẹ, mong mẹ tha lỗi cho con."

Mẹ gào lớn khi xe Nga rời sân phóng xuống đường,

"Con ơi là con ơi!"

Nga vặn tay ga, chiếc xe lao nhanh về hướng khu nhà tập thể. Mắt cay, Nga biết mình sắp khóc. Con xin lỗi mẹ, ngàn lần xin lỗi. Con yêu mẹ lắm nhưng cũng yêu anh ấy vô cùng. Chẳng còn cách nào hơn. Quyết định của mình đúng hay sai? Nga tự hỏi. Nhưng đúng sai giờ đây không còn ý nghĩa, Tưởng đã ra khỏi nhà, cần nơi ăn chốn ở, cần người chăm sóc miếng ăn giấc ngủ, Nga yêu gã con trai này, tự xem có bổn phận phải chu toàn mọi yêu cầu cơ bản trên. Quyết định tuy vội vã Nga vẫn thấy cần làm, nó phản ảnh cá tính mạnh mẽ vốn dĩ. Thương mẹ song Nga có đời sống riêng, hạnh phúc khổ đau riêng, mẹ còn chị Tú, anh Bá, cậu Khanh bên cạnh. Vả lại, cùng trong thành phố, nào xa xôi gì, Nga sẽ về thăm mẹ thường xuyên.

Nga lại đưa tay lên trán Tưởng, đã bớt nóng. Nga nghĩ, ngủ một giấc, sẽ khỏe ngay thôi.

Đêm xuống khá lâu. Dãy phòng bên kia bờ tường thấp ngăn chia địa giới khu độc thân và có gia đình, ầm ĩ tiếng cười đùa văng tục cùng tiếng ly cốc chạm nhau. Nga đoán bọn công nhân đang chén thù chén tạc, mùi thịt nướng thơm lừng khiến cơn đói trong Nga cồn cào.

Nhìn hai hộp cơm trên bàn, đói, nhưng Nga muốn chờ Tưởng dậy, cùng ăn.

Tưởng bừng thức, Nga ngồi dưới sàn, gối đầu vào tay trên mặt nệm thở đều, Tưởng xem giờ, mười một giờ kém mười. Mình ngủ lâu thế cơ à? Tưởng nhẹ lay vai Nga,

"Em!"

Nga mở mắt, giọng ngái ngủ,

"Anh đã thức, vào rửa mặt, em hâm lại thức ăn rồi ra dùng bữa, em biết anh đói, em cũng thế."

"Sao em không lên giường?"

Nga cười,

"Ngồi suy nghĩ đủ chuyện, ngủ lúc nào chả hay."

Nga mang hai phần ăn xuống bếp, Tưởng vào phòng vệ sinh, nhìn dung mạo trong gương, chưa đầy hai mươi bốn giờ mình xuống sắc đến thế ư? Đôi mắt đục, má hóp, da xanh tái, Tưởng lắc đầu, không được, phải thoát khỏi tình trạng này càng nhanh càng tốt. Nhưng thoát bằng cách nào?

Tưởng mở khóa nước điều chỉnh thật nóng, một cách xông hơi, nhiệt độ bên trong cơ thể bảo hòa với bên ngoài, bệnh cảm sẽ thuyên giảm, kinh nghiệm qua nhiều lần áp dụng. Quả thực nước nóng giúp Tưởng tỉnh hẳn, cơn ngầy ngật đầu hôm dường đang lui.

Tưởng ra, ngồi vào bàn ăn nhỏ cạnh tủ lạnh. Nga nói,

"Dùng tạm, ngày mai, đi siêu thị sắm sửa mọi thứ, kể cả thực phẩm, em sẽ trổ tài nội trợ, anh tin đi, không tệ đâu."

"Nhìn em rất tay chơi, không ngờ giỏi thế."

"Đừng trông mặt bắt hình dong, không đúng đâu."

Tưởng cười,

"Cái gì đã trở thành ngạn ngữ ắt không sai, tuy

nhiên, như bất cứ chuyện nào khác, vẫn có ngoại lệ, dù xác xuất không cao."

Ăn xong Nga đi tắm, Tưởng vào giường bật truyền hình nghe tin tức. Miền Trung đang mùa bão lụt. Nhìn cảnh nước mênh mông dâng tận mái nhà, những đứa trẻ bám trên ngọn cây, trâu bò chết, bàn ghế giường tủ... trôi theo dòng lũ, người đàn ông quỳ lạy giữa đất trời vần vũ gió mưa vì vợ bị nước cuốn trôi cùng con thuyền lật úp khi anh ta đưa vợ đi đẻ, Tưởng cảm thấy nỗi đau của mình thật chẳng đáng. Cuộc đời ngoài kia trăm vạn khổ não, thấm gì chuyện mình! Xét sâu, những thảm trạng Tưởng đang xem trên truyền hình là tai trời, không thể tránh, ngược lại, chuyện mình do chính mình gây ra, hậu quả đương nhiên, còn than trời trách đất nỗi gì.

Nga từ buồng tắm đi ra, quấn quanh người tấm khăn, bước tới vặn thấp ánh sáng chụp đèn ngủ trên bàn đêm rồi buông tay thả tấm khăn che ỡm ờ thân thể xuống nền nhà.

Nhìn Nga trần truồng, bình thường chắc chắn lòng Tưởng xao động, thế mà hôm nay chả có cơn sóng nào dấy lên. Nga thả người xuống mặt nệm, vòng ôm Tưởng, nói nhỏ,

"Ôm em đi, hôn em đi."

Thấy Tưởng bất động, Nga chồm lên áp môi, lùa lưỡi vào miệng người yêu ngọ ngoạy rồi ngồi dậy quì gối lết tới. Tưởng thở hắt,

"Hôm nay anh mệt quá."

Nga ôm đầu Tưởng,

"Đi mà..."

Tưởng trầm giọng,

"Chiều nay em nói, không đòi hỏi thế này thế nọ, quên rồi à?"

Nga phân vân vài giây trước khi nằm xuống,

"Xin lỗi cưng, tại em yêu cưng, muốn làm cưng vui, bình thường cưng thích lắm mà."

"Ngủ đi, ngày mai còn bao nhiêu việc phải làm."

Nga ép sát thân thể vào Tưởng, một chân gác qua người, một tay lòn xuống vuốt ve,

"Cưng cũng ngủ đi, em ru cho cưng ngủ ngon nè."

Nếu không xảy ra sự cố, chắc chắn như bao lần trước Tưởng sẽ chồm lên để rồi cả hai đắm chìm vào cơn bão ái ân. Nhưng hôm nay Tưởng dửng dưng, không mảy may rung động. Trí óc Tưởng dồn hết về dĩ vãng.

Liên ngả đầu vào vai Tưởng, dõi mắt theo cánh cò chao lượn chậm giữa nền trời chiều ráng đỏ. Cả hai đang ngồi trên bậc thềm cao ngôi từ đường, sân gạch rộng tiếp giáp hàng tre gần giếng nước rì rào động gió, những bẹ cải còn ướt nước bà ngoại vừa tưới, bên cạnh là bụi cà rậm lá trĩu nặng những trái chín to bằng nắm tay, Liên hỏi,

"Hấp dẫn không anh?"

Và đưa tay chỉ.

"Ừ, trông bắt mắt thật.", Tưởng đồng tình.

Một con ong lượn quanh những chùm hoa cải, cánh đập nhanh, thân cong, bụng ỏng. Mặt trời thoáng chốc đã xuống sâu, cảnh vật dần nhá nhem, không lâu nữa Tưởng và Liên sẽ chìm vào bóng đêm. Buổi chiều ở quê ngoại thực bình yên. Nếu không có chiến tranh, thỉnh thoảng Tưởng sẽ đưa Liên về đây cùng hít thở không khí trong lành, cùng hai ngoại dùng những bữa cơm đạm bạc rau mắm, dưới chái hiên gió nhẹ, bên cạnh ngôi từ đường sừng sững, mái ngói âm dương và bốn vách tường rêu phong, ghi dấu một thời hưng thịnh.

"Anh à.", Liên nói sau nhiều phút im lặng.

"Gì em?"

"Mai mốt sống chung anh có chán em không?"

Tưởng cúi hôn mái tóc mượt đen thơm mùi bồ kết buổi chiều bà ngoại đã nấu cho Liên ("Gội đầu bằng thứ ni nuôi tóc tốt gấp mấy lần ba thứ dầu vô chai đẹp đẽ của bay."), nụ hôn di chuyển rồi đậu trên môi Liên,

"Hỏi thừa, anh yêu em hơn cả bản thân, chuyện không thể."

"Em cứ lo, răng biết được tương lai."

Phải, làm sao biết được tương lai! Chỉ mới ba năm Tưởng đã không thể kiềm chế đòi hỏi thuần bản năng, nói chi cả một đời người mấy mươi năm! Hơn bao giờ hết, Tưởng thấm thía khoảng cách không lường trước được giữa lời nói và hiện thực! Chả trách gì mọi lời thề non hẹn biển mãi mãi bên nhau, kiếp này chưa phỉ, thêm muôn kiếp sau nữa của những cặp tình nhân đang thời kỳ mặn nồng. Ngày mới bước vào tuổi thành niên Tưởng rất tin những lời có cánh ngọt ngào kia, bây giờ mới hiểu chỉ là vết son nhằm tô đậm màu những cuộc tình còn cháy bỏng đắm say. Tưởng cảm thông, dù sự cảm thông muộn màng. Chừng như bao giờ cũng thế, mọi kinh nghiệm sống đều phải kinh qua thực tế.

Đêm sâu.

Bữa nhậu của đám công nhân bên dãy phòng độc thân có lẽ đã tàn, trả lại bầu khí tĩnh lặng. Máy lạnh rì rào nhịp đều, ngoài cửa sổ bầu trời mùa hè cao và chi chít sao. Ánh sáng mờ của chụp đèn ngủ tráng một lớp kem trên cặp mông no tròn gác ngang bụng Tưởng.

Tan sở Nga nói với Tưởng,

"Mình đi ăn rồi ghé siêu thị."

"Về đi, anh mệt."

Nga nhìn Tưởng, tia nhìn trắc ẩn. Nàng nhón gót hôn nhanh lên môi Tưởng,

"Phải ăn chứ, vả lại vào siêu thị đông vui anh khuây khỏa ngay."

"Anh có buồn đâu."

"Thôi đi, làm như em là con nít không bằng.

Rời bãi đậu xe dưới tầng hầm, hai người bước vào

siêu thị. Trong diện tích mênh mông, trần cao trang trí đèn ống, đèn quả bí, và nhiều phướn in huy hiệu siêu thị cùng hàng chữ "Chào mừng quan khách". Những dãy kệ hàng bày biện bắt mắt, tinh tươm, nhãn bao bì đủ hình dáng và màu. Tiếng nhạc thính phòng lướt thướt trôi nổi. Không khí mát lạnh. Khách đông.

Một tóp nữ sinh đồng phục áo dài trắng, cặp ôm trong tay hoặc đeo trên vai, nói cười rôm rả. Có lẽ các cô bé vừa tan lớp, vào đây hưởng tí mát mẻ, nhân tiện mua quà vặt nhấm nháp. Cô bé đi giữa có khuôn mặt rạng rỡ, nở nụ cười khoe hai hàm răng trắng, một chiếc ở hàm trên lõm vào duyên dáng,

"Thầy Phúc hôm nay mặt mày táo bón, chắc bị vợ hổng cho xỏ tối qua."

Cô bé đi bên trái trách bạn,

"Ăn nói nham nhở, sợ mày luôn"

Cô bé đi kế cười thành tiếng,

"Con Diệu Chi nói không sai, tao cũng thấy y chang."

Một cô bé có vẻ hiền nhất bọn rùng vai,

"Hai con này chắc mót lắm, tối ngày chỉ nghĩ chuyện đánh cờ người."

"Tao nhận xét thế, nếu mót thì coi phim sex trên điện thoại rồi tự sướng, đã gấp trăm lần."

Cô bé có chiếc răng lõm hạ giọng,

"Tao hỏi thật, có đứa nào thử chưa?"

"Thử gì?"

"Thì... thì... đánh cờ người đó."

Cô bé đi bên trái vóc cao, mông ngực nẩy nở trước tuổi, mắt lá răm, miệng rộng, môi dày,

"Thằng kép của tao nhát như cáy, chỉ xào khô, tao muốn thử xem có phê hơn tự sướng không nên luôn bật đèn xanh, cu tèo cóc dám tiến xa hơn."

"Nó nhát thì mày chủ động, sao không đè nó ra, dí đít chảo vào mồm, bảo đảm nó

u mê ngay."

Cô bé có vẻ hiền nhất lại rùng vai,

"Nghe bọn mày đấu hót tao sợ luôn."

"Thôi đi ma-xơ, tối nào cũng thủ dâm, bày đặt."

"Mày... mất dạy."

Cả bọn cười hô hố.

Nga nói với Tưởng khi hai người vượt qua tốp nữ sinh,

"Bọn nhô làm em nhớ thời trung học."

"Các cô ăn nói không thua bọn con trai"

"Hơn nữa cơ, khiếp lắm, anh mà nghe chắc chết giấc"

"Sao anh thấy cô nào cũng e ấp ra điều em chả biết gì."

"Màu mè, con gái mà anh."

Nga đi về phía hàng gia dụng lựa vài soong nồi cần thiết và chén đũa dao thớt cùng một ít đồ khô, rồi đến hàng thực phẩm mua đầy đủ cá thịt tôm, rau củ quả. Tưởng đẩy xe theo sau như một anh chồng ngoan. Tưởng nhớ những lần cùng vợ vào chợ, cũng Liên đi trước chọn lựa hàng, Tưởng đẩy xe theo sau. Thời gian mặn nồng, những tưởng sẽ mãi mãi thế, có ngờ đâu! Tưởng ân hận đã nuông chiều bản thân thái quá, đúng là sai một ly đi một dặm! Tưởng nhớ cách đây không lâu, từ siêu thị về, Liên thay tạp dề vào bếp. Đứng trước bông lửa ga xanh ngọn dưới soong nhôm sôi sùng sục bốc khói, hai má ửng hồng, tóc vén cao khoe cần cổ cao trắng nõn, bụng nhô cao, mông nây nẩy,

"Em đang nấu món này, hết ý."

"Món gì?"

Liên cười hóm hỉnh,

"Súp măng gà ác, chẳng những ngon còn bổ nữa, cưng ăn xong bảo đảm đòi em chơi trò trống mái liền."

Tưởng bước tới lòn tay vào tạp dề xoa gò bụng căng láng và hai bầu vú cùng gò tình,

"Cần gì súp măng gà ác."

Liên nhẹ đẩy ra,

"Để em nấu."

"Anh muốn."

"Thôi đi ông, lúc mô cũng như dân đói Ất Dậu. Điệu ni, có ngày không đi nổi, phải bò cho mà coi."

"Vợ hơ hớ thế này làm sao chồng chịu thấu."

Tưởng vừa nói vừa lùng sục hết cao xuống thấp,

Liên giẫy nẩy,

'Đừng mà, anh cứ như ri, còn nấu nướng chi, đói nhăn răng chừ."

Tưởng vẫn lì lợm tiếp tục. Liên không ngừng bảo đừng mà, đừng mà…, mãi đến khi Liên nhác thấy bóng bà cụ chủ nhà lui cui dưới giàn bầu,

"Bà bác kìa."

Tưởng ngẩng lên, nhìn, mới chịu rời vợ, nhưng cũng cố vớt vát thêm một cái hôn rồi lửng thửng lên nhà trên mở nhạc. Tiếng hát Mỹ Tâm. Liên rất thích, một phần vì chất giọng, phần khác, có chút thiên vị, bởi cô ca sĩ này xuất thân từ miền Trung, như vài nam nữ nghệ sĩ cùng miền khác. Liên hát theo, giọng Quảng nghe ngồ ngộ.

Nắng chiều rực trên giàn bầu, vô số lá xanh nhẹ đưa trong gió, những quả bầu dài căng tròn lủng lẳng. Hôm qua bà cụ cho một quả. *Tôm khô nấu với ruột bầu, chồng chan vợ húp gật đầu khen ngon.* Ngon thực. Tưởng hiểu, chưa chắc món canh bầu nấu với tôm khô đã ngon như đã, mà nhiều phần do tình nghĩa lứa đôi ý hợp tâm đầu.

Nga nhìn chiếc xe đẩy đầy nhóc đồ gia dụng và thực phẩm, soát lại rồi chợt quay sang Tưởng,

"Tí nữa quên mua khăn tắm và đồ cạo râu cho cưng."

Hai người rời siêu thị lúc thành phố vừa lên đèn,

cũng là lúc thiên hạ đổ ra đường dạo mát hoặc đến các tụ điểm vui chơi, công viên, nhà hàng, trung tâm thương mại, vũ trường, sân khấu ca nhạc, nhà hát kịch. Sinh hoạt về đêm nhộn nhịp hơn cả ban ngày, nhưng nghiêng về phần thư giãn, giải trí. Đô thị này lúc nào cũng hừng hực sức sống, kể cả những năm chiến tranh.

Nga nói,

"Về tắm rửa, thay quần áo, bọn mình đi nghe nhạc, hôm nay có ca sĩ từ Hàn quốc sang, nghe nói hay lắm."

"Thôi, anh không muốn."

Nga giọng buồn,

"Anh cứ thế này, như người mất hồn, không khá được đâu."

Nga nói đúng, không khá thực, Tưởng hiểu, khổ nỗi bất cứ lúc nào, ở đâu, sự cố gì cũng gợi nhớ thời gian bên Liên. Có thể nói không quá Liên là một phần thân tâm bất khả chia lìa, Tưởng không biết tình trạng này còn kéo dài bao lâu nữa Tưởng mới lấy lại quân bình để tận hưởng cuộc sống nhẹ nhàng của một trai trẻ vừa bước ra từ đạn bom. Chinh chiến đã lùi về quá khứ. Vũ khí, máu, xác chết, những gói *poncho*, những chiếc trực thăng tải thương, những tiếng gào kêu của mẹ, của cha, của vợ con ở phòng chung sự vụ nghĩa trang tử sĩ những lần dưỡng thương Tưởng được tạm biệt phái về nơi ấy. Những hàng mộ trùng điệp, những bia đá khắc tên tuổi và chân dung bao nhiêu khuôn mặt trẻ, tuổi đời chỉ trên dưới hai mươi, đa phần còn độc thân, đã là quá khứ cần quên, cần vượt qua. Tưởng đã mất bảy năm chôn vùi tuổi thanh xuân giữa trùng điệp rừng núi, những tưởng trả được bộ quân phục và súng đạn, Tưởng sẽ mãi mãi bên vợ, gầy dựng lại tương lai. Nào ngờ! Một lần nữa Tưởng lại thầm trách bản thân.

Cầm cánh tay Nga đang ôm eo ếch, Tưởng nói,

"Thông cảm cho anh, thời gian, anh cần thời gian."

Nga siết nhẹ vòng ôm, ngả đầu vào lưng Tưởng,

"Em hiểu, hiểu mà, nhưng nhìn anh thế này em xót ruột quá, tất cả mọi điều em làm bây giờ chung qui chỉ mong anh vui."

"Cảm ơn em, rồi anh sẽ vui."

"Rồi! Chừng nào?"

"Anh không biết, chỉ mong sơm sớm, thế này khổ quá."

Hình như Tưởng đã nghe hoặc đọc đâu đó rằng mọi sự cố trong cõi trần ai này đều tồn tại hay nhạt mờ, thậm chí mất hẳn đều do thói quen. Một kẻ hành nghề tra tấn ban đầu chùn tay, nhưng thời gian giúp hắn mất dần lòng trắc ẩn và rồi đến một lúc nào đó nếu không nhìn thấy máu, hình ảnh phạm nhân quằn quại và tiếng hét la đau đớn hắn ăn mất ngon, ngủ không yên: thói quen. Các sinh viên y khoa lần đầu mổ xác chết nhằm mục đích học tập, hẳn sợ, nhưng làm mãi, cảm giác sợ mất dần, đi đến chỗ mổ xác chết cũng giống làm thịt con gà con vịt: thói quen. Trai gái yêu nhau tưởng không trở lực nào chia cách được, nhưng một trong hai thay lòng đổi dạ hoặc có người thứ ba chen vào hay bởi duyên cớ nào đó khiến họ chia tay, ban đầu một trong hai hay cả hai đau khổ lắm, nhưng sẽ đến lúc mọi sự đi dần vào nhạt phai: thói quen.

Cũng thế, nhiều năm chồng vợ ý hợp tâm đầu đã tạo cho Tưởng thói quen, cuộc sống sẽ vô vị nếu không có Liên đồng hành.

Tưởng luôn nghĩ Liên là người tình duy nhất sẽ chả ai thay thế được. Điều này không sai, dù Nga đã bằng tình yêu, cố vượt qua cái tôi ngổ ngáo, bướng bỉnh và cao ngạo vốn dĩ, tìm mọi cách đẩy Tưởng lìa bỏ quá khứ, không bị quá khứ ảnh hưởng đến cuộc sống hiện tại. Nhưng Nga nhận ra sự bất lực của mình, đồng thời cũng không thể phủ nhận tình yêu Tưởng dành cho vợ quá lớn, không thể nào Nga hoán đổi vị trí này trong trái tim Tưởng. Về phía Tưởng dù nhận biết tình yêu của Nga trao cho mình không nhỏ, nhưng Tưởng khó lòng đáp ứng tương xứng. Cùng với vợ Tưởng đã có một quá khứ dài chia sẻ nhiều khó khăn, nhiều trạng huống, và quan trọng nhất tình yêu giữa hai người không phải một sớm một chiều mà trải qua thời gian dài, từ lúc bắt đầu bước vào tuổi trưởng thành đến ngày cả hai quyết định trở thành chồng vợ. Liên dịu dàng, nhẫn nhục nhưng cũng cứng cỏi, quyết liệt, Tưởng vừa yêu vừa nể phục.

Tuy Nga đã cố quên mình để làm tròn vai trò một người vợ hiền thục, nhưng về lâu về dài, Nga không thể đè nén mãi bản chất. Tưởng là một nghệ sĩ, cũng có nghĩa Tưởng cực kỳ nhạy cảm. Sự nhạy cảm giúp Tưởng "ngửi" được con người thực của Nga, rất không đồng thuận với cá tính Tưởng, vì thế ngoài nhu cầu dục tính thuần vật lý, Nga không thể nào thay thế được Liên.

Đã gần hai tháng vẫn đắm chìm trong hồi ức, khiến Tưởng trở nên nhợt nhạt trong quan hệ với Nga. Ngược lại, Nga cũng "ngửi" được điều này. Lý trí thường xuyên mách bảo Nga hãy tỉnh táo dừng lại, đừng du mình vào ngõ cụt, chắc chắc sẽ đối mặt chung cuộc buồn thảm. Song trái tim xúi Nga làm ngươc lại. Nga âm thầm lên kế hoạch, thay vì phải uống thuốc ngừa thai mỗi ngày như từng hợp đồng, Nga không làm thế. Kết quả, sang tháng thứ ba kể từ lúc sống chung, Nga có thai. Khi nghe Nga báo tin Tưởng bàng hoàng đến sững sờ. Như thế mong muốn một ngày nào đó Liên sẽ tha thứ, Tưởng sẽ trở về trở nên mong manh, nếu không muốn nói vô phương. Tưởng không ngừng trách cứ và buộc Nga phá thai. Dĩ nhiên Nga không chịu. Lúc này bản chất thực của Nga tỏ lộ, chẳng những không chịu Nga còn phản ứng quyết liệt, chì chiết Tưởng trước sau chỉ xem Nga như một công cụ nhằm thỏa mãn xác thịt. Cái tôi cao ngạo của Nga bị tổn thương nặng, vậy thì Tưởng phải trả giá. Nga nghĩ,

"Anh tàn nhẫn lắm, đứa bé trong bụng em là một phần máu thịt anh, sao nỡ vất bỏ"

"Nhưng…"

"Không nhưng với nhị gì hết, em đủ thông minh để hiểu anh đang nghĩ gì, muốn gì. Em sẽ giữ và nó sẽ được sinh ra."

"Anh đã nói với em hàng trăm lần, chúng ta chưa chuẩn bị để có con."

Nga cười nhạt,

"Anh đừng xem em là trẻ con nữa có được không?"

"Anh không muốn tranh luận với em nữa, tóm lại, em phải phá."

"Không."

Tưởng im lặng một lát rồi quả quyết,

"Nếu vậy, chia tay thôi."

Nga nhìn Tưởng, quả thực gã con trai này chỉ xem mình như một công cụ, quả thực trong trái tim anh ta chỉ duy nhất một đối tượng, Liên. Hai tháng qua mọi cố gắng của mình không mảy may tác động đến Tưởng. Nga cố tình mang thai, một hình thức triệt tiêu hy vọng trở về và cũng để, vì đứa bé, vì máu mủ ruột thịt, Tưởng không còn chọn lựa nào khác là tiếp tục sống chung. Vẫn biết một kết hợp thiếu vắng tình yêu sẽ đẩy cả hai xuống hố sâu đày ải, song bản chất cao ngạo đã xui Nga bất chấp hậu quả.

Nga không ngờ Tưởng vô tình vô nghĩa đến thế, tính toán của Nga không mảy may tác động, trong đầu óc Tưởng chỉ duy nhất hình bóng vợ, ngoại giả mọi thứ khác đều chả khác con số không. Một lần nữa, bản tính cao ngạo đã khiến Nga nói cứng, dù rất đau lòng, dù kế hoạch xem ra không tác dụng,

"Được, chia tay."

Tưởng ra khỏi nhà lấy xe chạy lòng vòng, lòng dạ rối bời. Quả thực mình đã cư xử cạn tàu ráo máng với Nga, quả thực mình là một thằng đàn ông tồi tệ, không đoái hoài đến tình yêu của Nga, cũng chẳng quan tâm đến giọt máu ruột thịt đang tượng hình và rồi sẽ ra đời một ngày không xa. Nhưng còn cách nào hơn? Nếu yếu lòng, nếu để tình cảm bi lụy dẫn dắt thì hy vọng đoàn tụ trở thành viễn cảnh mãi mãi ngoài tầm tay. Tưởng yêu Liên sâu đậm, không trở lực nào dập tắt mong muốn trở về lúc nào cũng cháy đỏ. Tưởng chạy xe về hướng bờ sông, vào một quán nhỏ gọi bia và đĩa đồ mồi.

Chất đắng của men giúp Tưởng phần nào nguôi ngoai. Đốt thuốc, nhả khói và nhìn ánh đèn phản chiếu dưới mặt nước sóng nhỏ, nhìn phố xá im lìm bờ bên kia, Tưởng quyết định ngày mai sẽ sang thuê một phòng khu độc thân.

Tiếng còi, tiếng động cơ, ánh đèn loang loáng trên mặt lộ, mùi khói xe, thành phố này sinh động thật.

Tưởng ra riêng đã gần một tuần.

Hàng ngày vẫn chạm mặt tại sở làm nhưng cả hai đều lạnh lùng, làm như kẻ lạ, dù thâm tâm Tưởng rất áy náy, cảm thấy mình có lỗi, dù Nga đau đớn lắm.

Một hôm vừa cơm nước xong Nga ngồi xem truyền hình đợi buồn ngủ sẽ vào giường thì điện thoại reo. Tiếng mẹ. Bà cho biết ông anh đầu tổ chức vượt biên, khâu chuẩn bị đã xong, chỉ chờ đúng ngày giờ đã định sẽ khởi hành, bà bảo con hãy nghĩ kỹ, sống vớiTưởng nhất định không ổn, Tưởng đã có vợ, chả lẽ làm vợ bé, con còn trẻ, có nhan sắc, sao phải thế, vả lại, đã chắc gì vợ Tưởng bằng lòng. Ra hải ngoại có nhiều cơ hội làm lại, mẹ nghe nói ở xứ người đàn bà rất có giá, kiếm một tấm chồng xứng đáng hẳn không khó, con hãy nghĩ đến tương lai, đời con còn dài, đâu chỉ năm mười năm.

Suốt đêm Nga trằn trọc không thể chợp mắt. Mẹ nói không sai, đời Nga còn dài, chí ít cũng năm sáu mươi năm nữa, nỗi đau hôm nay sẽ được thời gian xoa dịu, nếu còn ở đây còn chạm mặt với Tưởng, chắc chắn lòng Nga sẽ không yên.

Sáng hôm sau tại sở làm Nga gọi cho mẹ,

"Con đã có thai."

"Mày nói gì?"

Nga lặp lại và vắn tắt chuyện hai người đã rã đám. Mẹ im lặng lâu, cuối cùng bà thở dài,

"Bỏ thôi, thất đức lắm nhưng đành phải vậy."

"Không, nếu thế con sẽ không đi."

"Mày ngang bướng quá."

"Mẹ biết tính con, một khi đã quyết, nhất định không thay đổi."

Mẹ lại thở dài,

"Thôi được, tùy mày. Về đi còn thu vén, sắp đến ngày khởi hành rồi."

Trước ngày lên đường Nga chờ Tưởng sau giờ tan sở trong bãi giữ xe,

"Em có chuyện quan trọng cần nói với anh."

Hai người đến quán cà phê quen. Buổi chiều nắng đã tắt nhưng không khí vẫn ngột ngạt, mồ hôi rịn ướt lưng, ly cà phê đá không thể hạ cái oi bức đang hừng hực trong cơ thể, cộng thêm lòng dạ ngổn ngang trăm chuyện, khiến Nga như ngồi sát bếp lửa cao ngọn. Tưởng rít dài một hơi thuốc,

"Em vẫn khỏe?"

"Cảm ơn anh, em bình thường."

Và Nga vào đề ngay, vắn tắt chuyện sẽ ra đi cùng gia đình,

"Như thế sẽ ổn cho cả hai, em và anh, không biết tương lai sẽ thế nào, tuy nhiên anh yên tâm, nếu chuyến đi trót lọt, em còn sống thì dù ở bất cứ nơi nào em hứa sẽ không làm phiền anh nữa kể từ hôm nay đến mãi mãi về sau, và khi đứa bé ra đời, nó sẽ được em nuôi dạy nên người."

"Anh xin lỗi."

Nga cười buồn,

"Chuyện đã thế phải thế, lỗi hay phải bây giờ chả thành vấn đề, chúng ta hãy can đảm trực diện sự việc và chấp nhận giải pháp tốt nhất có thể."

Tưởng nhìn Nga, thầm phục ý chí kiên cường của người con gái này. Đúng, đây là lối thoát tối ưu. Giọt máu của Tưởng sẽ ra đời, sẽ trưởng thành ở xứ người. Xứ ngươi giàu có, văn minh, tiến bộ, chắc chắn đứa bé sẽ có một tương lai không tệ. Tưởng cảm thấy an lòng song đồng thời cũng nhận ra lòng vị kỷ thái quá của mình, chỉ lo cho bản thân, ngoài ra mọi điều khác sẵn sàng vất bỏ. Tưởng không thể không tự bỉ.

Cuộc vượt biên trót lọt.

Ở trại tỵ nạn sáu tháng gia đình Nga được Úc cho định cư. Trên hai tháng sau từ ngày đến Úc, Nga sinh, bé gái. Ba năm nữa, dĩ vãng nhạt dần, Nga cũng đã thích nghi với môi trường mới, học thêm và tốt nghiệp ngành kế toán. Một công ty lớn nhận Nga vào làm. Cuộc sống ổn định. Người mẹ đơn thân hầu như yên ổn bên cạnh đứa con, kết quả một tình yêu đơn phương. Tại nơi làm việc Nga được một kỹ sư hơn Nga mười tuổi làm quen và không lâu sau ngỏ lời cầu hôn, Nga nghĩ mình không còn son trẻ gì, vả lại người đàn ông này xét mọi mặt đều không tệ, Nga bằng lòng. Quá vãng chỉ còn là dư ảnh nhạt nhòa, thỉnh thoảng dấy lên nhưng không đủ mạnh làm Nga đau như thời gian đầu.

17

"Papa..."

Cô y tá gọi đến lần thứ ba mới lôi được Tưởng ra khỏi giấc ngủ. Hôm qua Tưởng ngủ sớm nên hai giờ sáng đã thức dậy và trằn trọc mãi đến năm giờ, khi người y tá lấy máu xét ngiệm mỗi đầu ngày làm xong nhiệm vụ rời phòng, Tưởng mới chợp mắt lại được nửa giờ sau.

Tưởng nhìn giờ chạy dưới màn hình TV, gần chín giờ.

Thấy Tưởng mở mắt, cô y tạ nói,

"Maybe papa will come home tomorrow."

"How do you know?"

"The head nurse said."

Cô y tá vừa nói chuyện với Tưởng vừa làm công việc của cô, kiểm soát lại máy móc, gài dây truyền, gõ mọi chỉ số cần thiết vào màn hình lưu trử bệnh lý, trước khi ghim hai cây kim vào tĩnh và động mạch: áp xuất máu, trọng lượng cơ thể, cần lấy ra bao nhiêu kí lô nước, nhịp tim, giờ bắt đầu, giờ chấm dứt...

Cô y tá nói nếu ngày mai Tưởng xuất viện thì đây là lần lọc máu cuối cùng, sau đó sẽ bàn giao lại Dialysis Center *nơi Tưởng đã là thân chủ bao năm qua. Tuy nhiên chưa chắc ngày mai, còn tùy thuộc việc thương thảo giữa* Hospital *và* Center.

Nhân quyền được coi trọng bậc nhất ở đất nươc này, không sai, chưa cần nói đến những nguyên nhân cao xa, chỉ đề cập một nguyên nhân rất thực tế: ai cũng biết Hoa Kỳ là đất lành của nghề luật sư, giới này nhiều như lá vàng mùa thu và ăn nên làm ra không kém nghề y. Dân Mỹ rất sính kiện tụng. Chuyện gì cũng có thể lôi nhau đáo tụng đình. Một cụ bà vào Mc Donald uống cà phê, già, lẩy bẩy, cà phê đổ ra tay, Mc Donald không điều chỉnh nhiệt độ thích hợp, đủ nóng nhưng chớ nóng quá gây phỏng, kiện. Công ty này phải bồi thường cho cụ bà ba triệu. Vào siêu thị, trượt chân ngã, sàn nhà trơn hoặc lau chưa khô gây nguy hiểm cho khách hàng, kiện, nạn nhân cầm chắc trương mục sẽ bề bộn thêm. Con chó nhà hàng xóm sang sân cỏ ị bậy: xâm phạm quyền tư hữu, kiện. Con gà gáy to làm cả xóm mất ngủ, gây bao hệ lụy: tỷ lệ sơ sinh tăng cao bất thường, không ngủ được vợ chồng lôi nhau ra đánh cờ người, và nhân viên thiếu ngủ sẽ ảnh hưởng đến năng xuất lao động, nguy cơ mất việc rất nhãn tiền, kiện tập thể... Hàng triệu vụ kiện tụng bá vơ khác, các ông bà thầy cải tha hồ hốt bạc. Nếu Tưởng không được lọc máu đúng chu kỳ, chẳng may có mệnh hệ nào, vợ con Tưởng kiện, bên nào tắc trách sẽ bồi thường mờ người. Vì sợ đáo tụng đình, thôi thì cẩn tắc vô... hầu tòa.

Làm xong mọi thứ cô y tá lại chiếc ghế da góc phòng ngồi xuống, lôi điện thoại ra chít chát hoặc chơi game, xem tin ức, nghe nhạc... Thỉnh thoảng cô đứng dậy lại nhìn màn hình trên máy, kiểm tra xem có gì bất thường chăng. Ba tiếng mười lăm phút chấm dứt quy trình lọc, cô y tá thu vén dụng cụ rồi tươi cười,

"It's done, papa rest, sleep well tonight."

và đẩy máy ra khỏi phòng.

Tưởng nhìn cánh tay dán băng keo, thở dài. Bao năm nay, mỗi tuần sáu mũi kim, cánh tay nát bét, chả biết đến bao giờ thoát khỏi màn tra tấn này?!

Chỉ mới mười hai giờ trưa. Trên màn hình TV đang chiếu cuộc phỏng vấn một tài tử phim hành động, nhìn dáng dấp bảnh trai, y phục trang nhã và những câu trả lời khiêm tốn, hiền lành, Tưởng khó liên hệ vai diễn rất ngầu và người thật ngoài đời. Các nghệ sĩ tài quá, khi nhập vai họ hoàn toàn khác. Tưởng có quen một diễn viên kịch, anh ta kể có lần lưu diễn ở Cà Mau anh bị một nông dân bạt tai nổ đom đóm mắt, chỉ vì anh vào vai một kẻ ác trên sân khấu. Cái tát tuy đau nhưng lại được xem như lời khen.

Anh bạn cười,

"Chả bù mấy kép đóng vai chính diện, đào địch

lung tung, các cô mê diễn viên, đồng hóa nhân vật anh ta thủ vai với người thật ngoài đời."

"Thế sao bạn không đóng vai hiền?"

"Tôi không đẹp trai, mặt mày bặm trợn, đạo diễn nào cho đóng vai hiền."

Rồi anh gật gù,

"Như thế cũng tốt, tránh được họa tan nhà nát cửa. Bạn nhìn đi, hiếm có anh kép hiền nào không bị vợ bỏ hay bỏ vợ. Được nhiều người đẹp yêu chưa phải là may, mìn nổ chậm đấy, tan xác, công danh sự nghiệp đi đong có ngày."

Tưởng cũng là nghệ sĩ, nhưng không như nghệ sĩ trình diễn, một mình trong studio với khung bố và những ống màu, thế mà vẫn không thoát được bẫy mỹ nhân!

Bẫy mỹ nhân! Tưởng thở dài.

Nắng rải trên tán lá rậm ngoài cửa sổ, nắng phủ kín mảnh sân ciment *phía dưới, nắng trên lối đi cũng tráng* ciment *dẫn đến bùng binh đầy hoa tím, chung quanh kê những băng ghế đá, nơi buổi chiều những bệnh nhân khỏe thường tụm năm tụm ba chuyện trò, hóng mát.*

Ngủ dĩ nhiên không thể. Thời gian trôi quá chậm, sẽ còn cả buổi chiều và đêm. Tưởng mong vô cùng một bệnh nhân khác chuyển vào phòng này, chí ít nếu không trò chuyện thì dẫu sao phòng có thêm người cũng đỡ hoang tịch.

Liên đang thế nào? Anh nhớ em.

18

Từ hôm Tưởng đi Liên như người mất hồn. Buồn, hận đã biến Liên thành một xác chết biết di động. Hàng ngày Liên vẫn tới sở, vẫn chu toàn công việc, vẫn giao lưu với dồng nghiệp, xã giao vừa phải. Tan tầm ghé chợ mua ít thực phẩm, về nhà bếp núc, thói quen, cũng là cách đốt thì giờ. Liên thường gọi bà cụ xuống ăn chung, như lúc trước, hồi Tưởng còn ở lính. Bà cụ hỏi,

"Cậu ấy đâu?"

"Dạ..."

Nhìn vẻ lúng túng của Liên, bà cụ đoán có chuyện chẳng lành,

"Cãi nhau phải không?"

"Dạ..."

"Ối, vợ chồng ăn ở cả đời, làm gì có lúc cơm không lành canh không ngọt, cậu ấy giận bỏ đi vài ngày, lá rụng về cội thôi."

Liên cúi mặt và cơm, nhưng không dằn được, nước mắt trào ra, đặt chén cơm xuống, Liên bật khóc tức tưởi. Bà cụ hốt hoảng,

"Gì mà trầm trọng thế, nói bác nghe…"

"Bác ơi, con khổ quá."

Rồi như vòi nước được mở khóa, Liên thuật lại mọi chuyện tai nghe mắt thấy và cái kết chẳng đặng đừng. Bà cụ trầm ngâm một lát,

"Đàn ông mà, con không nghe người ta nói à, bồ bịch như phở, vợ như cơm, phở ngon đấy nhưng ăn mãi sẽ chán, cơm ai chán bao giờ?"

"Con không ngờ ảnh tệ rứa, bọn con biết và yêu nhau từ hồi còn trung học, đâu phải ngày một ngày hai."

Liên kể cho bà cụ nghe đã không xuất ngoại đoàn tụ với gia đình, đã xé sổ thông hành, đã chấp nhận ở lại, đã thề nguyền đói cùng chịu, no cùng hưởng, rứa mà…

"Thôi, cho cậu ấy về đi, con đang mang thai, mai mốt đẻ đái ai lo?"

"Con gốc Quảng, rạch ròi, chẳng ưng một dạ hai lòng, anh ấy đã phản bội con. Tha thứ? Không. Con sẽ sinh một mình, tự lo được."

Liên nói cứng song thâm tâm bất an. Mai mốt đêm hôm chuyển dạ, ai đưa đến nhà thương? Ai lo mọi việc khi đứa bé ra đời? Người ta có chồng, có cha mẹ anh chị em, Liên tứ cố vô thân, *người ta đi biển có đôi, còn tôi đi biển mồ côi một mình*. Một mình gọi *taxi* đến bệnh viện, một mình trên bàn đẻ, một mình lo cái ăn cái uống cho bản thân, cái bú mớm sữa sùng cho con, một mình tất tần tật. Nhưng rồi Liên tự an ủi, nào phải chỉ mình Liên, từ xưa đến nay trên trái đất này có biết bao sản phụ đơn thân, những đứa trẻ vẫn sinh ra, vẫn lớn lên, có sao đâu.

Tuy nghĩ vậy nhưng Liên không khỏi tủi thân, chỉ mới bốn năm đã thế, nếu trọn đời, trên dưới nửa thế kỷ, sẽ còn tồi tệ đến bao nhiêu! Liên hoàn toàn không ngờ, những tưởng với tình yêu và bao kỷ niệm vui buồn, sẽ như chất keo gắn kết không gì tách rời được. Càng nhớ Liên càng thấy lòng đau, tim buốt. Chưa bao giờ Liên nghĩ sẽ có ngày một trong hai sẽ thay lòng đổi dạ, thế mà sự cố đã xảy ra, đột ngột đến sững sờ. Liên đau, nỗi đau khôn nguôi. Làm sao nguôi được khi mà chất chồng bao ảnh tượng quá khứ cứ hiện về mỗi lần nghĩ đến, làm sao quên được những đêm dài mất ngủ, cô quạnh giữa chiếu chăn lạnh lẽo và nỗi nhớ cồn cào gan ruột, làm sao quên được những ngày, những tháng vào ra đơn chiếc, làm sao quên được những gói mì qua quít, nấu nướng làm gì khi đến bữa chỉ môt mình và chiếc ghế trống đối diện? Nước mắt lại trào ra. Bà cụ bảo,

"Nói vậy thôi chứ có bác đây con khỏi lo, thân này tuy già nhưng thừa sức gánh vác chuyện đẻ đái của con, rồi ra mai mốt bác có cháu để bế, còn gì vui bằng. Mà này, thế con đã biết trai hay gái chưa?"

"Dạ rồi, tháng trước siêu âm bác sĩ cho biết là gái."

"Gái cũng tốt, thời bây giờ không như xưa, nhất nam viết hữu thập nữ viết vô, lạc hậu rồi."

"Dạ, con cũng nghĩ thế."

Liên chăm chú nhìn một cánh bướm di chuyển từ đóa hoa này sang đóa kế trên giàn bầu. Màu vàng rực của hoa, màu đen tuyền của cánh bướm, màu xanh đậm của lá, màu trời mây trắng từng cụm làm nền, phải chi còn vợ còn chồng thể nào Liên cũng bảo Tưởng đem hình ảnh kia lên khung bố, hẳn đẹp. Bà cụ nhìn theo hướng nhìn của Liên, những trái bầu dài thòng xuống căng bóng,

"Chiều bác sẽ nấu canh bầu với tép bạc và một món mặn, con thích cá nục kho tiêu không?"

"Dạ thích."

"Vậy để lát nữa bác ra chợ mua các thứ."

Liên đứng dậy mở tủ lôi cái xách da lấy vài tờ bạc đưa cho bà cụ,

"Bác cho con góp."

Bà cụ xua tay,

"Cất đi, mai mốt đến lượt con."

Cũng may còn có bà cụ, nếu không, buồn đến chừng nào!

Liên đưa tay xoa gò bụng căng, bất giác nhớ môi Tưởng lăn cùng khắp. Leo cao, vươn lưỡi xoáy vào lỗ rốn, Liên nhột điếng, lưỡi xuống thấp. Tưởng ngước mặt,

"Chân vợ dài, chồng muốn gặm."

Liên cười khúc khích,

"Vợ một mét sáu tám, đứng ngang tai chồng, con gái Việt Nam như rứa là cao, chưn dĩ nhiên dài."

"Trường túc bất tri lao, thảo nào."

Liên ôm đầu Tưởng kéo lên hôn. Tưởng xòe rộng đôi bàn tay xoa bóp hai gò thịt mềm và quỳ gối xâm nhập vào vùng nhạy cảm. Liên quặp hai chân quanh hông Tưởng, cong người liếm mồ hôi rịn ướt khung ngực chồng vạm vỡ. Tưởng tiến thoái không ngừng, ban đầu chậm rồi nhanh dần. Liên ưỡn cao, ép sát hạ thể đón chồng ngập sâu,

"Mình..."

Lần ân ái thứ bao nhiêu Liên không thể nhớ. Mà cần gì phải nhớ, bởi lần nào cũng như lần đầu.

Tiếng bà cụ lôi Liên về thực tại,

"Con biết ăn đọt lang kẹp tôm chua thịt heo ba rọi không?"

"Ồ, toàn những món con mê."

"Vậy ngày mai mình thực hiện."

"Dạ, ngày mai bà với con đi chợ."

Ông ngoại tới cạnh giếng ngồi dưới bóng râm rặng tre, móc túi áo bà ba lấy gói thuốc rê vấn một điếu sâu kèn, bật quẹt, đốt, nhả khói. Tưởng và Liên sà xuống bên cạnh. Ngoại nói,

"Chút nữa biểu bả ngắt mớ đọt lang, luột, kẹp tép chua, thịt ba chỉ, món nhà quê mà bắt cơm phải biết. Tưởng ăn chưa?"

Liên nhanh miệng,

"Chắc chưa."

Rồi quay sang Tưởng,

"Bảo đảm anh ăn quên thôi."

Chiều. Gió hiu hiu, một bầy chim lượn trên giàn mướp. Ngoại nói,

"Bọn nó tìm sâu."

Tưởng nói,

"Tạo hóa hay thực, một cách cân bằng sinh thái."

"Mi nói chi tao không hiểu."

"Dạ, con nói ông trời sinh ra muôn loài, động và thực vật, không loài nào không hữu dụng, chúng nuôi nấng nhau, nếu chim không ăn thịt sâu bọ, bọn này sẽ sinh sôi tràn lan. Ngược lại chim sẽ tha hạt giống rải khắp nơi, cây sẽ mọc, nở hoa, ong bướm sẽ hút mật, thụ phấn, hoa sẽ ra quả, vòng tuần hoàn bất tận. Thế đấy, luật cân bằng của tạo hóa."

"Rắc rối quá, tao vẫn chưa hiểu."

Liên cười,

"Ngoại hiểu làm chi thêm mệt óc, để con vô nói bà ngoại ra ngắt đọt lang, anh Tưởng chở em xuống chợ mua mắm tép, thịt ba chỉ."

Bữa cơm ngoài chái hiên lộng gió. Liên nhìn

khuôn mặt Tưởng rắn rỏi, đôi mắt đăm đắm dưới hai hàng chân mày rậm, sống mũi cao, miệng quai xách, cằm vuông, điển hình một trượng phu, Liên yêu vô cùng con người có khuôn mặt đó, nghĩ sẽ cùng Tưởng ăn đời ở kiếp, nếu có tái sinh, mong được tiếp tục.

Thế mà!

Bà cụ đứng dậy,

"Tôi lên sửa soạn ra chợ đây."

Bà cụ khuất sau cửa, dáng nhỏ, tóc bạc trắng. Liên nhớ bà ngoại. Ngày chưa xảy ra sự cố, Liên từng nói với Tưởng,

"Sinh xong, thằng bé lớn, bỏ sữa, bọn mình cùng về quê thăm mộ hai ngoại, chẳng biết bây chừ vườn tược ra răng."

Vườn tược bây giờ ra sao? Có lẽ mãi mãi không còn cơ hội trở về. Ngôi từ đường một phía đổ sập vá tạm bợ bằng những tấm tôn cũ, dãy bài vị, chân dung ông cố bà sơ, thêm hai ngoại vừa khuất, lư hương ngập chân nhang, mùi khói thơm tràn ngập bầu khí yên bình. Mái tranh bên cạnh, nền đất mát lạnh, cửa sổ nhìn ra ruộng lúa vàng óng mùa gặt, gian bếp ám khói. Hai vợ chồng già mỏi mắt trông chờ đứa cháu gái cùng hôn phu của nó. Liên lại rơm rớm nước mắt.

Nửa đêm không khí dịu hẳn, nhìn qua cửa sổ trời

tối đen, gió nhẹ luồn vào xua tan cái nóng đầu hôm. Tiếng côn trùng râm rang, ngoài lộ thỉnh thoảng một chiếc gắn máy vụt qua, tiếng động cơ khuất chìm như vọng về từ cõi rất xa. Liên không ngủ được, từ lúc trời sụp tối đã cảm thấy trong người khang khác, bụng nặng và thai nhi quẫy đạp liên tục. Nhìn màn hình điện thoại, gần một giờ sáng. Chợt Liên thấy bụng quặn đau từng cơn, ban đầu thưa và nhẹ, dần dần nhiều hơn và nặng. Liên gọi bà cụ, bà xuống ngay. Nhìn nước ối thấm ướt tấm ga trải giường, bà cụ nói,

"Phải vào bệnh viện ngay."

Và vội thu vén ít quần áo rồi gọi *taxi*. Ngồi dựa ngửa vào thành ghế, Liên ôm bụng luôn miệng than đau, bà cụ không ngớt vỗ về,

"Ráng tí nữa, sắp đến rồi."

Chiếc *taxi* đậu ngay trước cửa dẫn vào phòng chờ, bà cụ vội xuống xe đi như chạy vào trong

Liên được đưa ngay vào phòng sinh, Nửa giờ sau, đứa bé cất tiếng khóc chào đời, khá dễ dàng.

Bà cụ đi cạnh xe băng ca, nói với cô y tá,

"Con so sinh dễ thế này khá hiếm đấy. Chắc ông bà phù hộ."

Cô y tá hỏi bà cụ,

"Con bác?"

"Vâng, con tôi."

Liên và con được đưa xuống phòng hồi sức. Nhìn

bé gái còn đỏ hỏn được quấn trong khăn lông, mắt nhắm, trán đầy lông tơ, môi chúm chím, bất giác trong Liên dâng lên một tình cảm kỳ lạ, khác với thứ tình cảm gái trai, vợ chồng Liên đã trải. Khác thế nào? Liên không giải thích được, chỉ thấy nó thiết thân, như tứ chi, như máu chảy trong huyết quản, như nhịp đập trái tim. Tình mẫu tử, có lẽ thế.

Bà cụ ở với Liên đến năm giờ sáng, Liên giục,

"Mẹ về nghỉ ngơi đi, cả đêm thức trắng."

"Già ít ngủ, thức một đêm nhằm nhò gì."

Ngày thứ hai, sáng sớm bà cụ vào, mang theo một gà-men,

"Giò heo hầm đu đủ, ăn món này có nhiều sữa con bú."

"Y tá nói đang làm thủ tục xuất viện, mẹ đem đồ ăn vô làm chi."

Không nhớ từ bao giờ Liên gọi bà cụ bằng mẹ. Thuở thân sinh xuất dương Liên mới tròn hai tuổi chưa biết gì, đến lúc lớn khôn Liên vẫn nghĩ tiếng mẹ chỉ dành riêng những người cùng huyết thống, giống thứ tình cảm Liên và bé gái đang ngủ say trong lớp khăn bông bên cạnh. Cũng có nghĩa khi Liên gọi bà cụ bằng mẹ là vô hình chung đã hàm chứa một thứ tình cảm không khác gì ruột thịt.

"Thì mang về, mất mát đi đâu."

Bà cụ nói đồng thời cúi xuống bế em bé, hôn chùn

chụt lên trán,

"Cháu của bà, bú khỏe, chóng lớn, đẹp như mẹ."

Liên chua xót,

"Đẹp! Nếu đúng như mẹ nói thì con đâu bị cắm sừng."

"Úi dào, cô này vớ vẩn, bị cắm sừng hay không liên quan gì đến xấu đẹp? Với lại, xét cho cùng đàn ông nào chẳng thế, tại con cố chấp làm lớn chuyện, mẹ bảo rồi, cho nó về đi."

"Con đã nói không là không."

Nhìn mặt Liên bà cụ nghĩ nói thêm chỉ tổ chọc giận con bé, tốt nhất đừng nhắc đến nữa, thời gian sẽ giúp mọi sự nhạt phai, lúc ấy đâu lại vào đó, kinh nghiệm của một người đã trải qua không ít biến cố cuộc đời cho bà cụ biết thế, nên bà không đôi co với Liên nữa mà tiếp tục nựng nịu "cục cưng".

Đã tròn nửa năm kể từ ngày sinh. Liên hết hạn nghỉ dưỡng, vừa đi làm lại.

Việc nhà bà cụ dành làm tất tật: bếp núc, dọn dẹp, giặt giũ, chợ búa, và nhất là chăm sóc em bé, từ cái bú, cái ăn, cái ngủ đến tắm rửa, thay tã. Bà cụ xem Liên và cháu không khác ruột thịt, nhất là em bé, ngơi tay là bà sà xuống hôn hít, nựng nịu, quấn quít như hình với bóng, không rời.

Trông bà cụ suốt ngày không ngừng tất bật, Liên

ngại,

"Mẹ à, con muốn thuê người giúp việc."

Bà cụ gắt,

"Bày vẻ, lắm tiền nhỉ, con đi làm, việc nhà để mẹ lo, chăm con cháu là niềm vui của mẹ."

"Nhưng con..."

Bà cụ vội ngắt lời,

"Nhờ vậy mẹ khỏe ra, con không thấy sao?"

Công việc ở sở khá bề bộn, nhiều hôm tan tầm về đến nhà Liên ngất ngư, song mỏi mệt tan ngay khi nhìn con ngủ say trong vòng ôm của bà, Liên cảm động rơi nước mắt, nghĩ, nếu không có mẹ, Liên một thân một mình, biết xoay sở thế nào? Càng nghĩ càng giận Tưởng, nếu anh ta không một dạ hai lòng thì mái ấm này, vợ chồng và bé gái kháu khỉnh, kết quả của tình nghĩa bao năm, sẽ hạnh phúc biết bao nhiêu. Khi quyết định theo Tưởng Liên hoàn toàn không nghĩ sẽ có ngày hôm nay, cứ ngỡ với tình yêu, sẽ mãi mãi bên nhau đến ngày ra nghĩa trang. Thế mà cuộc đời lắm chuyện không thể nào nào biết trước được, bất ngờ đến khó tin.

Từ phòng tắm bước ra, Liên mở chiếc khăn lông vắt trên thành ghế, khỏa thân, đến ngồi trước bàn trang điểm, nhìn mình phản chiếu trong gương Liên nhẹ thở dài.

Mới ngày nào, cũng chỗ ngồi này, cũng khuôn mặt này, mái tóc còn ướt, hai má phinh phính, đôi mắt đăm đắm dưới hàng chân mày rậm. Cũng thân thể này, Liên tươi mát như trái chín. Tưởng mơn trớn, hôn miệt mài hai trái vú rồi di chuyển môi xuống thấp. Liên rùng mình,

"Mình…"

Nhìn hai môi mở hé rung rung, Tưởng biết vợ đang hưng phấn cao và muốn gì. Trước khi thỏa mãn ý muốn của Liên, Tưởng ngước lên,

"Thơm quá"

"Em mới tắm mà."

"Không phải thơm mùi xà phòng"

'Rứa mùi chi?"

"Mùi vợ."

"Mui nớ ra răng?"

Không diễn tả được. *Chim quyên ăn trái nhãn lồng, lia thia quen chậu vợ chồng quen hơi*, tưởng tượng một ngày nào không được gần vợ anh khó sống nổi."

Bất giác Liên bật cười cay đắng, làm sao ngày ấy mình có thể nhận ra lời ngọt ngào du dương trên chỉ đầu môi chót lưỡi? Mới bảy năm, ở một căn phòng nào đó, trên mặt nệm rộng, giữa hai đùi mở rộng, dưới gò mu cao rậm lông, Tưởng đang vục mặt vào vùng nhạy cảm của người đàn bà khác, không phải Liên, và vẫn những lời đắm đuối Liên đã nghe không biết bao nhiêu lần, "Thơm quá."

Đàn ông đều thế cả sao, hay chỉ mình Tưởng?

Liên không biết, nghĩ, từ bây giờ đến mãi mãi về sau, như con chim sợ cành cong, có lẽ Liên không còn yêu ai khác nổi.

Tiếng mẹ,

"Tắm xong chưa, ra trông em, mẹ đi chợ."

Liên vừa khoác chiếc áo ngủ vừa trả lời,

"Con ra ngay."

Liên ngồi bên vành nôi, bé gái dương hai mắt tròn ủng, trong veo nhìn Liên, hai tay ôm bình sữa, miệng không rời đầu ty. Liên nói,

"Nhà còn đồ ăn, mẹ đi chợ làm gì?"

"Mẹ mua ít thịt nạc kho tiêu cho con và vài hộp dinh dưỡng cho cháu, bắt đầu hôm nay bé tập ăn là vừa."

Mẹ đi rồi, Liên cúi hôn con rồi ngẩn ngơ nhìn không chớp giàn bầu, nắng mai trong vắt phủ kín những đài lá xanh, nắng rơi lốm đốm trên sàn *ciment* đã bạc màu, tia nhìn di chuyển lên cao, nắng rực trên ngọn cây đong đưa chậm. Liên nhớ mỗi buổi sáng trước giờ đi làm, Tưởng thường đứng ngoài hành lang, ly cà phê trong tay, nhìn mông không chủ đích, ánh sáng đầu ngày nổi rõ những chân râu nhu nhú xanh, sóng mũi thẳng, miệng quai xách. Khuôn mặt thân quen. Đẹp. Vẻ đẹp đầy nam tính, Liên bước ra ôm Tưởng từ phía sau,

"Mình ơi, em yêu mình."

Tưởng xoay lại nâng mặt Liên lên, cúi hôn lâu, mùi cà phê, mùi kem chà răng cộng với mùi nước bọt thân quen khiến Liên ngây ngất. Thế mà, khốn nạn thực. *Dò sông dò biển dễ dò, nào ai lấy thước mà đo lòng người*. Liên lắc đầu nói một mình, thành lời,

"Không nghĩ đến nữa."

Hôm nay cuối tuần, lát mẹ về rủ đi siêu thị mua thêm ít quần áo cho con, nó lớn nhanh quá, quần áo cũ cái nào cũng chật.

Cô bé đã ngủ, Liên kéo tấm chăn đắp kín người, chỉ chừa đầu.

Tiếng điện thoại reo, Liên nhấc máy. Đầu bên kia,

"A lô, có phải nhà bà Liên?"

"Dạ, tôi đây."

"Bà là người thân của ông Tưởng?"

Liên ngập ngừng,

"Dạ…"

"Ông Tưởng bị đâm trọng thương, đang trong phòng cấp cứu."

Cuộc điện đàm ngắn. Người gọi, có lẽ y tá, bảo Liên vào ngay kẻo không kịp.

Liên hoảng loạn. Vừa lúc mẹ về, Liên thuật lại sự cố, Mẹ nói lớn,

"Còn chần chờ gì nữa, đi liền."

19

Tưởng trả lại căn hộ dành cho người có gia đình, chuyển qua khu độc thân, để đỡ cô quạnh Tưởng ở chung với hai người nữa, là công nhân của một hãng thầu xây cất. Một trẻ, trên dưới hai mươi tư, một lớn hơn, chừng ba mươi, đều là dân nhậu có số má. Không sót chiều nào, tan tầm trở về, cơm nước xong thế nào cũng bày cuộc nhậu. Giữa và cuối tháng lĩnh lương, tiền bạc rủng rỉnh thì linh đình gà hấp muối, heo quay, cá lưỡi trâu chiên xù, gỏi xoài thịt bò, lẩu hải sản…, bình thường thì lít rượu đế, con khô mực, đĩa tôm khô củ kiệu… Linh đình hay qua quít cũng rôm rả lời qua tiếng lại náo động cả khu độc thân.

Dĩ nhiên Tưởng nhanh chóng trở thành hội viên, và cũng nhanh chóng được xem như kiện tướng. Tưởng uống nhiều, một phần nhờ tửu lượng khá, một phần, có lẽ chủ yếu, men rượu và không khí vui nhộn giúp Tưởng tạm thời nguôi quên tâm sự riêng.

Nếu không có những cuộc nhậu, đi làm về, ghé đâu đó ăn vội vã đĩa cơm bình dân, lên xe chạy loanh quanh, vào quán cà phê quen, gọi ly đen đá, ngồi nhìn ra đường tấp nập xe cộ, nhìn bộ hành ngược xuôi, nhìn bầu trời xám đục, nhìn những chung cư vươn cao phía sau dãy phố bên kia đường, nhìn, không chủ đích, không chú tâm, lòng buồn nhão, tràn ngập hồi ức.

Đêm nào cũng thế, sau trận rượu Tưởng lăn quay ra nền *ciment*, gần sáng tỉnh rượu mò vào nhà vệ sinh tập thể tắm rửa, về phòng thả người xuống giường, nằm mở mắt nhìn trần nhà chờ rạng đông. Trời đất còn nhá nhem, ra xe đến quán cà phê ngoài khu chung cư, uống ly xây chừng, tán gẫu linh tinh ba điều bốn chuyện với đám sinh viên trẻ và thợ thuyền lao động, chờ đến giờ vào sở làm.

Một ngày như mọi ngày.

Nhiều hôm từ quán cơm ra, thay vì về chung cư cùng đám công nhân bày cuộc chè chén, Tưởng chạy vô định mọi con đường trong thành phố. Có khi ra ngoại ô, ngồi trên bờ ruộng nhìn mông bốn bề, nhìn đồng không mông quạnh, nhìn ánh đèn rực sáng bên kia dòng sông im sóng. Chán, lên xe mò về căn nhà bà cụ, vào quán giải khát bên kia đường, gọi chai bia, dõi mắt trông sang căn nhà nhỏ vườn sau hy vọng nhìn thấy người vợ thân yêu, thèm cồn cào gan ruột được băng qua đường, rảo nhanh trên con hẻm nhỏ tráng *ciment*, mở cửa bước vào nhà, dang tay ôm gọn tấm thân tròn trịa sưng cao gò bụng, nhớ quá vợ yêu.

Hôm nay cuối tuần lại vừa lĩnh lương, cuộc nhậu có vẻ linh đình, ngoài những món đưa cay chủ lực, vịt nướng chao, lẩu cầy tơ, gỏi sứa tôm thịt, thêm dĩa tôm khô củ kiệu, dĩa trái cây, là can rượu nếp bốn lít tên công nhân trẻ không quản đường xa lên tận Bà Điểm mua về. Quây quần dưới nền nhà là sáu hảo tửu mình trần quần cụt, chuyền tay ly rượu hết vơi lại đầy, liên tục, không kịp đặt ly xuống nền nhà kể từ đầu cuộc nhậu. Tiếng đũa chén lanh canh, tiếng khà, tiếng chửi thề ngọt lịm, tiếng cười sảng khoái.

Gã đốc công cầu đường tóc rễ tre, da đen nhẻm, má hóp răng vẩu ("xấu dê kêu", theo nhận xét của tên công nhân xây cất trẻ), ngửa cổ nốc cạn ly, nghiêng can rượu rót đầy, chuyển sang người ngồi kế rồi cầm đũa gắp miếng thịt vịt, vừa nhai nhồm nhàm vừa lớn giọng,

"Bọn mày biết con ghệ bưng bê ở quán nhậu đầu ngã tư không?"

"Biết." Tên mặt xanh, hai mắt đỏ ngầu láo liên, trên bắp tay một bên xâm hình đầu rắn thè lưỡi một bên xâm hình đàn bà khỏa thân, lên tiếng.

Gã đốc công cười hộc, phơi trọn nứu răng thâm sì,

"Hahaha… con ghệ miệng rộng, môi dày, hai mông nây nẩy, mẹ, bảo đảm cái nập nà nung núc lớn không thua đít chảo mấy chú ba tàu bán bột chiên dọc đường Nguyễn Tiểu La bên hông sân bóng đá."

"Ông chỉ giỏi đoán mò."

"Mày không nghe người ta ngôn mồm nào ngao đó à?"

"Chưa chắc."

“Tao kinh nghiệm đầy mình, không tin nhào dô khắc biết.”

“Đụ mẹ trông con ghệ chảnh chọe, mặt mày vênh váo, coi bộ khó ăn.”

Tên mặt xanh dừng nói, nốc cạn ly vừa nhận từ tên kế bên, khà môt tiếng rồi vọt miệng chửi đổng,

“Mẹ bà nó, phải chi tui có xế hộp.”

Gã đốc công lại cười hô hố,

“Hahaha…, đi xế hộp thèm vào loại bưng bê ấy à? Thiếu giống gì các em chân dài, vú vê mông đùi ngồn ngộn thơm phức, sẵn sàng dâng tận miệng.”

“Úi dào, bọn chân dài đụ mẹ tui hổng ham.”

“Dóc tổ, tại sao nói nghe coi?”

“Bọn nó đa phần đều toang hoác, xe hủ lô ra dô thoải mái, chỉ được cái mặt hoa da phấn thơm tho, nhưng cầm chắc cỡi ngựa chán chết, như múa gậy vườn hoang. Đụ mẹ mấy em ma ri sến hoặc bưng bê không chừng ngon cơm hơn, xấu gỗ hơn tốt nước sơn.”

Can rượu lưng quá nửa, tên nào cũng ngất ngưởng, tranh nhau nói, chửi thề, cười lớn dô dô tở mở, vang động suốt dãy khu độc thân.

Một cậu trai có lẽ vừa bước vào tuổi thành niên, đeo kính cận hai tròng dầy cộm tựa hai đít chai, xuất hiện ngoài cửa, mặt khó đăm đăm, giọng sẵng,

“Các anh nhỏ tiếng một tí cho bọn em học.”

Tên mặt xanh nhướng đôi mắt đỏ ngầu nhìn cậu

trai, lớn tiếng,

"Mặc mẹ chúng mày, đụ mẹ muốn yên thì đóng cửa lại."

Cậu trai quay lui, vừa đi vừa lầm bầm, có lẽ cũng văng tục tức tối.

Gã đốc công ra vẻ biết điều,

"Thằng bé nói phải, tao yêu cầu bọn mày vặn nhỏ vô-lim, mình ít học phải làm cu li, bọn nhỏ tội tình chi, để bọn nó dùi mài kinh sử mai mốt le lói với đời."

Một tên đồng tình,

"Anh nói đúng, mình ồn quá, lại nói năng thô lỗ, tụi nhỏ khinh cho."

Tên mặt xanh văng tục,

"Đụ mẹ, bày đặt, mày muốn giống bọn trí thức chắc. Thằng nào ban ngày cũng nói năng chững chạc ra vẻ chữ nghĩa cao sang, đụ mẹ ban đêm vục mặt vào hang rêu chạp tận tình chẳng khác lợn sề sục mõm ủi máng cám."

Một tên phản biện,

"Mày nói ngu như bò, bộ bọn trí thức không phải người à? Từ thằng cu li đến cha tổng bí thư đều như nhau, tối lửa tắt đèn tên nào cũng vục mặt vào động huê dàng chạp tận tình, chỉ khác bọn thượng lưu giường rộng nệm êm, đèn mờ, nhạc nhiếc bổng trầm, máy lạnh mát rượi, tụi cùng đinh nền xi măng ê mông trầy gối, mái tôn thấp tè hâm hấp như lò nướng, mồ hôi mồ kê nhễ nhại. Được cái ông trời công bình lắm, tất cả đều đã điếu tận mây xanh khi xạ kích."

Thấy Tưởng chỉ uống, không góp lời, một tên khích tướng,

"Ê, công tử bột, câm à? Chắc nhớ con dợ tiết hạnh khả phong chứ gì?"

Tên mặt xanh cười lớn,

"Hahaha… Quên đi, đụ mẹ thiếu gì giống cái phơi hĩm ngóng chồng, mày có công ăn việc làm bảnh chọe, lại mặt mày sáng sủa, đụ mẹ khối con chịu theo dề dinh nâng cu sửa dái."

Tưởng bỗng nổi khùng,

"Câm mẹ cái mõm thối của mày lại, biết chó gì sủa bậy."

"Á, thằng này láo, đụ mẹ tao nói không phải à?"

"Không chửi thề nghe mày."

"Đụ mẹ, mày ngon."

"Tao đã bảo không chửi thề, mầy còn chửi nữa tao đấm phù mỏ."

Tên mặt xanh bật dậy,

"Đụ mẹ, cho mày nói lại."

"Lại chửi thề, đồ vô lại."

Cúi vớ con dao gọt trái cây, nhảy qua đám đồ mồi, tên mặt xanh vừa quát "đụ mẹ cho mày biết thế nào là vô lại" vừa thẳng tay lụi con dao vào bụng Tưởng, không ai kịp can thiệp. Tưởng ôm bụng ngã vật ra sau, máu tuông đẫm áo.

Gã đốc công la lớn,

"Bỏ mẹ, không xong rồi."

Mọi người hoảng loạn, chỉ gã đốc công bình tĩnh bốc điện thoại gọi số cấp cứu, mươi phút sau xe cứu thương hụ còi dừng trước cửa. Khu chung cư náo động, người tụ đông ngoài sân cỏ bàn tán xôn xao. Tưởng tái xanh quằn quại, máu vẫn tiếp tục trào, đọng vũng trên nền *ciment*. Y tá vội chích thuốc cầm máu và băng tạm vết đâm rồi cùng một người nữa khiêng ra xe.

20

Căn phòng yên tĩnh và lạnh lẽo, ánh sáng từ trần chan hòa khắp phòng.

Trên chiếc giường sắt Tưởng nằm bất động, mắt nhắm, mặt tái xanh, hơi thở gần như đã ngưng.

Thỉnh thoảng hai môi nhích động, phảng phất một nụ cười. Có lẽ tâm trí Tưởng đang lạc vào cõi khác.

Trải rộng trước tầm mắt hai người là cánh đồng bạt ngàn sắp đến mùa gặt vàng rực màu lúa chín. Dải mây nhỏ giăng ngang bầu trời cao, xanh trong, đàn cò từ xa như như những chấm trắng lớn dần, bay ngang cánh đồng, cánh đập chậm, tiếng kêu vang vọng xé tan không gian tĩnh lặng. Gió nhẹ. Nắng thoi thóp trên ngọn hàng so đũa dọc con đường đất dẫn về làng khuất sau rặng tre. Chiều.

Lần thứ hai vợ chồng Tưởng về viếng mồ hai ngoại nhân tiện ghé thăm dì. Nhà dì Bốn cách nhà hai ngoại khoảng hơn cây số, ở giữa làng, bao bọc bởi hàng rào dâm bụt cao quá đầu. Ngôi nhà đã một thời bỏ hoang. Đó là những năm chiến tranh, như hầu hết dân làng, trong đó có dì, thất tán khắp nơi. Nhiều năm tha phương cầu thực, làm đủ nghề, ở đợ, buôn gánh bán bưng, cho đến lúc chiến tranh kết thúc, dì trở về, mái tranh xưa tuy mục nát song vẫn còn, dì sửa sang lại và sống một mình, đạm bạc như hai ngoại, nhờ thu nhập khiêm tốn từ mảnh vườn trồng hoa màu cây trái. Miếng ruộng của gia đình dì không đủ sức cấy cày đành phải nhượng lại cho người khác. Đời dì là một thảm kịch kéo dài từ năm chưa qua tuổi hai mươi cho đến, có lẽ, trọn đời. Lấy chồng năm mười sáu, một năm sau khi đứa bé trong bụng vừa tượng hình thì chồng dì đến tuổi phải vào lính và đã chết ngay khi về đơn vị chưa tròn ba tháng trong một đêm đồn bị pháo kích. Dì một mình vượt cạn. Đứa bé ra đời trong hoàn cảnh khốn khó, cha chết, mẹ cấy thuê, thường xuyên thiếu ăn. Vậy mà, như cây hoang, bất chấp môi trường khắc nghiệt, đứa bé vẫn lớn lên, vẫn khỏe mạnh, trở thành thanh niên cường tráng, khôi ngô. Năm mười bảy, Đực, tên cậu con trai, cặp bồ với cô gái nhỏ hơn Đực một tuổi, nhan sắc mặn mòi, là đích nhắm của trai tráng khắp vùng, trong số này có một tay địa phương quân, gã này cho rằng Đực đã chơi trội, phỏng tay trên miếng mồi thơm, nên một bữa trong quán giải khát đầu làng gã gây sự và cho Đực một trận no đòn. Phẫn uất, Đực đăng lính Biệt động với ý định khi ra trường sẽ về quê tìm "tên chó đẻ". Mối thù được trả thỏa đáng, gã địa phương quân lãnh trận đòn thù thừa chết thiếu sống, gãy một chân phải nằm viện ba tháng.

Nhưng cũng như cha, trong cuộc hành quân vùng bán sơn địa cách nhà hai trăm cây số, Đực bị thương nặng và trút hơi thở cuối cùng trong bệnh viện sau hai ngày chống chọi tuyệt vọng với tử thần. Người chồng trẻ, đứa con độc nhất, niềm an ủi, nguồn động viên giúp dì vượt qua bao nhiêu khốn khó đã lần lượt ra đi. Từ ngày đó dì sống vật vờ như bóng ma trong ngôi nhà nhỏ chồng đã cất ngày mới lấy nhau. Tuy chỉ non năm mươi nhưng kham khổ đã biến người đàn bà trung niên thành một bà già gầy trơ xương, hom hem, bạc nhược.

Dân ở đây chủ yếu sống bằng nghề trồng lúa và đánh bắt thủy sản khi nông nhàn trên con sông có ngọn đồi thấp, nơi đã xảy ra sự cố khó quên giữa vợ chồng Tưởng. Nhờ hai nguồn thu nhập nên kinh tế cư dân tương đối khá sung túc, nhất là sau chiến tranh, không còn bom rơi đạn lạc, không còn tai ương luôn chực chờ. Các mái tranh, vách phên xưa dần dà được thay bằng mái tôn hoặc khá giả hơn, mái ngói, tường xây. Dì là bà con gần của Liên, người thứ ba sau ông bà goại, còn bám trụ từ lúc giòng họ sa sút, mọi người thất tán khắp nơi.

Sau buổi cơm chiều, Tưởng và Liên dạo chơi ven sông.

Mùa đông vừa qua, nắng đầu hạ hanh vàng, nước sông trong veo nhìn thấy đáy. Tưởng nói,

"Mình tắm nhé."

"Em không biết bơi."

"Nước cạn mà.

Cả hai cởi quần áo treo trên nhánh cây thấp ven bờ, lội dọc bờ đất cao. Nước mát lạnh, sóng nhẹ, Tưởng và Liên như hai đứa trẻ đang tuổi vị thành niên, chơi trò tát nước, tiếng cười của cặp vợ chồng son vang động khúc sông lấp lánh ánh bạc. Mải đùa Liên lùi dần ra giữa dòng, chợt chới với vì lòng sông sâu bất chợt, Liên vẫy vùng hoảng loạn, Tưởng vột bơi nhanh lại, miệng gào lớn,

"Bình tĩnh, anh tới ngay."

Liên đã đến hơn ba mươi phút trước ngồi trên ghế sát tường cạnh cửa sổ, hết nhìn Tưởng lại nhìn dãy nhà bên kia sân cỏ phủ rợp bóng râm những cổ thụ trồng rải rác, tâm trí rối bời, nửa thương nửa giận người đàn ông một dạ hai lòng, Liên tự hỏi bao nhiêu lần phải xử trí thế nào nếu Tưởng vượt qua nguy kịch. Tha thứ chăng? Làm sao tha thứ được khi mà tình yêu Liên đã dành cho Tường không gì lớn hơn? Làm sao tha thứ được khi mồn một trong trí khuôn mặt, ánh mắt đầy trắc ẩn của thiếu phụ lao công nơi Tưởng làm việc nhìn Liên tái xanh run rẩy khi nghe bà ta tiết lộ công ty không bao giờ làm ngoài thời gian qui định? Làm sao tha thứ được khi tận mắt Liên nhìn thấy cô gái ôm eo ếch Tưởng vẻ âu yếm từ nhà giữ xe xuống đường? Làm sao tha thứ được khi nhớ đến căn nhà nhỏ vùng ngoại ô lúc nhìn thấy hai người biến vào, Liên đứng chết lặng hàng giờ bên này đường đầu óc quay cuồng đau đớn? Làm sao tha thứ được khi một mình Liên trên bàn đẻ, không chồng, không họ hàng thân thích như bao gia đình khác? Làm sao tha thứ được khi hàng đêm nhìn con say ngủ và khoảng giường lạnh trống, ngoài đêm gió rít từng cơn vật vã, trong lòng buốt giá, hơi lạnh của khí hậu thấm vào cơ thể Liên cô quạnh? Làm sao? Làm sao? Làm sao?... Hàng trăm câu hỏi quẩn đọng trong đầu khiến ngực Liên nghẹt thở, tim Liên như bị bóp nghẹt, ruột gan Liên quặn thắt. Mãi đến khi cô y tá vào phòng, đến giường Tưởng thay bịch nước biển mới và đo áp xuất huyết. Liên vội đứng dậy tự giới thiệu là vợ của người bệnh và hỏi cô y tá tình trạng của chồng. Cô ta nói,

"Vết thương không trúng chỗ nhược nhưng vì mất máu quá nhiều, may xe cấp cứu đến kịp, chúng tôi khâu và tiếp máu ngay nên anh ấy đã qua cơn nguy kịch."

Chợt tiếng Tưởng gào kêu hoảng loạn,

"Liên… Liên… đừng sợ… anh đến ngay."

Cô y tá và Liên quay nhìn về hướng bệnh nhân. Tưởng mặt khẩn trương, hai tay đập xuống mặt nệm, miệng không ngưng gào lớn tên Liên. Cô y tá nói,

"Ông ấy đang gọi bà."

Liên ngồi xuống mép giường, lay vai Tưởng,

"Em đây."

Liên lặp lại câu nói đến lần thứ ba mới lôi được Tưởng ra khỏi giấc mơ, Tưởng choàng thức, mở mắt, và nghĩ mình đang chưa ra khỏi kỷ niệm xưa, nhưng kỳ lạ, không phải dòng sông quê ngoại, mà mép giường bệnh, Liên ngồi, khuôn mặt trưởng thành hơn, thân thể đẫy đà hơn.

"Em đấy ư?" Tưởng hỏi, giọng hoang mang.

"Dạ, em đây."

"Không phải anh đang mơ chứ?"

Liên mỉm cười cầm tay Tưởng,

"Đây là nhà thương, anh không mơ."

Tưởng nhớ lại sự cố đã qua, bàng hoàng nhận ra sự thực, bất giác hai dòng nước mắt tuôn trào, Tưởng siết chặt bàn tay Liên, nghẹn ngào,

"Ồ, không phải mơ thực, anh sung sướng quá."

Và không dừng được, Tưởng òa khóc thành tiếng, luôn miệng xin tha thứ, hứa sẽ không bao giờ nữa tái phạm lỗi lầm cũ. Tưởng nâng bàn tay Liên lên môi hôn tới tấp,

"Anh yêu em, mãi mãi yêu em, mấy tháng qua anh sống như đã chết, hàng đêm cùng đám công nhân say sưa bất cần thân thể, dẫn đến hậu quá như thế này. Từ nay anh bỏ hết, làm lại từ đầu, anh thề."

Liên vuốt má Tưởng,

"Khỏi thề, em tin."

Vấn đề suốt thời gian ngồi bên cửa sổ Liên không ngừng tự hỏi, bỗng được giải quyết dễ dàng, khiến Liên không khỏi ngạc nhiên. Thực ra từ lúc lên xe đến bệnh viện, trong thẳm sâu tâm hồn, ý hướng tha thứ đã manh nha, tình cảm nói thế nhưng tự ái xui Liên chối từ thỏa hiệp. Tiếng gào của Tưởng trong mơ đã mở tung cánh cửa e ngại, bao tháng qua núp sau vẻ cao ngạo.

21

Cô y tá nói với Tưởng,

"Papa will be coming home today."

"What time?"

"Doing paperwork, may be 2pm."

"Contacted my wife to come pick up me?"

"Then, papa."

Cô y tá vừa làm việc vừa chuyện trò với Tưởng, vui vẻ, cởi mở. Nhỏ con, bơi trong bộ quần áo bảo hộ, cộng thêm chiếc mặt nạ che kín từ sống mũi trở xuống và tấm nhựa trong che mặt, cô y tá trông ngộ nghĩnh. Duy đôi mắt to và trong cho Tưởng suy đoán cô bé có lẽ nhan sắc trên trung bình. Tưởng mỉm cười, suy đoán chủ quan, thực tế không thiếu những cô gái nhan sắc rất khiêm nhường, ngoại trừ đôi mắt.

Thay bịch nước biển, đo áp xuất huyết, ghi những chi tiết liên quan đến bệnh tình trên màn hình... Vẫn những công việc mỗi ngày ba bốn lần, quá quen. Cô y tá thao tác thuần thục, nhanh nhẹn.

Trước khi ra khỏi phòng, cô ta hỏi,

"Papa, needs my help?"

"No, thanks."

"Good luck papa."

"Yes, thanks."

Tưởng nghĩ chả có gì để thu vén ngoài ống kem và bàn chải răng, thêm bộ quần áo bẩn.

Sáu giờ chiều y tá đẩy xe lăn ra lobby, Liên đang ngồi chờ.

"Sao lâu thế, em đến đã hơn hai tiếng." Liên nói.

"Có lẽ trục trặc giấy tờ."

Cô y tá trẻ phụ Liên đưa Tưởng ra xe, không quên dặn dò Liên nhớ nhắc Tưởng uống thuốc đúng giờ và cũng cho biết covid chưa sạch hẳn, song không đủ sức lây lan, tuy vậy vẫn phải cẩn thận, vướng bệnh lần nữa phiền lắm.

Chiếc xe rời parking *ra khỏi cổng bệnh viện. Đêm xuống, khu công viên một dặm vuông phía tay trái vắng lặng, những trụ đèn tỏa ánh sáng vàng đục dọc lối đi tráng* ciment *bao quanh, nơi mỗi buổi sáng và chiều tối cư dân thành phố thường đến chạy hoặc đi bộ tập thể dục.*

Tưởng cười rạng rỡ khi xe vào đến cổng chung cư. Vẫn khung cảnh quen thuộc, những con đường dọc ngang vắng lặng. Vẫn hồ bơi công cộng im sóng dưới ánh sáng lạnh của những bóng đèn cao thế vây quanh. Vẫn cây sứ cùi đầy bông trắng trước hiên nhà. Vẫn bốn bậc cấp dẫn lên hành lang có mái che bày đầy cây kiểng Liên đã nuôi trồng. Vẫn vườn sau có cây ớt chỉ thiên chi chít trái, có những luống sà lách, vạt rau thơm, bụi sả, liếp cải bẹ xanh, có cây thanh long nở đầy hoa trắng, hứa hẹn không lâu nữa sẽ sai quả, có khóm chuối, giàn bầu bắt đầu kết trái. Vẫn giá vẽ, khung bố, những ống màu và vài mươi cây cọ lớn bé cắm trong hũ sành. Vẫn kệ sách chiếm trọn một vách tường...

Ngôi nhà nhỏ rất đỗi thân quen, đã gắn bó với

vợ chồng Tưởng từ ngày moved *từ ngôi nhã cũ, khá lớn, lúc các con chưa lập gia thất còn sống chung. Ngôi nhà tuy nhỏ vẫn chứa được cả chục nhân mạng mỗi cuối tuần, con cháu ở gần vẫn đến, trước, vấn an hai vợ chồng già, sau, được dịp nấu nướng, chuyện trò, chơi bầu cua cá cọp. Ngôi nhà, có lẽ là địa chỉ cuối cùng vợ chồng Tưởng trú ngụ, trước khi ra nghĩa trang một ngày không xa.*

Tưởng thả người xuống nệm, cảm giác thân quen giúp Tưởng gần như thoát khỏi hậu chấn sau mười ngày vật vã chống chọi với con vi khuẩn covid độc hại trên giường bệnh, trong bốn vách tường lạnh câm, xa lạ.

Căn chung cư khiêm tốn hiện tại gợi nhớ mái nhà nhỏ phía sau khu vườn rộng và bà cụ Liên gọi bằng mẹ. Ngôi nhà nhỏ với bao kỷ niệm buồn vui suốt thời tuổi trẻ. Gần nửa thế kỷ, bà cụ hẳn đã ra người thiên cổ từ lâu. Ngôi nhà nhỏ... Sẽ chẳng còn cơ hội nào Tưởng trở về, thăm lại chốn cũ, tất cả đã là dĩ vãng, chả bao lâu nữa sẽ theo Tưởng về với đất! Đời người tưởng dài, ngẫm lại, nào khác giấc chiêm bao. Mới ngày nào tóc vợ xanh mướt, óng mượt, thoáng chốc đã bạc trắng. Tưởng tệ hại hơn, chàng thanh niên no căng sinh lực nay ngồi xe lăn, tuần ba ngày lọc thận, duy trì sự sống bằng mỗi ngày hai mươi viên thuốc!

Tiếng điện thoại reo, Liên nhấc máy,

"Hello!"

"..."

"Yes, mới đến nhà."

"..."

"Ông khỏe, cũng vừa nhắc con."

Cuộc điện đàm lâu, Tưởng đoán vợ đang nói chuyện với đứa con gái đầu. Tội nghiệp. Số con bé thật long đong. Nó đang ở Nhật với người chồng thứ hai, là quân nhân Hoa Kỳ đồn trú bên đó.

Liên gác máy,

"Con bé nói sẽ về Mỹ tháng sau."

"Về luôn?"

"Phải, chồng nó mãn hợp đồng."

22

Sau một tuần điều trị, vết thương đã kéo da non, Tưởng xuất viện, Liên đến đón. Ngồi bên cạnh trong taxi, Tưởng cầm bàn tay vợ không rời, như sợ Liên sẽ tan vào hư vô, và luôn miệng hỏi: Con khỏe không? Bao nhiêu ký khi vừa chào đời? Nó giống ai? Em đau lắm không trước giờ lên bàn đẻ? Em có kiêng cữ gì không sau khi sinh?... Hàng trăm câu hỏi, tới tấp. Có vẻ hỏi chỉ là cái cớ để được nói, để được biểu tỏ niềm hân hoan đang dâng trào trong tâm não từ lúc biết Liên đã tha thứ.

Niềm vui đến không đoán trước được, quá bất ngờ. Tưởng lại cảm ơn những chuyện bất ưng, lần trước vì đạn thù lúc còn chiến tranh, lần này vì nhát dao của tên "mặt xanh", Tưởng thầm hứa sẽ không bao giờ nữa dẫm lên vết chân lỗi lầm đã khiến Tưởng sống dở chết dở một thời gian dài.

Câu nói của người xưa quả không sai: thế cùng tất biến, biến tất thông!

Bà cụ bế cháu ra ngõ đón vợ chồng Tưởng. Nhìn con bụ bẫm, Tưởng không cầm được nước mắt, sà nhanh tới,

"Bác cho con bế."

Bà cụ trao bé gái cho Tưởng. Cô bé nhìn Tưởng râu ria lởm chởm, sợ, mếu máo, bà cụ vỗ vỗ vào người cô bé, âu yếm,

"Ba con đấy, việc gì phải sợ."

Và nói với Tưởng,

"Cẩn thận nhé."

Bà nhìn người con trai ngày trước sáng sủa, khôi ngô, không như bây giờ,

"Chỉ mấy tháng sao khác thế."

Khác thực. Ốm, lưỡng quyền cao, da xanh mướt, râu ria biếng cạo, trông Tưởng hiện tại so với lúc trước như công với gà.Tưởng vừa hôn cô bé vừa trả lời bà cụ,

"Rồi bác xem, con sẽ nhanh chóng phục hồi phong độ, mấy hồi."

Liên vào bếp làm cơm chiều, bà cụ trông em bé, Tưởng đi tắm, cạo râu, nhìn hình ảnh trong gương Tưởng thấy khác hẳn hôm qua hôm kia, trẻ ra dễ chừng năm ba tuổi.

Bữa cơm không có gì đặc biệt song Tưởng cảm thấy quá ngon, bát canh bầu ngọt hơn, lát thịt kho đậm đà hơn, đĩa rau muống xào tỏi thơm hơn. Nói chung, món nào cũng kích thích khẩu vị, như mới ăn lần đầu.

"Chưa bao giờ anh được thưởng thức một bữa cơm tuyêt vời như thế này."

"Tật nịnh đầm đã trở thành quán tính ở anh rồi."

"Anh nói thực, không nịnh đâu."

Liên nguýt yêu,

"Thôi đi ông, tui rành ông quá mà."

Cơm nước xong đêm bắt đàu phủ xuống, bóng đèn ngoài hành lang, trên sà ngang cửa sau nhà bà cụ hoạt động bằng năng lượng mặt trời cũng bật sáng. Liên dọn dẹp xong, cho con bú no, đặt vào nôi, cô bé ngủ ngay. Liên điều chỉnh bóng đèn ngủ dịu xuống trước khi cởi y phục, thói quen từ bao năm nay, lên giường. Tưởng giang rộng tay ôm siết,

"Gái một con trông mòn con mắt, thiên hạ nói không sai."

"Lẻo mép, gái sề này làm sao bằng gái tơ kia!"

"Thôi mà..."

Hơn nửa năm qua, nhu cầu thân xác cả hai đều rất cần nên không khác hai con thú đói, họ quấn vào nhau, vò vập, tham lam. Hết món chay đến món mặn. Vợ chồng hài mãn không thua thời kỳ đầu, nếu không muốn nói, mê đắm hơn.

Như tất cả mọi lứa đôi trên trái đất này mãi mãi không khác, bao giờ sau trận hục hặc, tình nghĩa vợ chồng qua nhu cầu ân ái chắc chắn sẽ đậm đà hơn, cuồng nhiệt hơn, nồng nàn hơn, nếu họ vẫn tha thiết cần có nhau.

Ánh sáng từ cửa sau ngôi nhà trên chiếu qua cửa sổ, tắm hai thân thể đã thành một khối đang say ngủ sau trận tình, như tác phẩm của một điêu khắc gia thời phục hưng có lần Tưởng được chiêm ngưỡng trong cuốn sách tranh ở thư viện.

Cả hai choàng thức khi nghe tiếng khóc của con,

"Cô bé đói rồi."

Trời ửng sáng. Tiếng chim trên cành cao ríu rít.

Liên ngồi dậy, vội pha sữa, mang đến cho con.

Tưởng vào phòng vệ sinh chà răng và tắm. Nước mát lạnh giúp Tưởng tỉnh hẳn. Thay bộ quần áo mới, và như lúc còn ở nhà, Tưởng pha ly cà phê ra đứng ngoài chái hiên, vừa nhấm nháp vừa đợi mặt trời lên chậm phía xa, bên kia rặng núi chạy dài từ trái sang phải, nhìn tán cây rậm góc trái căn nhà nhẹ đưa trong gió, nhìn những trái bầu căng láng và những lá xanh rợp kín giàn.

Tưởng rất thích bầu khí sạch buổi tinh mơ, nó làm hơi thở nhẹ nhàng, trí óc minh mẫn. Tưởng hồi nhớ những tháng xa mái ấm này, cảm thấy sợ. Tưởng yêu vợ, nghĩ sẽ không chướng ngại nào làm đổi thay nguyên trạng, vậy mà! Lần nữa, Tưởng cảm ơn nhát dao của tên "mặt xanh".

Cô bé bú xong lại ngủ, Liên cũng tắm. Bà cụ như mọi ngày xuống trông cháu.

Tưởng vui vẻ,

"Bác dậy sớm thế."

"Già ít ngủ, với lại xuống với cháu cho cô cậu đi làm chứ."

"Phiền bác quá."

"Không cho già này được gần cháu mới phiền."

Bà cụ vào cúi hôn cô bé rồi nhìn Liên ngồi trước bàn trang điểm chải tóc, nhồi phấn, tô vòng môi.

"Chiều làm về ghé chợ mua con cá rô phi mẹ chiên, sốt cà." Ba cụ nói.

"Dạ" Liên trả lời.

Nhìn Liên chỉ mặc chiếc xì líp nhỏ, khung ngực lớn, đôi mông tròn. Bà cụ mỉm cười,

"Con hơ hớ thế kia, cậu Tưởng chết sớm thôi."

"Mẹ này."

Nhớ suốt đêm qua cả hai gần như chỉ chợp mắt vài

mươi phút, Liên cười thầm.

"Mẹ nói không đúng à?"

Liên đứng dậy, lại mở tủ chọn bộ đồ màu mỡ gà ướm thử, hỏi bà cụ, một cách đánh trống lảng,

"Mẹ coi con mặc bộ này được không?"

"Con gái mẹ thế kia, mặc gì lại chẳng đẹp."

Tưởng vào,

"Bác nói đúng đấy, vợ con mặc gì cũng đẹp."

"Lại nịnh! Đi ra cho em thay đồ."

Đồng hồ tường gõ bảy tiếng, Tưởng từ phòng khách hỏi vọng vào,

"Xong chưa cưng, mình đi."

Hai người ra xe, mỗi người một chiếc. Đến ngã ba, Liên đưa tay lên môi hôn gió, Tưởng cũng làm động tác tương tự. Liên nói lớn trước khi rẽ trái,

"Chiều gặp lại, cưng."

"Vợ đi cẩn thận."

Tưởng chạy thẳng.

Phố xá đã tấp nập, ồn, sắp đến công ty Tưởng phải nhích từng thước đường. Người đàn ông trung niên bên cạnh tỏ vẻ sốt ruột, chửi thề,

"Mẹ kiếp, điệu này trễ giờ làm là cái chắc."

Tưởng cảm thông bức xúc của người đàn ông, rất may chỗ kẹt xe chỉ cách công ty non nửa cây số, nếu xa có lẽ tâm trạng Tưởng không khác. Đến nơi, Tưởng rẽ vào bãi đậu xe và ngạc nhiên nhìn thấy hầu hết nhân viên của công ty tụm năm tụm ba bàn tán xôn xao. Tưởng hỏi cô kế toán,

"Chuyện gì vậy?"

"Công ty sắp đóng cửa."

Tưởng kinh ngạc,

"Chị bảo sắp đóng cửa, tại sao?"

"Ông chủ nay mai xuất ngoại theo chính sách nhà nước."

"Tôi chưa hiểu."

"Ông chủ người Việt gốc Hoa, anh đọc báo hẳn biết những người thuộc diện này được phép về quê hương gốc hoặc đến quốc gia nào đó họ muốn."

Bãi đậu xe dần vắng. Cô kế toán khởi động máy, nói với Tưởng trước khi cho xe ra lộ,

"Anh vào lĩnh lương đi."

Tưởng vào. Chỉ còn một mình bác tài vụ. Căn phòng mọi khi đông vui, nay vắng tanh.

Tưởng ra lấy xe định về nhà, nhưng nghĩ Liên chưa về nên ra bờ sông gọi chai bia, ngồi nhìn những con thuyền nhỏ chất đầy trái cây, có lẽ từ tỉnh lên, nhìn con tàu lớn neo gần tượng đài đức thánh Trần, nhìn các thủy thủ qua lại trên boong mắt xanh, mũi lõ, cao to, nhìn lá cờ có hình lá phong trên cột cao, Tưởng biết con tàu này của Canada, nhìn cô gái vận áo bà ba nâu, quần đen mộc mạc đứng sau xe sinh tố, nhìn cậu bé bán thuốc lá dạo đen nhẻm, đầu đội mũ lưỡi trai nhà binh, quần cụt, mang đôi dép nhựa mòn vẹt, quàng qua vai hộp kiếng bày đủ loại bao thuốc lá nội ngoại, lòng buồn nhão. Ngày mai phải tìm công việc mới, lương của vợ làm sao đủ trang trải mọi chi phí, nhất là có thêm em bé, trăm thứ phải lo.

Những năm sau ba mươi tháng tư một chín bảy lăm, miền Nam, từ vĩ tuyến mười bảy trở vào rơi vào cảnh đói khổ. Lính tráng chế độ cũ đi học tập, nhà nước đánh tư sản mại bản, người có của không dám tiêu xài, kẻ nghèo thiếu ăn, bo bo thay cơm, hết rồi cơm trắng cá tươi, hết rồi quần là áo lượt, hết rồi trà đình tửu quán, thầy giáo chạy xe ôm hoặc đạp xích lô, công chức vá xe vỉa hè, cô nhân viên ngân hàng buôn hàng lậu, nữ sinh trở thành gái gọi.

Đổi đời! Chưa bao giờ hai từ này chính xác đến thế. Tưởng may mắn hơn vạn người khác, nhưng vận may vừa bỏ đi, Tưởng biết từ bây giờ phải trực diện với khốn khó. Tưởng hy vọng công ty sẽ được nhà nước tiếp quản, nhân viên cũ tiếp tục làm việc, lương chắc chắn thấp hơn, dù sao có còn hơn không! Nhưng hy vọng của Tưởng nhanh chóng tắt ngấm, công ty không hồi sinh, trở thành đồn công an quận. Đêm nằm cạnh vợ, Tưởng không ngăn được tiếng thở dài. Liên trấn an,

"Em còn đi làm, tằn tiện cũng đủ qua ngày."

"Con mỗi ngày mỗi lớn, chúng ta sao cũng được, tưởng tượng nó thiếu sữa, thiếu ăn, anh xót ruột quá."

Liên gối đầu trên ngực Tưởng,

"Tới đâu hay đó, lo xa làm gì mệt óc."

Tưởng sờ nốt ruồi duyên trên mép môi vợ,

"Nốt ruồi tham ăn, không lo, để em đói một bữa thôi, dám ăn luôn cả anh."

"Thịt anh hôi rình, thà nhịn đói."

Tưởng cười, Liên nhoài người phủ lên. Da Liên mịn mát, Tưởng ôm, luồn lưỡi vào miệng vợ. Liên rót xuống tai chồng,

"Em yêu mình nghe?"

"Còn gì bằng."

Bà cụ đã lên nhà trên, em bé bú cạn bình sữa đã ngủ. Đêm thanh vắng, chỉ nghe tiếng va chạm bì bạch và tiếng Liên suýt xoa,

"Mình ơi…"

Đúng vậy, lo xa làm gì mệt óc, hạnh phúc đang trong tầm tay, sướng khổ do trời, cách chi đoán trước ngày mai thế nào? Liên nói không sai. Lo xa làm gì mệt óc. Còn thở, còn nhìn thấy nhau, còn trong nhau, thiên đường đâu xa. Cuộc đời ngoài kia không ngừng đổi trắng thay đen, hôm qua chính nghĩa, ngày mai tà ngụy, biết đâu vài mươi năm nữa, vị trí hoán đổi. Lo xa làm gì mệt óc! Tưởng ôm bầu vú vợ, một bên xoa bóp, một bên nút say sưa. Mọi thứ trên trần gian này, từ cực vi đến cực đại, làm sao sánh bằng dòng sữa này, phải không em yêu?

Đã năm giờ chiều, Tưởng rời nhà lúc tám giờ, viếng hơn chục cơ sở, lớn bé, quốc doanh, trách nhiệm hữu hạn, tư nhân, nơi nào cũng cùng một câu trả lời gần giống nhau: Rất tiếc chúng tôi không có nhu cầu tuyển thêm nhân viên, xin vui lòng để lại địa chỉ, số điện thoại, tên họ, lúc nào cần chúng tôi sẽ liên hệ! Những cơ sở quốc doanh khi xem lý lịch, biết Tường là sĩ quan ngụy, từ chối đã đành, các cơ sở khác hoặc Tưởng không có tay nghề phù hợp hoặc nhỏ quá lương rất thấp, tính ra chỉ nhính hơn chút đỉnh so với phí khoản xăng nhớt đi về, dù được nhận Tưởng đành phải từ chối.

Sau ba ngày mòn lốp hao xăngTưởng vẫn chưa tìm được việc làm mới. Liên an ủi,

"Đã nói lương em nếu tằn tiện cũng tạm đủ, anh cứ nghỉ ngơi một thời gian rồi tính."

Biết vậy nhưng lòng tự trọng không cho phép Tưởng chấp nhận giải pháp "nghỉ ngơi" của vợ. Lại tìm việc, lại sáng lên xe đi, chiều thất vọng trở về. Thêm một tuần nữa tình trạng vẫn không khả quan, Tưởng nói với vợ,

"Anh sẽ chạy xe ôm."

"Dãi nắng dầm mưa, anh kham sao nổi, đã nói nghỉ ngơi một thời gian không chịu nghe."

Mặc vợ can ngăn, Tưởng vẫn làm theo ý muốn. Hôm đầu Tưởng đậu xe ở bùng binh Ngã Sáu đón khách. Trong bộ dạng một tài xế xe ôm chuyên nghiệp, nón lưỡi trai kéo sụp, sơ mi bỏ ngoài quần chân mang dép nhựa, Tưởng ngồi nhìn phố xá tấp nập xe cộ, nghĩ vu vơ, mình rơi quá nhanh, từ giai cấp trung lưu xuống thành phần lao động cùng đinh! Cuộc đời sao lắm đa đoan. Lớn lên, đến tuổi vào lính, lương tiền chính phủ cấp, tuy không giàu có nhưng thoải mái, chả lo toan, chưa từng bương chải kiếm miếng cơm, Tưởng không hình dung được những khó khăn. Nay trực diện thực tại Tưởng mới thấm thía cụm từ "đầu tắt mặt tối".

Một người đàn ông từ cửa hàng điện máy bước ra, anh ta băng qua lộ đến nơi Tưởng đang ngồi.

"Anh chạy xe ôm?" người đàn ông hỏi.

Tưởng ngẩng lên. Người đàn ông thốt kêu,

"Tưởng!"

Bàng hoàng, Tưởng cũng lên tiếng, vẻ ngạc nhiên,

"Lập, sao nghe bọn nó nói cậu đã vượt biên?"

"Mình có đi nhưng bể ổ, cũng may chạy thoát chứ không đã nằm ấp rồi."

Lập là bạn tuy không thân lắm nhưng cũng không nhạt, thuộc thành phần "tư sản", gia đình giàu có, ba Lập làm chủ một hãng sản xuất bột giặt khá bề thế, hãng bị trưng thu, ba Lập mượn rượu giải sầu. Bạn bè tổ chức vượt biên rủ ông theo, tiếc của lại nuôi hy vọng một ngày nào nhà nước sẽ trả lại cơ ngơi, ông không chịu đi, để rồi dần dà trở thành kẻ bất đắc chí, tối ngày sáng đêm chìm trong men rượu, say, ông oán trời trách đất, xa gần chửi xéo chế độ. Tâm thân nhanh chóng suy sụp, chỉ gần sáu mươi mà cứ như bảy tám mươi! Ngày còn trong quân đội, Tưởng cùng vài người bạn nữa, với Lập, thường đi nhậu những lần về phép.

Tưởng ấp úng,

"Mình đợi bà xã vào chợ mua ít đồ, tiếc quá, nếu không mình chở cậu về."

"Không sao, xe ôm thiếu gì, bữa nào rảnh tới tôi đi nhậu, từ hôm thoát trở về mình ít gặp bạn bè, lâu không đàn đúm chè chén cũng nhớ."

Lập bắt tay Tưởng đến một anh xe ôm chuyên nghiệp. Đợi bạn khuất trong biển người dưới lòng đường, Tưởng thở dài khởi động máy trở về nhà. Liên đã đi làm, bà cụ đang chơi với con bé.

"Cậu giữ cháu, tôi đi nấu cơm, hôm nay có món gà kho gừng cậu thích." Bà cụ nói.

Tưởng "dạ", nhìn con bé khua chân múa tay với hai trái bóng treo trên cao, lòng xốn xang, máu sỉ diện còn ngập huyết quản, Tưởng biết mình khó thích nghi với nghề xe ôm, thể nào cũng chạm trán với bạn bè, người quen. Tưởng nhớ hai tháng trước, lúc còn làm ở công ty quảng cáo, Tưởng dừng xe đợi đèn xanh chỗ ngã tư chợt nhìn thấy trên vỉa hè một bác xe ôm trông rất quen, bác ta cũng nhìn Tưởng rồi vội vàng kéo sụp chiếc nón lưỡi trai, quay mặt hướng khác. Qua khỏi ngã tư Tưởng mới nhớ ra, bác xe ôm chả ai khác hơn cấp chỉ huy của Tưởng một thời, là thiếu tá tiểu đoàn trưởng, bị thương cụt mất một chân, giải ngũ trước Tưởng hai năm. Ngày ấy Tưởng thấy hành động quay mặt của bác xe ôm không bình thường nhưng chả hiểu tại sao, giờ thì Tưởng hiểu. Sĩ diện! Với chiếc chân cụt, có lẽ ông cựu thiếu tá không thể tìm việc làm, túng quá phải chạy xe ôm! Mình chưa đói nên còn sĩ diện hão có lẽ!

Tưởng nằm xuống giường cạnh nôi con, nhắm mắt, đầu óc suy nghĩ đủ chuyện, sẽ làm thế nào thoát khỏi tình trạng này? Xin việc không được, chạy xe ôm chả xong, giải quyết cách nào đây? Kinh tế mỗi ngày thêm khó khăn, nghe đồn mặt trận bên Campuchia với Khờ me đỏ rất dữ dội, thành phố thiếu ăn, còn phải chi viện cho quân viễn chinh ngoài biên giới quốc gia, điệu này nếu không sớm tìm ra hướng giải quyết, về lâu về dài nguy to.

Xế trưa.

Chiếc quạt máy dựng góc nhà cần mẫn quay đều từ trái sang phải rồi ngược lại. Cô bé bỗng khóc, Tưởng ngồi dậy cầm tao nôi lắc qua lại, bắt chước bà cụ, Tưởng vụng về hát ru,

"À ơi... chim khuyên ăn trái nhãn lồng..."

Bà cụ nói vọng lên từ dưới bếp,

"Đến giờ công chúa đói rồi, cậu xuống canh nồi thịt kho, tôi cho công chúa ăn."

"Con làm được mà bác."

"Thôi, cậu không quen, canh nồi thịt kho dễ hơn. Chừng mười phút nữa tắt bếp là vừa."

Tưởng xuống thay bà cụ. Nhìn ngọn lửa xanh xòe tròn dưới đít nồi, nhìn nước sôi sùng sục, nhìn vạt khói bốc cao, nhìn rổ rau lặt xong có lẽ chưa rửa trong bồn, Tưởng lại thở dài.

Làm cách nào đây? Câu hỏi quẩn đọng trong đầu suốt hơn tuần nay trở về. Bất giác Tưởng vọt miệng văng tục,

"Mẹ kiếp, chó thực!"

Tiếng ru của bà cụ,

"À ơi..., con cò mà đi ăn đêm, đậu phải cành mềm lộn cổ xuống ao..., à ơi..., ông ơi ông vớt tôi nao..., tôi có lòng nào ông hãy xáo măng..., à ơi..."

Có lẽ cô bé đã ăn xong, sắp ngủ, Tưởng nghĩ.

Giọng ru nhỏ dần rồi dứt, một lát, cũng tiếng bà cụ,

"Cậu đói chưa, tôi dọn cơm."

"Chưa bác ạ, đợi vợ con về ăn luôn."

Tưởng nhìn ra sân, bóng cây bên trái chái hiên ngã dài liếm một phần mái tôn, Tưởng ước chừng hai giờ nữa Liên về.

Bà cụ vào bếp, nhìn, vội bước nhanh tới khóa *gas*,

"Đã bảo cậu mười phút tắt lửa, may tôi xuống kịp,

nếu không nồi thịt cháy, hết ăn!"

"Con xin lỗi."

Bà cụ nhìn Tưởng,

"Trông cậu như người mất hồn, chuyện gì vậy?"

23

Khung bố trắng, những ống màu, lọ sành cắm đầy cọ và dao, mùi thơm của sơn... mỗi lần đối mặt là mỗi lần lòng dạ nao nao. Nhớ xưa còn khỏe, nhiều đêm gần như thức trắng, cùng ly cà phê đen, bao thuốc, chiếc gạt tàn luôn vươn khói trên chiếc bàn nhỏ bên cạnh giá vẽ, Tưởng say mê vung từng nhát cọ, lắm khi thích thú tìm thấy một gam màu lạ, hào hứng nương theo, màu sắc biến hóa khôn lường, dần dà tranh thành hình, để rồi rất nhiều khi ngồi hàng giờ nhìn thành quả, ngạc nhiên nhận ra bức tranh vừa hoàn tất không liên hệ nhiều đến dự tính trong đầu, nói cách khác, quá trình sáng tạo luôn có những tình cờ. Đó là một trong vô số quyến rũ của nghệ thuật, là động lực, là dưỡng khí giúp Tưởng sống và tiếp tục ăn nằm với sơn cọ, từ buổi đầu đến ngày về với đất, Tưởng đinh ninh thế, đường đã vạch, xác suất đổi thay tương đương con số không. Vậy mà bất ngờ tai ách đến, bán thân bất toại, chân không đi được phải ngồi xe lăn, hai tay gần như bất khiển dụng, cầm đũa chưa xong nói chi cầm cọ! Còn nỗi đau nào lớn hơn? Cứu cánh không còn, sống thêm khác gì trầm mình trong bóng tối địa ngục. Hơn hai mươi lăm năm, lúc chỉ năm mươi, sức còn sung, trí còn sáng, hoài bão còn đầy, vậy mà chỉ trong phút giây mọi chuyện như trò sấp ngửa, Tưởng rơi từ đỉnh hồng xuống vực tối. Hơn hai mươi lăm năm, thiếu nữ ngày nào mắt còn sáng, môi còn hồng, nay đọc hàng chữ trên hộp trái cây phải đeo kiếng lão, và buộc phải quẩn quanh bên người chồng tật nguyền cùng chiếc xe lăn, mặc bạn bè thỉnh thoảng ghé thăm khoe vừa về sau chuyến du lịch Âu châu, Á châu, Phi châu... Hơn hai mươi lăm năm, đứa con gái đầu đã lớn, đã chồng con, đã hạnh phúc, đã khổ đau, đã có đời sống riêng với đủ cung bậc thăng trầm. Hơn hai mươi lăm năm, đã hàng nghìn lần ngồi sau cửa sổ nhìn nắng mai xô bóng râm phủ kín miếng sân con, cho đến khi sân tắm trong nắng, một nửa, toàn phần, đứng bóng, rồi chiều xuống, đêm lên, lăn xe vào giường, ngửa mặt nhìn trần nhà lẩn thẩn dõi theo dõi vết bẩn từ lúc dọn về đây đã nhạt hay vẫn vậy, một cách đốt thời gian bò chậm. Khuya, chợp mắt vài ba tiếng để rồi bừng thức, qua cửa sổ, ngày đang tới. Và như hôm qua, hôm kia, tháng trước, năm xưa, vẫn trong lòng xe lăn sau cửa sổ, nhìn nắng xô bóng râm... Vòng quay thản nhiên quay, qui trình lặp lại không khác, suốt hơn hai mươi lăm năm! Tưởng luôn kinh ngạc tự hỏi, sao vẫn tồn tại trong tình cảnh này? Sao như kẹo cao su, nhai hoài vẫn nguyên trạng, dù chỉ còn xác, nhạt nhẽo, vô vị?

Sáng nay thèm quá được cầm cây cọ, được nặn sơn ra palette, *được ném lên khung bố nhát màu đầu tiên. Cố vượt qua vụng về do tai biến gây nên, thử vẽ, biết đâu không được như xưa, vẫn có thể tạo thành tác phẩm. Tưởng nhớ đã đọc đâu đó câu trả lời của một họa sĩ trong cuộc phỏng vấn: màu sắc vốn ảo diệu, chỉ cần bôi lên khung bố, cái đẹp lập tức tỏ hiện. Đúng vậy, biết đâu! Nhưng vừa lăn xe gần tới giá vẽ Tưởng bỗng xây xẩm mặt mày, suýt ngã chúi xuống nền nhà nếu không chụp kịp hai tựa tay. Đầu đột nhiên nhức, mắt đột nhiên tóe sao, người đột nhiên lạnh run, Tưởng thều thào,*

"Em ơi, đưa anh vào giường."

Liên đứng gần, hốt hoảng,

"Sao thế?"

"Không biết, nhưng mệt quá ngồi không vững."

Liên đẩy Tưởng vào phòng ngủ. Hậu chấn covid có lẽ. Hôm xuất viện y tá có nói, tuy bệnh xem như đã hết song phải cẩn thận, sẽ có biến chứng, nhất là những bệnh nhân lớn tuổi, nhiều bệnh nền như bác.

Liên kéo tấm chăn lên tận cổ Tưởng,

"Ráng ngủ một tí."

"Cảm ơn em.

Liên dời bước, khép cửa, Tưởng nhắm mắt, cơn váng vất vẫn chưa ra khỏi đầu.

24

Cuối cùng Tưởng cũng tìm ra công việc, vẽ guốc bằng bút điện cho vài cơ sở sản xuất hàng thủ công mỹ nghệ, tuy thu nhập không cao, nhưng ít nhiều liên quan đến nghề nghiệp, lại được làm tại nhà, không phải đi, về tốn xăng và thời giờ, muốn làm lúc nào cũng được, đêm khó ngủ dậy bật đèn, vẽ, ngày con ngủ, vợ đến sở, vẽ. Làm nhiều ăn nhiều, lười, cũng chả sao.

Từ vẽ guốc Tưởng bỗng nảy ra ý tưởng sao không làm tranh bằng cách này?

Và thử. Kết quả không tệ, một rồi vài tiệm nhận bán, khách hàng chiếu cố, Tưởng vẽ luôn tay, loanh quanh phong cảnh đồng quê mục đồng thổi sáo trên lưng trâu, xa xa mái tranh nhả khói sau rặng tre lả ngọn, chùa Một Cột, lăng Ông, cổng chợ Bến Thành, gác chuông Thiên Mụ, cổng vào Đại Nội, nữ sinh áo dài lộng bay trong gió đạp xe qua cầu Trường Tiền, sông nước ghe thuyền đầy ắp hoa quả miền Tây… Những đề tài mòn, cũ, sáo rỗng nhưng phù hợp thị hiếu quần chúng bình dân. Nghệ thuật cao cấp ở mọi quốc gia trên thế giới, không loại trừ những quốc gia văn minh tiến bộ, có truyền thống lâu đời, tỷ lệ người am tường vẫn rất thấp so với đại chúng, vốn hợp tạng với loại nghệ thuật chúng ta thường gọi một cách bỉ thử là "sến": tranh sến, truyện sến, nhạc sến... Tóm lại, để sống, phải thích nghi với quần chúng, cứu cánh biện minh phương tiện, đi với bụt mặc cà sa, đi với ma mặc áo giấy, nồi nào vung nấy! Nhất là trong thời buổi mọi giá trị đảo lộn, bụng đói cồn cào còn so đo làm chi cao lương mỹ vị trong nhà hàng năm sao với mì lát thịt bằm Mc Donal hay Burger King, càng không nên so sánh nghệ thuật với sản phẩm thương mại! Tưởng ung dung sáng phở tái hoặc bún bò giò heo kèm ly cà phê sữa lòng đỏ trứng gà thừa dinh dưỡng, trưa chiều cơm dẻo cá tươi, sườn non hầm bào ngư hạt sen và táo tàu, tối lai rai vài chai, đêm vợ trong vòng tay, bên cạnh con gái bụ bẫm giấc yên.

Cuộc sống êm đềm trôi. Mặc ngoài kia thời thế biến động. Bịt mắt bưng tai trước bao thảm kịch đổi đời, chả hạn lắm người ăn trên ngồi trước, ngày lên xe xuống ngựa, đêm giường rộng nệm êm, máy lạnh rì rào ru giấc, chưa từng lao động chân tay, bỗng một ngày có lệnh phải rời thị thành lên cao nguyên hay xuống Đồng Tháp cầm phảng, vung rựa phạt cỏ, đốn cây, đắp bờ, cấy lúa. Thây kệ nghị quyết này kế sách nọ, giả đui không tường tầm nhìn vĩ mô một ngày không xa đất nước tiến nhanh tiến mạnh lên thiên đường ấm no, tối ngủ không cài then cửa, của rơi ngoài đường chả buồn nhặt. Cảm thông chú công an phường lương không đủ mua thịt cá cải thiện bữa cơm gia đình, xin cái này muốn cái nọ, ừ cầm lấy, đáng chi!

Dòng chảy tưởng êm, nào ngờ vận xui chợt đến, một đồng nghiệp vượt biên bị bắt, sáu tháng nằm ấp, hai năm quản chế, hàng tuần phải lên công an thành phố khai trình mọi hoạt động bảy ngày qua, làm gì? Gặp ai? Nhiều tháng như thế, hết chuyện, túng quá, đồng nghiệp khai Tưởng vẽ tranh phản động. Xét nhà, tìm thấy bức tranh Tưởng tạo tác đã lâu, tái hiện Xuân tóc đỏ của Vũ Trọng Phụng từ chữ nghĩa qua màu sắc, công an văn hóa diễn dịch Tưởng mượn truyện xưa lấy cớ bôi đen chế độ, như Xuân tóc đỏ, thằng lượm banh chữ không hay cày không giỏi, từ bần cố nông mạt hạng một bước trở thành giai cấp thượng lưu. Tưởng bị bắt với tội phản động, không khác xưa kia cha đã tù đày vì nghi án nằm vùng cho bè lũ vô thần, rồi bệnh tật dẫn đến cái chết do hậu quả của đòn tra tấn, mang theo nỗi oan khuất không thể giãi bày xuống lòng đất lạnh.

Quê hương từ bao đời đến hôm nay vẫn mãi triền miên trong thù hận, nghi ngờ, hàm oan, hết cha đến con!

Bốn tháng, đêm giam mình trong bốn vách tường câm, ngày đào kinh, đắp bờ dẫn nước từ sông lớn vào ruộng đồng, đến bữa cơm trộn khoai mì, canh rau muống tép khô. Bốn tháng, Tưởng được tha, trở về gầy rạc, đen nhẻm. Đêm đầu hít thở bầu khí tự do, trong vũng sáng của ngọn đèn mờ, Liên ôm Tưởng hôn lên khung ngực trơ xương, vỗ về,

"Mọi chuyện rồi sẽ qua, vợ chồng còn được bên nhau, như thế đủ rồi, chẳng mong gì hơn. Yêu em đi, chồng cưng."

Tưởng nhìn mặt vợ dại ra, môi run, mắt nhắm, lịm ngất sau trận tình bốn tháng cách xa, cảm nhận quả thực Liên nói không sai, còn mong gì hơn mỗi đêm được ôm tấm thân mịn mướt hâm hấp nóng, được bú nút vày vò hai bầu vú no căng, được vào ra vùng nhạy cảm mềm sâu ẩm ướt, cảm nghe thịt da sượng tê, được thấy con bên cạnh say giấc, thỉnh thoảng mỉm cười, có lẽ trong mơ cô bé bắt gặp điều gì hài mãn. Phải, còn mong gì hơn? Mọi chuyện rồi sẽ qua, sẽ qua… Hạnh phúc nào ở đâu xa. Mặc thế cuộc vần xoay, mặc áo cơm bữa đói bữa no.

Đến năm thứ mười sau ba mươi tháng tư, thượng nghị sĩ Joe Biden cùng vài đồng viện đệ trình lên quốc hội đề án cho tất cả sĩ quan, từ cấp chuẩn úy trở lên thuộc quân đội chế độ cũ, miền Nam, được vào Mỹ theo diện HO (Humanization – Tổ chức nhân đạo). Dự luật được chuẩn thuận, Tưởng không ân oán nhiều với chế độ, vả lại sau mười năm cuộc sống phần nào ổn định, gạo tiền không còn là mối lo canh cánh, nhưng nhìn con mỗi ngày mỗi lớn, nghĩ đến tương lai, không muốn cô bé rồi thiếu nữ mươi năm nữa sẽ là công nhân xưởng dệt hay thư ký ba cọc ba đồng, vợ chồng đồng thuận ra đi. Tưởng nộp đơn, hai tháng sau lên phi cơ đến Hoa Kỳ, cách xa quê nhà nửa vòng trái đất.

Ngồi cạnh cửa sổ nhìn ra lớp lớp mây trắng, Tưởng nghĩ cánh cửa dĩ vãng đã khép, dần xa theo vòng quay cánh quạt nuốt từng dặm đường tiến về vùng đất hứa, và hỏi thầm, mai này giữa bối cảnh xa lạ, vợ chồng con cái sẽ thế nào? Tưởng vừa mừng vừa lo.

Một trang đời nữa được lật qua.

25

Hôm qua Tưởng phải vào giường nằm vật vã suốt đêm mãi tận xế chiều nay.

Liên nói,

"Anh ăn một chút chi chứ kiểu ni chịu răng thấu."

"Nghĩ đến thịt cá anh muốn ói."

"Rứa để em nấu cháo trắng ăn với hột vịt muối

hỉ?"

"Thôi."

"Phải ráng ăn mới có sức ngày mai đi lọc máu chớ."

Liên vào bếp. Tưởng nhìn qua khung kính cửa sổ, mưa không lớn, lất phất, bụi nước hắt vào khung kính làm nhòa cảnh vật bên ngoài, mưa loáng ướt những tàu cải bẹ xanh, giàn bầu, các dải lá thanh long, khóm hoa hải đường, cả chiếc ghế sắt dựa tường, nơi buổi sáng Tưởng thường lăn xe ra ngồi tắm nắng mai, ngắm vu vơ miếng vườn nhỏ.

Lọc máu! Bao năm qua con đường từ nhà đến Dialysis center *đã đi, về dễ chừng mấy ngàn lần, thuộc từng dấu mốc nếu không kẹt xe: trạm xăng cách nhà mười bảy phút, từ trạm xăng thêm hai mươi chín phút nữa đến hotel số 6, thêm ba mươi sáu phút nữa đến nhà tù quận, thêm sáu phút nữa chuyển qua xa lộ khác, thêm hai mươi bốn phút nữa ra* exit *rẽ vào trung tâm... Bất kể bốn mùa thời tiết vần xoay, nóng rồi lạnh, mưa gió hay tạnh ráo, đau yếu không trở mình nổi vẫn phải đi, người ta khiêng ra xe. Mệt mỏi, ngán ngẩm!*

Khoảng nửa giờ sau Liên bê tô cháo đến. Tưởng ngồi dậy tựa lưng vào tường, Liên nhón từng thìa, được một phần ba tô, Tưởng cố nuốt thêm vài thìa nhưng lờm lợm, chực ói, nên xua tay,

Liên dỗ,

"Ráng vài miếng nữa."

Tưởng lại xua tay, Liên kéo chăn đắp kín người chồng, khẽ thở dài đứng lên trở vào bếp, Tưởng nhìn qua cửa sổ. Hè, mưa trái mùa đến bất ngờ tạnh cũng bất ngờ, nắng chiều rải mỏng trên miếng vườn không lâu nữa sẽ tắt. Một ngày sắp tàn.

Ngày mai, "đến hẹn lại lên", Tưởng lọc ca đầu năm giờ sáng, nên bốn giờ xe đến đón, do ít ngủ, khoảng hai giờ Tưởng đã dậy, nằm trằn trọc nghĩ nhớ linh tinh, ba rưỡi vào restroom *làm vệ sinh, ra phòng khách chờ xe.*

Cũng giống lộ trình, Tưởng quen trung tâm đến độ thuộc từng bức tranh trang trí trên tường, của họa sĩ nào, vẽ gì, màu sắc ra sao, vết trầy dưới nền gạch. Trung tâm gồm nhiều phòng. Riêng phòng dành cho bệnh nhân rộng, đặt sát bốn vách tường ba mươi máy lọc. Nhân viên trên mười bốn người, tiếp tân, thư ký, chuyên viên kỹ thuật, lao công dọn dẹp. Riêng đội ngũ y tá tám người, hầu hết dân Philippine, chỉ hai Việt và một Mỹ đen. Tám y tá xoay vòng lo cho ba mươi bệnh nhân, trung bình bốn ngày hết một chu kỳ. Trong số này có một y tá trẻ, chừng hai mươi hai tuổi, rất dễ thương, nhan sắc trên trung bình, nói năng dịu dàng, lễ phép, thân tình, thoạt nhìn và nghe Tưởng có ngay thiện cảm, thầm ước nếu được con bé lo suốt thì hay biết bao nhiêu. Riêng anh chàng Mỹ đen cao to như con gấu, đi đứng lạch bạch, nói năng bặm trợn, kiệm lời, vô phúc bị anh chàng lụi kim, chắc đau són đái!

Nhưng sự đời khó lường, con bé dễ thương như thiên thần lại vụng về quá đáng, lần đầu được con bé phục vụ Tưởng mừng rơn, đến khi con bé lụi vào, rút ra, rồi lại lụi vào ba bốn lượt, nạy ngang dọc lên xuống tìm mạch máu, Tưởng muốn tắt thở! Ngược lại, con gấu bặm trợn lại chuyên nghiệp trên trung bình, chỉ một phát lụi chính xác trăm phần trăm, gọn nhẹ.

Từ đó Tưởng rất sợ gặp con bé, chỉ mong ước nếu được tay Mỹ đen lo suốt, hạnh phúc biết chừng nào.

Liên lại trở vào mang theo một ly bột dinh dưỡng,

"Anh ăn không được uống ly ni cũng tốt."

"Cảm ơn em."

26

Gia đình Tưởng được một mục sư thuộc Hội Thánh Tin Lành bảo lãnh, hai tháng đầu mục sư và tín hữu hướng dẫn mọi thủ tục, đưa đến sở xã hội xin tiền trợ cấp cho người mới đến Mỹ, chỉ nơi ghi danh học ESL *(English as Second Language)*, cũng như giới thiệu thuê nhà. Quần áo, bàn ghế, tủ lạnh, đồ gia dụng cũng được tín hữu cung cấp, hoặc đưa đến các cửa tiệm *Goodwill*, Chợ Trời mua, giá hời như cho. Đặc biệt một tín hữu khá giả tặng chiếc xe hơi, cũ nhưng còn tốt. Bước đầu trên đất nước xa lạ nhưng giàu có này khá thuận lợi. Ổn định xong nơi ăn chốn ở, bé Quỳnh cũng đã vào trường gần nhà. Tưởng học lái xe rồi bắt đầu đi xin việc. Xứ lạ, quê người, ngôn ngữ bất đồng, việc nhẹ thiên về trí óc dĩ nhiên khó, song việc cần đến thể lực không thiếu, trở ngại lớn nhất có lẽ là ngôn ngữ, may mắn, Tưởng và Liên nhờ vốn ngoại ngữ cơ bản hồi còn đi học nên tương đối dễ dàng tiếp cận tiếng Mỹ. Nhờ vậy, Tưởng xin gia nhập đội ngũ cắt cỏ của một tín hữu. Công việc khá nhẹ nếu so với lao động tay chân ở quê nhà, Liên cũng trở thành nhân viên may gia công cho một tổ hợp may mặc. Hầu hết mọi người đều bi thảm hóa những ngày đầu khi mới đặt chân đến đất nước này, riêng Tưởng, một cách khách quan không thấy thế, vật chất sung túc, tính bản thiện bộc lộ. Người đến trước tận tình giúp đỡ người đến sau, bằng chứng gia đình Tưởng đã được đồng hương cũ quan tâm rất mực. Thời gian học ESL cũng cho Tưởng thấy, đa số người mới sang đều có chung một tính cách: tham lam, gian dối, mánh mung và… ăn cắp vặt! Nhưng chỉ sau một thời gian mọi tật xấu kia mất dần rồi triệt tiêu hẳn. Tưởng còn nhớ lúc còn ở quê nhà thỉnh thoảng Liên nhận được một thùng quà của cha mẹ gửi về từ Pháp, những món quà tầm tầm song với vợ chồng Tưởng và hầu hết mọi người là những món hàng có giá trị, bọn con buôn đánh hơi lại tận nhà ve vãn, o ép, bày trò mánh mung để mua được với giá rẻ! Sống ở xứ này mới thấy các món hàng kia, nếu cần, đến các nhà thờ hoặc cơ sở thiện nguyện, người ta vui vẻ "cho không biếu không". Vật chất dư thừa như thế, tham lam làm gì, chỉ tổ xấu người? Tất nhiên Hoa Kỳ cũng giống bất cứ quốc gia nào trên hành tinh này đều có kẻ xấu người tốt, nhưng không thể phủ nhận người thiện hảo chiếm đại đa số. Đất lành chim đậu, phú quí sinh lễ nghĩa, đúng vậy. Mọi người ở mọi quốc gia đều mơ được trở thành công dân Mỹ, bởi họ biết, chỉ ở Mỹ cơ hội đổi đời mới dễ dàng thực hiện, khi đã đổi đời bản chất cũng đổi theo, người lớn bỏ dần tật xấu, trẻ em, một phần do môi trường xã hội, một phần do giáo dục, gần như không biết nói dối, không tham lam, tôn trọng tuyệt đối quyền riêng tư, tự lập ngay từ lúc còn thiếu niên, thầy báo, nhân viên phục vụ trong các tiệm bán thức ăn nhanh như McDonald, Jack in the Box…, đa số đều do học sinh, sinh viên nhận gánh ngoài giờ học, không loại trừ con cái các triệu phú, tỷ phú, khác xa với thành phần cô chiêu cậu ấm ăn chơi trác táng, chảnh chọe kênh kiệu, bằng tiền bạc, quyền lực của cha mẹ ở quê nhà. Những chuyện bất ưng chúng ta thường gặp trên phim ảnh hay báo chí là chuyện… phim và tin tức giật gân nhằm câu độc giả. Một xã hội có cấu trúc hoàn chỉnh như thế không giàu mạnh mới là chuyện lạ. Tưởng chả thấy sang bắt quàng làm họ đâu, chỉ công tâm thấy vậy nhận xét vậy. Ngoài công việc kiếm cơm, cuối tuần vợ chồng thường đến các Viện bảo tàng, các *Gallery* xem tranh, tác phẩm điêu khắc, Tưởng bàng hoàng nhận ra, tài năng của Tưởng so với người chả khác gì gà với công, chén sành với chén kiểu.

Liên nói,

"Mỗi dân tộc có phong cách riêng, với tư cách người thưởng ngoạn, em thấy tranh anh đẹp, phù hợp với tạng của em."

"Không giống các nghành nghệ thuật khác, văn chương, thơ ca, kịch chả hạn… phải cùng chủng tộc hay giỏi sinh ngữ mới thưởng thức được, hội họa, điêu khắc, kiến trúc chỉ có duy nhất một ngôn ngữ, rút gọn trong hai từ xấu và đẹp. Đứng trước tượng Davis, Pietà, hay bích họa khổng lồ trên nóc tòa thánh ở Vatican, nhà chọc trời hoành tráng ở Dubai, những đền đài chạm trổ kỳ vĩ ở Ấn Độ, nhiều tác phẩm của các danh họa trên thế giới, quần chúng mọi quốc gia đều thưởng thức được. Yếu tố chủng tộc có đấy nhưng không là trọng tâm. Em khen tranh anh đẹp, em thích, đó là tình cảm thiên vị chủ quan mà thôi. Riêng anh, khi nhìn thành phẩm của người, anh đủ công tâm và tự trọng thấy rõ mình chỉ tựa hạt cát tí hon bên cạnh vô số đá tảng."

"Anh tự ti."

"Không, anh không tự ti, chỉ là biết người để cầu

tiến. Anh sẽ đoạn tuyệt với cái cũ, vẽ lại từ đầu, rồi em xem, anh sẽ lột xác. Có đứng trước biển mênh mông mới thấy mình bao lâu nay chỉ lẩn quẩn quanh ao làng."

Ngoài các Viện bảo tàng, các *Gallery,* Tưởng và Liên không khỏi choáng ngợp khi tham quan "thánh địa" Hollywood, với những trường quay cực vĩ đại mọi mặt, lên Las Vegas xem các *show* trình diễn, qua tận New York coi kịch, nhìn cách dàn dựng công phu tốn kém và tài tử, diễn viên chuyên nghiệp, tài năng mới hiểu, để vang danh không những trong đất nước này, còn lan tỏa khắp hành tinh, người ta đã tốn biết bao tiền của công sức, trí tuệ.

Đi một ngày đàng học một sàng khôn. Không sai!

Tưởng vừa có nhận xét hầu hết người Việt, nhất là những quân nhân cấp cao và những người giàu có ăn trên ngồi trước của miền Nam Việt Nam, mới đến Mỹ thường bi thảm hóa thân phận, điều này dễ hiểu thôi. Thành phần tướng tá về mặt quân sự họ ăn trùm, nhưng về mặt mọi mặt khác họ chỉ đáng… xách dép cho đa số dân sở tại và những người tị nạn cùng cảnh ngộ nhưng có bằng cấp cao từ trước hoặc nỗ lực học hành sau này. Ai cũng biết ngày trước đỗ tú tài là có thể vào Võ bị để trở thành sĩ quan hiện dịch, cuộc đời gắn liền với binh nghiệp, nếu còn sống họ sẽ trở thành tướng tá. Chiến tranh chấm dứt, họ sang Mỹ với tư cách tị nạn, không còn cấp bậc quyền hành nên cũng giống bao người khác.

Trên xứ sở này muốn trở thành ông này bà nọ thì phải có bằng cấp và chuyên môn cao. Họ chả có gì, lại già, muốn học thêm cũng không nổi, trong khi xã hội bây giờ thạc sĩ, tiến sĩ lổn nhổn đầy đường. Nói cách khác, với trình độ học vấn quá khiêm nhường, làm sao họ địch lại người có bằng cấp, chuyên môn cao? Để kiếm sống, họ buộc phải làm những nghề tay chân thấp kém, từ đó nẩy sinh tư tưởng yếm thế.

Hiểu điều đó và muốn đổi đời, Tưởng ghi danh vào Đại học cộng đồng tại địa phương, sau sáu năm kiên trì, vừa lao dộng tay chân vừa đến trường, Tưởng lấy được mảnh bằng *Master of Art* và trở thành giảng viên cũng tại Đại học này. Song song với việc học rồi giảng dạy, Tưởng cũng miệt mài sáng tác, đã có hai cuộc triển lãm, đã nổi tiếng, đã trở thành giai cấp trung lưu được nể trọng, ngưỡng mộ, rời xa vĩnh viễn cảnh đời cũ, cảnh đời của một công nhân cắt cỏ tầm thường.

Noi giương chồng Liên cũng đi học, ngành Quản trị kinh doanh, ra trường được một công ty lớn nhận vào làm việc.

Cuộc sống của vợ chồng Tưởng về mặt vật chất rất khá. Nhưng về mặt tinh thần là một tiếng thở dài buồn bã.

Sau đứa con thứ hai, trai, tám năm sau Liên lại có thai. Không biết vì nguyên do nào, sắp đến ngày sinh thai nhi chết trong bụng mẹ, phải mổ lấy ra. Từ đó Liên rơi vào trầm cảm, tính tình thay đổi hẳn, cau có, bẳn gắt, và tệ hại nhất: sợ chăn gối, luôn từ chối mỗi lần Tưởng đòi hỏi. Điều lạ là dù thế Liên lại dở chứng ghen tuông, trái hẳn bản chất của Liên, nhẫn nhục, chịu đựng. Nhiều lần Tưởng bảo Liên đi bác sĩ nhưng lập tức Liên phản ứng,

"Em bệnh tật gì đâu, anh vớ vẩn!"

Yêu vợ, không muốn rơi một lần nữa vào lỗi lầm cũ, nhưng tình vợ chồng chỉ bền vững nhất thiết phải hòa hợp gối chăn, thiếu vắng điều đó khi tuổi đời của Tưởng còn sung mãn, không sớm thì muộn sẽ xảy ra thảm kịch. Biết thế nên Tưởng cố tránh xa mọi quyến rũ và tìm đến men rượu, ban đầu để vơi sầu, dần dần trở thành đệ tử lưu linh, không có rượu không xong. Một lần cùng bạn bè chè chén, có tên bỗng nói,

"Tao biết chỗ này xả xú bắp hết sẩy, đứa nào muốn thì theo tao."

Có lẽ do men rượu kích thích, Tưởng đáp ứng nhanh,

"Tao muốn."

Thói thường, đã có lần đầu tất có lần sau, rồi sau nữa. Từ ân ái với gái làng chơi, Tưởng đi dần đến chỗ quan hệ ngoài luồng, cặp bồ bừa bãi, không do yêu, chỉ thuần túy vì nhu cầu thân xác, Liên thấy chồng bỗng nhiên không còn đòi hỏi, lại tỏ ra ân cần, dễ dãi, với giác quan bén nhạy của đàn bà, Liên nghi ngờ, để tâm theo dõi và biết được sự thực. Liên nặng lời,

"Anh là thằng đàn ông tồi. Ngày xưa vì yêu anh tui đã hai lần tha thứ, tưởng anh sẽ hối cải, đâu ngờ chứng nào tật nớ!"

"Em làm sao vậy, anh có lỗi lầm gì đâu?"

Liên cười khẩy,

"Đừng giả mù sa mưa nữa, tui biết hết rồi."

Và một thôi một hồi Liên kể vanh vách mọi chuyện. Hết đường chối cải, Tưởng lúng túng,

"Ừ thì…"

"Anh là thằng khốn nạn."

Tưởng nổi nóng,

"Nè, vừa phải thôi."

Liên không nhịn,

"Vừa là răng? Tui nói anh khốn nạn còn nhẹ, lẽ ra phải nói anh là súc vật mới đúng."

Tưởng hết giữ được bình tĩnh,

"Cô ăn nói như quân đầu đường xó chợ. Đã vậy tôi không giấu nữa. Cô thừa biết tôi đâu phải thầy tu, không có lửa làm sao có khói, cô nghĩ lại xem."

"À, thì ra rứa, anh lấy tui chỉ do tui có cái lỗ để anh xỏ mỗi khi lên cơn!"

Liên vật vã khóc lóc, chì chiết đanh đá, thô tục. Tưởng ra khỏi nhà tìm đám bạn nhậu. Ngày một ngày hai, dần dà lún sâu hơn vào vũng lầy đọa lạc.

Bất hòa giữa hai người mỗi lúc mỗi tệ hại, cãi vã, rủa sả gần như mỗi ngày, cường độ tăng dần, đến mức không còn anh anh tui tui nữa mà biến thành mày mày tau tau như giới hạ lưu. Cảnh nhà biến thành địa ngục.

Quỳnh đã mười tám, vừa vào Đại học. Cha mẹ luôn hục hặc, ban đầu còn ý tứ khi có mặt Quỳnh và Kha, cậu em trai, nhưng rồi đến lúc mọi giữ gìn không còn nữa, bất kể hai con, Liên và Tưởng công khai phô bày mọi tồi tệ của nhau. Kha còn nhỏ chưa biết gì, riêng Quỳnh, mười tám tuổi, đủ lớn để rõ nguyên nhân mối bất hòa của cha mẹ, Quỳnh không biết phải làm sao. Chẳng thể trách cha, Quỳnh hiểu nỗi bức xúc của ông, cũng không thể trách mẹ, bà đâu muốn trở thành như thế.

Lúc trước gia đình đầm ấm, tràn ngập tiếng cười, bây giờ chẳng khác chi mộ địa, mẹ héo hon sầu khổ, cha chè chén say sưa và rất ít khi có nhà, Quỳnh ở trường về, vào phòng riêng đóng chặt cửa, chỉ ra ngoài khi đói, tìm cái ăn qua quít cho xong, không giao du với ai, xa lánh dần bạn bè cũ. Và cũng như mẹ, Quỳnh trầm cảm nặng.

27

Trước kia khi tan lớp Quỳnh về ngay nhà để được đắm mình trong khung cảnh thân quen, ấm cúng. Bức chân dung lớn trên vách tường chính - ba, mẹ và Quỳnh,

Kha - bằng sơn dầu ba vẽ ngày Kha lên sáu. Thần thái mỗi nhân vật đều toát ra vẻ hài mãn, vui tươi. Hạnh phúc, đó là cảm tưởng luôn có mỗi lần Quỳnh nhìn bức tranh. Bục cao ngang lưng trên đặt tượng ciment giả đá xanh cũng do ba sáng tác bằng phong cách vượt ngoài lối tạo hình cổ điển, mô tả thiếu nữ khỏa thân với cao hai tay, một chân co, một chân nhón, dáng nghiêng, mặt ngước, dường muốn với bắt một cái gì đó trên cao, đặt ở góc phòng. Bộ sofa, kệ sách, bình hoa được mẹ chăm sóc, thay mới hàng tuần… . Giản dị, tiết chế, mỗi đồ vật tuy không bề thế nhưng hài hòa, thính nghi với cảnh quang chung. Quỳnh rất thích được nửa nằm nửa ngồi trên sofa, nhắm mắt thả hồn trôi nổi trong tiếng nhạc mở nhỏ. Hôm nay tan lớp, nghĩ đến không khí ngột ngạt sẽ phải chịu đựng, Quỳnh ngán ngẩm cho xe chạy vô định, lang thang khắp cùng, mãi tận thành phố cổ cách nhà hơn trăm dặm.

Thành phố này hình thành ngót một trăm sáu mươi năm trước, nguyên thủy của dân di cư từ Thụy Điển. Nhà cửa kiến trúc kiểu Bắc Âu, mái dốc xuôi gần thẳng đứng, nhiều nhà có cả cối xay gió. Sau này dần dà các gia đình đủ mọi sắc tộc đổ về, thành phố không còn thuần túy của người Thụy Điển nữa. Tuy vậy, để bảo tồn, chính quyền không cho phá vỡ cảnh quang, kể cả mọi con đường, chật hẹp, quanh co, lề lót gạch. Thành phố trở thành điểm du lịch nổi tiếng, chẳng những của dân bản địa mà còn của các tiểu bang khác, không loại trừ du khách nước ngoài. Thành phố cũng là nơi sản xuất cá Tuna đóng hộp vang danh thế giới. Đặc sản này do những di dân đầu tiên mang sang từ quê hương gốc.

Quỳnh ghé cửa hàng Mc Donald mua một phần *combo* gồm nước uống, *French fries* và *hamburger* rồi rẽ vào một công viên, đến ngồi trên bờ đá bao quanh hồ nước có quần tượng điêu khắc lớn mô tả cảnh các thiên thần khỏa thân nô đùa. Đẹp, bố cục hài hòa, mang phong cách Âu châu, táo bạo nhưng thanh thoát, không gợi dục. Quỳnh vừa nhẩn nha tiêu thụ phần lương thực vừa nghĩ ngợi, không biết tình cảnh gia đình sẽ thế nào trong tương lai. Ý tưởng vào nội trú để khỏi thường xuyên chạm mặt bầu khí nặng nề manh nha. Phải, Quỳnh nghĩ, vào nội trú thôi, nếu muốn tiếp tục học hành, bốn năm không dài song cứ mãi thế này Quỳnh chả còn lòng dạ nào đèn sách.

Một thanh niên, nhìn vóc dáng, khuôn mặt, màu da Quỳnh đoán là người Á châu, đến ngồi cách Quỳnh hai sải tay, anh chàng nhìn cô gái cũng có vóc dáng màu da giống mình, vẻ tò mò,

"You Asian?"

"Yes, you too?"

"That's right, I'm Chinese. And you?"

"Vietnam."

"Cool, we're close neighbours."

Họ nhanh chóng thành bạn bè. Sau nửa năm giao du mật thiết, họ chính thức là của nhau, tâm đầu ý hợp. Jey Chan cũng là sinh viên, du học từ Trung quốc, năm thứ ba ngành vi tính. Nhân nghỉ hè, Quỳnh theo Jeay Chan về Trung quốc, trước ra mắt song thân bạn trai, sau sẵn dịp tham quan đất nước rộng lớn này, nơi có vô số danh thắng và di tích đồ sộ sau nhiều ngàn năm chồng chất bao biến thiên tang hải, Quỳnh đã đọc, đã xem qua sách vở và các truyền thông, truyền hình. Bốn ngày sau khi đặt chân lên lãnh thổ mênh mông này, Quỳnh bày tỏ ý muốn tham quan Nga Mi sơn, danh thắng Quỳnh đã có dịp xem phóng sự trên TV, và đã ghi đậm trong lòng Quỳnh ấn tượng khó quên.

Jey Chan hưởng ứng,

"Ok, mình đi."

Họ lên đường.

Theo *flyer* được phát không cho du khách trước khi vào địa phận thắng tích. Nga Mi sơn còn được gọi là Đại Quang Minh sơn, ngọn núi nằm ở tỉnh Tứ Xuyên, Trung Quốc, trên khu vực rìa phía tây của lòng chảo Tứ Xuyên theo hướng cao nguyên Thanh-Tạng. Cao 3.099 mét (10.167 ft) và là Tứ đại Phật giáo danh sơn, một trong bốn ngọn núi thiêng của Trung Quốc. Những ngọn núi phía tây của Nga Mi được gọi là Đại Tương Lĩnh. Đây là một vùng rộng lớn được hình thành bởi những trận phun trào núi lửa trong kỷ Permi. Nga Mi sơn nằm gần như hoàn toàn trong thành phố huyện Nga Mi và một phần nhỏ thuộc Lạc Sơn. Nó cùng với Lạc Sơn Đại Phật được Unesco công nhận là Di sản thế giới từ năm 1996. Vị Bồ Tát bảo trợ của Nga Mi sơn là Samantabhadra, tiếng Việt gọi là Phổ Hiền Bồ tát. Đỉnh cao nhất của Nga Mi sơn là đỉnh Vạn Phật thuộc ngọn núi chính Kim Đỉnh, độ cao 3.099m. Với địa thế chót vót, phong cảnh đẹp nên người ta tụng cai Nga Mi sơn như là "Nga Mi thiên hạ tú". Là một trong Tứ đại Phật giáo danh sơn. Tại Nga Mi sơn có khoảng 26 ngôi chùa, miếu, trong đó có tám ngôi chùa, miếu lớn. Người ta cho rằng Nga Mi sơn chính là đạo tràng của Phổ Hiền bồ tát.

Các nguồn tài liệu thế kỷ 16 và 17 có đề cập tới việc tập luyện võ thuật trong các ngôi chùa trên núi Nga Mi, là nguồn tham chiếu hiện còn lưu giữ được. Trường phái võ thuật Nga Mi là sự kết hợp của Phật giáo với Đạo giáo.

Khu vực Nga Mi sơn có nhiều sương mù, thiếu nắng, lượng mưa dồi dào. Khí hậu cao nguyên này cận nhiệt đới gió mùa, nhiệt độ trung bình tháng giêng là khoảng 6,9°C, tháng 7 là 26,1°C. Tuy nhiên, tại Nga Mi sơn khí hậu thay đổi theo độ cao. Từ 1.500m đến khoảng 2.100m khí hậu ôn đới, ấm, từ 2.100m đến khoảng 2.500m là khí hậu ôn đới trung gian, từ 2.500m trở lên là khí hậu cận hàn đới. Từ độ cao 2.000m băng tuyết bao phủ ước chừng khoảng 6 tháng mỗi năm, kéo dài từ tháng 10 năm trước tới tháng 4 năm sau.

Tại đây có trên 3.000 loài thực vật. Hiện tại, quần thể động vật hoang dã tại khu vực Nga Mi sơn ước chừng khoảng 2.300 loài, trong đó có 51 loài động vật có vú, 256 loài chim, 34 loài bò sát, 60 loài cá, 33 loài động vật lưỡng cư, 1.000 loài côn trùng. Thường gặp là gấu trúc nhỏ, hươu xạ, khỉ đuôi ngắn, dê rừng, gà lôi, cẩm kê bụng trắng, báo, trĩ sừng tro loang lổ v.v, trong đó có 29 loài thuộc danh sách động vật cần bảo vệ của Trung Quốc.

Trên đường lên núi có nhiều khỉ, kết thành bầy xin ăn các du khách, cũng là một điểm đặc sắc của Nga Mi sơn.

Quỳnh bị choáng ngợp bởi cảnh quang hùng vĩ và huyền ảo như trong thần thoại.

Suốt gần một tháng, ngoài Nga Mi sơn Jey Chan còn đưa Quỳnh đến nhiều thắng tích trên lãnh thổ rộng lớn này.

Vạn Lý trường Thành, công trình kỳ vĩ gây cho Quỳnh ấn tượng khó quên. Đứng trên vọng gác cao được xây bằng đá tảng lớn nhìn bao quát, núi non chập chùng, tường thành bò quanh co lên cao xuống thấp, ẩn hiện mờ tỏ trong mây, Quỳnh nhớ những truyền thuyết, những giai thoại đã đọc và xem qua phim ảnh liên hệ đến kỳ quan này, cảm thấy lòng bồi hồi. Hơn hai ngàn năm trước, chỉ bằng sức người và dụng cụ thô sơ, người ta đã tạo ra công trình này. Bao nhiêu người đã chết, bao nhiêu thảm kịch, bao nhiêu máu xương, nước mắt, mồ hôi đã tưới đẫm trên từng phiến đá.

Chùa Thiếu Lâm, cái nôi của võ thuật Trung Hoa. Vách núi dựng đứng dọc đường lên chùa, những thân tùng nẩy ra từ kẻ đá, những loài hoa dại khoe màu trong sương lạnh, những gờ mái rêu phong, sân luyện võ lát gạch mênh mô, gác chuông khổng lồ, chánh điện nguy nga.

Sông Hoàng Hà mênh mông như biển ngập trong sương, những cánh buồm trắng lẫn khuất chập chờn như chiêm bao. Cây cầu sàn bằng gương treo qua hai đỉnh núi cao đong đưa trong gió.

Kể cả những di tích nhỏ nhưng biểu hiện rất rõ nét văn hóa của một dân tộc có bề dày lịch sử trên mười ngàn năm. Chả hạn mộ Tần Cối, tên gian thần bán nước thời Tam Quốc. Ngôi mộ nằm giữa vòng xích sắt. Món bột chiên dầu cháo quẩy có hình dạng dài, cặp đôi, dân bản địa và nhiều quốc gia nữa nằm trong vùng ảnh hưởng của Trung Hoa, không loại trừ Việt Nam, thường điểm tâm mỗi sáng với cháo trắng hột vịt muối, là hình tượng hóa vợ chồng Tần Cối bị chiên trong chảo dầu. Lối giáo dục cụ thể, hàng ngày, muôn đời khó quên.

Non một tháng, hai người chỉ xem được không hơn mươi thắng tích. Đất nước bao la có hàng ngàn kỳ quan, muốn xem hết dễ chừng phải mất cả năm. Quỳnh tự nhủ chắc chắn sẽ trở lại quốc gia này trong tương lai.

Về Mỹ cận ngày tựu trường, hai người chuẩn bị vào niên học mới. Cuối năm thứ tư của học trình, Jey Chan bóng gió sẽ nhận Hoa Kỳ là quê hương thứ hai nếu có vợ người bản xứ.

Thâm tâm Quỳnh chưa muốn có chồng sớm, ít nhất phải xong đại học, nhưng tình cảnh gia đình đã buộc Quỳnh tìm đường thoát thân, nên sau nhiều ngày đắn đo Quỳnh nói,

"If you want, I'm willing your wife."

Jey Chan mừng rỡ,

"You are willing to marry me?"

"Yes."

Quỳnh đưa Jey Chan về ra mắt cha mẹ, đồng thời bày tỏ nguyện vọng. Mẹ nói,

"Sớm vậy, con chưa xong đại học."

Cha dễ dãi,

"Nó đã trưởng thành, hãy để con toàn quyền, có chồng vẫn có thể tiếp tục việc học nếu muốn, như anh trước đây."

Không lâu sau, đám cưới của Quỳnh và Jey Chan được tổ chức ở một nhà hàng Tàu nổi tiếng, khách mời gồm bạn bè của Tưởng, khá đông, đồng nghiệp, bạn nhậu. Riêng đàng trai chỉ gần hai mươi người, hầu hết bạn cùng lớp với chú rể và cha mẹ Jey Chan từ Đại lục sang cùng vài bà con người Mỹ gốc *Chinese*.

Những tưởng cuộc hôn nhân của đôi trẻ sẽ hạnh phúc. Không ai ngờ cuộc đời có lắm chuyện nằm ngoài dự tưởng, nhất là trong thời điểm bây giờ, ở một đất nước cởi mở vào hàng nhất nhì thế giới. Dù ăn học tại Mỹ, Jey Chan vẫn còn mang nặng tư tưởng hủ lậu của quê hương gốc thời phong kiến, xem tiết trinh là thước đo chứng minh đức hạnh và sự chính chuyên của một người con gái. Đêm động phòng chú rể không thấy máu trinh trên ga trải giường, dẫn đến chất vấn, chì chiết, nặng lời, dù Quỳnh đã thành thực giải bày, năm tám tuổi do tai nạn trong cuộc dã ngoại do nhà trường tổ chức, Quỳnh trượt chân lăn từ đỉnh đồi cao xuống giòng suối bên dưới, một cành khô đâm vào hạ thể, vết thương lấy đi trinh tiết đứa bé chưa trưởng thành. Jey Chan không tin, một mực trách Quỳnh đã lừa dối anh ta, và trả thù bằng hạ sách không quan tâm đến vợ, mặc tình đi sớm về khuya, bồ bịch nhăng nhít, rượu chè bê tha. Một thời gian dài Quỳnh vô cùng đau khổ, không ngờ đời mình khốn nạn đến thế, lấy chồng những mong thoát được thảm kịch gia đình, nào ngờ lại rơi vào bất hạnh khác, lớn hơn, có nguy cơ tác hại cả cuộc đời. Nhiều lần Quỳnh đã nghĩ đến cái chết, nhưng suy đi ngẫm lại, Quỳnh nhận ra thật vô lý nếu tự hủy, anh ta có đáng để Quỳnh phải quyết định nông nổi vậy không? Cuối cùng Quỳnh chọn giải pháp: ly dị. Quỳnh biết không thể kéo dài tình cảnh này mãi mãi, cho đến ngày chung cuộc.

Jey Chan bằng lòng ngay, như thế tốt cho cả hai. Dù sao anh ta cũng biết điều, ngôi nhà bố mẹ tặng sau đám cưới được nhượng quyền sở hữu cho Quỳnh. Mọi chuyện được giải quyết nhanh chóng. Quỳnh đi học lại và tốt nghiệp. Quỳnh vào làm ở một công ty có chi nhánh khắp thế giới Quỳnh xin đi Nhật, nơi này cũng có chi nhánh. Quỳnh muốn ra khỏi nước Mỹ. nơi có quá nhiều ấn tượng buồn đau, từ gia đình đến bản thân. Thời gian nếu không xóa quên được quá khứ thì cũng sẽ giúp Quỳnh vơi nhẹ trầm cảm. Hai năm tuy không dài nhưng cũng đủ cho Quỳnh tìm lại thăng bằng, cuộc sống nhờ thế dần ổn định.

Trong buổi *party* do một đông nghiệp làm cùng sở tổ chức nhân sinh nhật, Quỳnh được Alex, một quân nhân Mỹ đồn trú tại Nhật làm quen. Alex đến Nhật nguyên nhân khởi từ ngày 6 tháng 8 năm 1945 Tổng thống Harry S Truman ra lệnh thả xuống hai thành phố, Hiroshima và Nagasaki, hai quả bom nguyên tử, Nhật đầu hàng, chiến tranh thế giới thứ hai kết thúc với văn kiện Nhật không bao giờ nữa gây chiến với bất cứ nước nào trên toàn thế giới, ngược lại Mỹ có trách nhiệm bảo vệ Nhật. Từ ngày đó cho đến nay quân đội Mỹ thường xuyên có mặt tại quốc gia này.

Nửa năm, thời gian đủ để tìm hiểu, họ trở thành

người yêu của nhau. Thêm một năm nữa họ quyết định làm một đôi keo sơn suốt kiếp.

28

Từ khi khôn lớn, Kha rất buồn phải thường xuyên chứng kiến cảnh bất hòa giữa cha mẹ. Ngày chưa trưởng thành Kha không hiểu tại sao. Mẹ và cha nữa, trong những lúc vui, vẫn thường kể lại cho chị em Kha nghe mọi thăng trầm cuộc tình giữa hai người, những tưởng với quá khứ ấy, sẽ không bao giờ có rạn vỡ. Đến khi bước vào tuổi dậy thì rồi thành niên, qua tìm hiểu, cũng như chị, Kha cảm thông nỗi buồn của cha và khổ đau của mẹ. Cả hai không ai muốn sự cố này xảy ra. Ba còn trẻ, sinh lực sung mãn, không thể buộc ông phải sống như người tu hành, và mẹ nào muốn trở thành lãnh cảm. Hôn nhân chỉ hạnh phúc khi có sự hòa hợp cả hai mặt, tâm và thân. Vợ chồng không chỉ sống với nhau bằng ý hợp tâm đầu mà hoàn toàn vắng bóng tình dục. Làm sao tình nghĩa keo sơn được nếu thiếu vắng cảm xúc thăng hoa khi hai thân xác vào nhau, trong nhau? *Kim đâm vô thịt thì đau, thịt đâm vô thịt nhớ nhau trọn đời*. Đó là lẽ đương nhiên tạo hóa đã định đặt, quan niệm yêu nhau thuần túy bằng tinh thần chỉ có trong tiểu thuyết của những cậu mợ nhà văn dở hơi.

Bất hòa giữa cha mẹ càng ngày thêm trầm trọng dẫn đến hệ quả tai hại.

Từ lâu cha đi lại thường xuyên với một người mẹ đơn thân có một con nhỏ. Hai mẹ con sống bằng trợ cấp xã hội (*welfare*), ở *housing*, loại nhà do chính phủ trả thêm tiền thuê, nhiều, ít hay toàn phần tùy thu nhập của người được hưởng. Bà ta không đi làm, nghĩa là không có thu nhập nên tiền nhà chính phủ gánh trọn. Nếu vén khéo, tuy chẳng bằng ai nhưng chắc chắn không đói. Nhiều gia đình nhờ chương trình này có cơm ăn áo mặc tươm tất, con cái được học hành miễn phí từ mẫu giáo đến Đại học, lắm đứa trở thành luật sư, bác sĩ. Khổ nỗi, *nhàn cư vi bất thiện*, một lần lên Las Vegas cùng bạn, bà này có máu đỏ đen, muốn thêm "đồng minh" cho có bạn, sâu xa hơn, có lẽ để giảm bớt mặc cảm hư hỏng, nên sốt sắng hướng dẫn người đàn bà mọi cách chơi. Bà ta tập tành và mê. Tiền trợ cấp cấp hàng tháng quá khiêm nhường, nhanh chóng bốc hơi chỉ vài canh bạc. Bọn đầu gấu chuyên cho thế chấp chực chờ, từ vòng vàng, đồng hồ đến xe hơi, chúng định giá rồi đưa một số tiền tương ứng, hẹn trong vòng hai ngày nếu không chuộc coi như mất. Nhưng mấy ai chuộc được, những tờ bạc cầm cố nhanh chóng bốc hơi trên bàn *blackjack*. Người đàn bà ban đầu thế chấp vài món nhỏ, đại loại như đôi bông tai nhận kim cương, quà tặng của người chồng cũ, chiếc đồng hồ cũng của người chồng cũ tặng nhân sinh nhật thứ hai mươi bảy..., cuối cùng đến chiếc xe hơi cũng ra đi không bao giờ trở lại.

Một hôm cuối tuần người đàn bà đến khu casino một mình. Chỉ hơn hai tiếng, móm tiền ít oi bị nướng sạch, người đàn bà đứng dậy, buồn và mệt. Bà ta nhìn quanh, căn phòng rộng mênh mông, những dãy máy kéo ngay hàng thẳng lối và những bàn *blackjack* kín người. Mùi khói thuốc, tiếng máy kéo, đèn trên trần cao nhả ánh sáng mạnh bao phủ khắp phòng. Mặt thảm hoa văn màu trầm trang nhã, những hộp dán các mẫu quảng cáo chương trình ca nhạc sáng rỡ đầu mọi dãy máy kéo. Tiếng nhạc thính phòng nhẹ trôi. Thỉnh thoảng qua loa phóng thanh rộ lên tên người vừa kéo trúng số tiền lớn hai, ba mươi ngàn đô... Sinh hoạt này có sức hấp dẫn mãnh liệt, đã đến, đã ngồi vào máy hoặc bàn chơi bài một lần là chắc chắn sẽ có lần sau, rồi lần sau nữa. Người đàn bà lê gót ra cửa, lên chiếc *bus* của *casino* đưa rước miễn phí các khách chơi từ các thành phố phụ cận. Chiếc *bus* rời chỗ đậu, vào xa lộ, mọi con bạc rôm rả chuyện trò, kẻ thua người thắng tranh nhau nói. Người đàn bà nhìn ra bên ngoài, nửa đêm, những trụ đèn đường, mặt nhựa với ba vạch sơn trắng vụt qua, bầu trời chi chít sao, thảo nguyên nhập nhòa trải dài cuối chân trời, khu nhà trên đồi cao... Từ ngày đầu đến hôm nay đã không biết bao nhiêu lần người đàn bà đi, về trên lộ trình này, thuộc nhẵn từng bờ cây, vườn nho, trạm xăng, tiệm *hamburger*, dòng sông lượn quanh dãy núi mùa hè hoa vàng phủ kín, cũng là thời điểm có khá nhiều người đến cắm trại, câu cá. Xe vào thành phố, đậu trong khu *parking* một ngôi chợ, bến đưa rước khách đi, về mỗi ngày. Người đàn bà xuống, ra đứng trên vỉa hè, một chiếc xe trờ tới, người đàn bà đưa tay vẫy. Chiếc xe chậm lại, tấp vào lề, người đàn bà vội lên tiếng khi cửa kính vừa hạ thấp,

"Anh vui lòng cho tôi quá giang nếu tiện đường." Chủ nhân chiếc xe, Tưởng, hỏi,

"Cô về đâu?

"Đường… đối diện chợ HB."

Tưởng vừa chia tay đám bạn nhậu trên đường về nhà,

"Vậy mời cô lên xe." Tưởng vui vẻ.

Suốt đường đi, qua tâm sự, Tưởng cảm thương cho số phận bất hạnh của người đàn bà, chồng bỏ vợ con cao bay xa chạy sang tiểu bang khác với nhân tình trẻ đẹp hơn. Đã ba năm người đàn bà thui thủi một mình cùng đứa con gái vừa vào mẫu giáo. Kinh tế vốn khó khăn, càng khó khăn hơn khi bà ta vừa mất việc vì cơ sở đóng *sofa* nơi người đàn bà là nhân viên vừa dẹp tiệm. Người đàn bà thở dài,

"Nghĩ đến ngày mai, tôi lo và buồn quá."

Tưởng im lặng, hoàn cảnh người mẹ đơn thân này

thực đáng thương, Tưởng nghĩ.

Dừng xe trước khu chung cư, nơi ở của mẹ con người đàn bà. Trước khi chia tay Tưởng nói,

"Nếu cô cho phép, tôi sẽ đến thăm mẹ con cô khi có dịp."

"Rất hân hạnh."

Người đàn bà trả lời ân cần, rồi quay lưng bước chậm vào con đường nhỏ tráng *ciment*, vừa đi vừa thầm tự khen, mình đóng kịch khéo quá, anh chàng cảm động ra mặt.

Từ hôm đó Tưởng thường xuyên ghé thăm người mẹ đơn thân cùng đứa con nhỏ bất hạnh, để rồi không lâu sau trở thành phòng nhì của Tưởng.

Người đàn bà nhan sắc trung bình nhưng có một thân thể rất mời gọi lại thượng thừa trong lĩnh vực gối chăn, Tưởng bị bà ta mê hoặc, một phần ba tiền lương phải chia cho bà ta, chưa kể những số hiện kim không nhỏ Tưởng phải chi khi thỉnh thoảng bà đặt điều sau những canh bạc cháy túi, chả hạn,

"Thằng em ở Việt Nam vừa gọi *phone* xin tiền làm đám cưới. Nó cứ tưởng ai ở Mỹ cũng tiền rừng bạc bể, đâu biết chị nó đầu tắt mặt tối vẫn không đủ ăn."

"Nó cần bao nhiêu?" Tưởng hỏi.

"Năm nghìn đô."

Một hôm Liên ra ngân hàng rút tiền, phát hiện trương mục của hai vợ chồng gần cạn. Liên hỏi, Tưởng trả lời lúng túng. Liên sinh nghi, để tâm theo dõi và phát hiện hành vi mờ ám của chồng. Một trận xô xát lớn bùng nổ. Chửi rủa, khóc lóc, chén bát mền gối ném vung vãi. Tưởng ra xe phóng đi, mẹ lăn lộn trên sàn gỗ, tóc tai bù rối, nước mắt nhem nhuốc khắp khuôn mặt héo hon. Kha chứng kiến từ đầu sự việc, vào phòng nằm vật ra giường, lòng uất nghẹn, tình cảnh này làm sao học hành được. Phải tìm lối thoát, nếu không sẽ hóa điên.

Nửa tháng sau bầu khí căng thẳng phần nào đã dịu, Kha bày tỏ ý định muốn vào quân đội.

Mẹ hốt hoảng,

"Con điên à?"

Tưởng cũng đồng tình với Liên,

"Ngày xưa ba đã ở trong quân ngũ, hàng ngày chứng kiến thương vong của đồng đội. Môi trường đó không an lành cho bản thân con, đã đành, còn khiến ba mẹ ăn không ngon, ngủ không yên, lúc nào cũng nơm nớp lo sợ. Ba đi lính là chuyện bất đắc dĩ, thuở đó Việt Nam đang chiến tranh, tất cả thanh niên phải nhập ngũ khi đến tuổi. Bây giờ con đang sống trong một đất nước yên bình, việc học cực quan trọng, nó sẽ là đòn bẩy giúp tương lai con vững vàng, con hiểu chứ?"

Kha bảo lưu ý muốn của mình,

"Binh nghiệp cũng là một nghề. Thiếu gì người trở thành tướng tá."

Liên nhìn con, quyết liệt,

"Mẹ không bằng lòng."

"Con đã trưởng thành, ba mẹ hãy để con tự chọn hướng đi cho đời mình."

"Không."

Mặc can ngăn của mẹ, thuyết giảng của cha, Kha nhất quyết thực hiện ý muốn, dù cương cường hơn chị, nhưng chứng kiến mãi xung khắc giữa cha mẹ, Kha bức xúc không chịu nổi.

Hai vợ chồng bất lực nhìn con lên đường, lòng đau, tim nát.

Từ lúc Kha ra đi, cộng với quan hệ ngoài luồng của Tưởng đẩy chứng trầm cảm của Liên càng nặng, trở nên dữ tợn, có thể nổi cơn điên đập phá, sử dụng bạo lực bất cứ lúc nào, khiến Tưởng ngại chạm mặt vợ. Tan sở Tưởng thường tìm bạn nhậu hoặc đến với người đàn bà, có khi một hai hôm mới về. Căn nhà chả khác gì bãi tha ma.

Sau thời gian huấn luyện Kha được điều sang Afghanistan.

Nước này có tên gọi chính thức: Tiểu vương quốc Hồi giáo, giáp với Pakistan phía đông và nam, Iran phía tây, Turkmenistan, Uzbekistan, và Tajikistan phía bắc, Trung Quốc phía đông bắc. Có diện tích 652.000 kilômét vuông (252.000 dặm vuông Anh), đây là một quốc gia miền núi với đồng bằng ở phía bắc và tây nam. Hiện do

Taliban kiểm soát, với luật lệ khắt khe thêm chiến tranh, vùng đất này luôn chìm trong nghèo đói, bạo lực và cực đoan tôn giáo. Đàn ông được quyền có ba vợ, đàn bà không được đi làm, ra đường phải có đàn ông đi kèm, quần áo kín mít, kể cả mặt, chỉ chừa hai mắt. Ai có tội sẽ bị xử trị bằng các hình phạt man rợ: chặt tay, đánh bằng roi, bẻ răng, cắt lưỡi, ném đá… .

Từ một đất nước giàu có, tự do, nhân quyền, nam nữ bình đẳng, Kha rất ngỡ ngàng khi va chạm một nền văn hóa khác có khi hoàn toàn đối nghịch hẳn với nền giáo dục Kha đã hấp thụ từ bé.

Kỷ luật quân đội, chiến trận dạn dày đã dần dà biến cậu trai chân yếu tay mềm thành một thanh niên rắn rỏi. Xem những hình chụp, những clip ngắn Kha gửi về Liên phần nào nguôi ngoai nỗi nhớ. Tưởng cũng vậy. Mỗi lần đến chùa Liên không bao giờ quên cầu trời khấn Phật phù hộ cho con được bình yên.

Một buổi sáng Kha cùng hai đồng đội trên chiếc *jeep* đi tuần tra quanh vùng đóng quân. Bên đường một thiếu phụ ngồi bệt trên vỉa hè, hai tay ôm bụng bầu khóc tấm tức, nước mắt ràn rụa trên khuôn mặt nhăn nhó. Kha cho xe dừng lại,

"Chuyện gì thế?" Kha hỏi.

"Tôi muốn đến nhà thương nhưng đau quá đi không nổi."

"Chị sắp sinh?"

Người đàn bà hổn hển,

"Dạ."

"Chúng tôi đưa chị đến bệnh viện."

Kha vội vàng dìu thiếu phụ lện xe. Hai đồng đội ngồi chung một băng, băng còn lại nhường cho thiếu phụ.

Xe chạy chừng ba phút, thiếu phụ bỗng hét lớn,

"Vì đấng Ala vĩ đại."

Cùng lúc với tiếng hét, người đàn bà nhanh tay giật mạnh kíp nổ giấu sau vạt áo chùng đen, tiếng nổ lớn kèm vạt lửa bùng cao ném chiếc *jeep* văng khỏi mặt lộ, lăn nhiều vòng trên thảm cỏ vàng úa. Kha, hai đồng đội và thiếu phụ, nữ chiến binh cảm tử Taliban, tan xác.

29

Đầu Tưởng nhức, mắt hoa, ói liên miên từ chiều, dù chỉ mật xanh, bụng quặn từng cơn. Đã một tuần không ăn, chỉ nhấp nước cầm hơi, Tưởng kiệt sức chực rơi vào hôn mê.

Liên hỏi,

"Em gọi emergency *nhé?"*

Vào ra bệnh viện mãi, Tưởng ngán quá nên nhẹ

lắc đầu. Cơn quặn thắt gia tăng cường độ, mặt xanh mướt, hai mắt lờ đờ. Không hỏi nữa, Liên bấm 911. Ba phút sau xe cấp cứu chớp đèn trước cửa, một đội ngũ mặc đồng phục xanh và hai người vác băng ca ùa vào. Nhìn Tưởng thoi thóp trên giường, một người hỏi Liên,

"What happened"

"He vomited, choking."

Một y tá đo máu, chụp ống thở oxy, *chuyền nước biển vào mạch máu, nghe nhịp tim. Bác sĩ ra lệnh,*

"Take him to the car."

Xe dừng trước phòng emergency, *hai y tá khiêng Tưởng vào khu chờ. Năm phút sau y tá đến ghim sợi AV và trích máu thử nghiệm. Trước khi rời đi cùng ống máu, cô ta nói với Liên,*

"Bác có thể về."

"Tôi chờ ngoài lobby."

"Lâu lắm, không chừng đến gần sáng, tốt nhất bác nên về, chừng nào có kết quả chúng tôi sẽ gọi."

Vẫn khung cảnh quá quen, dễ chừng dưới trăm lần suốt hai mươi lăm năm qua Tưởng đã vào đây. Dãy phòng dài ngăn thành nhiều ô bằng màn vải, mỗi ô trên đầu giường có đủ các vật dụng thiết yếu: chụp thở oxy, *máy đo áp xuất huyết, máy theo dõi nhịp tim. Tưởng ngao ngán nghĩ, sẽ còn bị hành hạ đến bao giờ? Liên cũng nhiễm* covid *do Tưởng lây sao không việc gì,*

Tưởng đoán có lẽ do tuổi già, bệnh nền nhiều: stroke *phải ngồi xe lăn, tim lớn, cao mỡ, cao máu, thận bất khiển dụng, tuần ba hôm lọc máu..., sức đề kháng yếu. Cứ thế này mãi, chết sướng hơn. Nếu có tiền kiếp, chắc trong quá khứ Tưởng đã làm điều chi thất đức lắm nên kiếp này phải trả. Hai mươi lăm năm, bao nhiêu đau dớn từ thể xác đến tâm hồn chưa đủ sao? Còn trả đến bao giờ nữa! Biết than thở mãi hèn người, nhưng đôi lúc bực quá Tưởng không kìm nổi bức xúc.*

Liên ra xe nằm chờ. Hai giờ sáng điện thoai reo. Liên trở vào. Cô y tá trực nói,

"Bác có thể đưa bác trai về. Qua xét nghiệm, bác sĩ bảo bác trai không có bệnh gì, chỉ do hậu chấn covid, *tĩnh dưỡng vài hôm sẽ khỏe."*

"Nhưng ông ấy ói mãi, sức đâu chịu thấu!"

"Bác sĩ có cho thuốc chống ói đây."

Cô ta đưa toa thuốc cho Liên. Một y tá khác đỡ Tưởng vào xe lăn đẩy ra parking. Liên đi bên cạnh. Chớm thu, khí trời gây lạnh, sương mù loãng vương vất trên những chụp đèn ánh sáng vàng rải rác khắp bãi.

Liên cho xe rời parking *hướng về nhà. Tưởng nhìn đồng hồ, đã năm giờ sáng, đường vắng, thỉnh thoảng một chiếc xe vụt qua, tiếng động cơ vang âm rồi tan vào bóng đêm.*

30

Từ ngày Liên bị bệnh, Tưởng buồn sinh rượu chè, chứng cao mỡ, cao máu xuất hiện, mỗi ngày thêm trầm trọng phải thường xuyên uống thuốc. Thế nhưng làm thế nào thường xuyên được, đang cuộc nhậu, đang đấu hót tưng bừng, đang tán tỉnh mê ly, làm sao nhớ? Vả lại, *chưa thấy quan tài chưa đổ lệ,* đúng thế, có khi quên bẵng một hai ngày không sờ đến mấy viên dược liệu, vẫn cụng ly chan chát, vẫn hết bia đến rượu, hết nhẹ đến nặng, hết vang đỏ đến cô-nhắc hai chữ, bốn chữ, kể cả rượu nặng xuất xứ từ Nga và các quốc gia hàn đới. Có sao đâu!

Trong bất cứ cuộc nhậu nào cũng không thể thiếu màn đấu hót rôm rả. Rượu vào lời ra. Chuyện trên trời dưới đất, chuyện quốc gia đai sự, chuyện chính chị chính em, chuyên tào lao nhảm nhí. Nào là chuyện tổng thống thứ bốn mươi lăm và thuyết âm mưu. Chuyện tối cao pháp viện vừa đảo ngược đạo luật cho phép phá thai ban hành ngót sáu mươi năm trước. Chuyện thằng B vừa bị vợ cắm sừng, đau hơn hoạn vì tình địch là học trò của hắn, kém chị vợ trọn con giáp! Chuyện em BH vừa cắt mạch máu tự tử, cũng may người nhà phát hiện sớm đưa vào *hospital*, lý do thằng chồng cặp bồ với một nường cà phê ôm, bị lây HIV, thằng khốn mang về truyền cho vợ, đau đớn, tuyệt vọng, em BH nốc cả mấy mươi viên thuốc ngủ! Chuyện tên chủ nhiệm tờ tuần san BM cuối tháng này ra tòa vì chị thư ký tòa soạn thưa đã bị mò hang cua nhiều lần!... . Hết chuyện người đến chuyện riêng tư của từng tửu đồ trong bàn nhậu, chả hạn bệnh cao máu cao mỡ Tưởng đang mắc. Hầu hết mọi thành viên đều khuyên chớ để mấy ngài bác sĩ hù dọa, *bói ra ma, quét nhà ra rác*. Cao máu cao mỡ ư? Nhớ phải uống thuốc trường kỳ, phải tránh ăn mặn và thịt thà nhiều mỡ, phải đoạn tuyệt cà phê, thuốc lá, bia rượu... Bố khỉ! Nếu theo đúng hướng dẫn của mấy ngài thì... chết sướng hơn. Sống mà phải kiêng đủ thứ thử hỏi còn gì lạc thú? Tưởng nghe, gẫm cũng có lý, bèn vứt hết mấy vỉ thuốc vào thùng rác, hùng dũng tiếp tục chén chú chén anh, đưa cay bằng những độc chiêu, đại loại như bò tái bóp xoài sống thái sợi với nước mắm chanh ớt; bánh đa ướt cuốn thịt ba chỉ, tôm chua, chuối chát, dưa leo; lòng, tim, gan, phèo, phổi lợn chấm mắm nêm; bánh cuốn heo quay chan tương Cự Đà..., bỏ ngoài tai những lời chuẩn đoán, dặn dò, răn đe của các tay thầy thuốc, mặc nguy cơ tai biến chực chờ!

Sáng nay Tưởng dậy muộn, vừa thay xong quần áo. Liên hỏi,

"Anh đi đâu?"

"Cà phê."

"Chớ không phải tới con đĩ ngựa nó à?"

Tưởng không buồn trả lời, dợm bước định ra xe

thì điện thoại reo, Tưởng nhấc máy,

"Hello."

"Tôi gọi từ văn phòng bác sĩ Q, làm ơn cho tôi gặp ông Tưởng."

"Tôi đây."

"Thưa, hôm nay ông có cái *appointment* mười giờ, *check-up* hàng năm."

"*Ok*, tôi sẽ đến, *thanks*."

Như bao lần trước, "sẽ đến" đồng nghĩa với "không bao giờ". Tưởng lên xe, định tới người đàn bà, sực nhớ hôm nay bà ta đưa con đi khám răng, vào lại nhà để phải nghe những lời chì chiết nặng nhẹ chịu sao thấu. Đi đâu bây giờ? Mới buổi sáng gọi các "đồng chí" ra quán chắc không tên nào hưởng ứng. Thôi thì đành đến phòng khám vậy, một cách giết thời giờ.

Phòng chờ khoảng mươi ghế đã kín người. Tưởng đứng tựa tường. Một thiếu phụ rời chỗ ngồi khi nghe gọi tên, bà ta theo cô y tá vào trong qua cửa dẫn vào dãy phòng khám bên trong, Tưởng thế chỗ. Chiếc quạt gắn trên trần quay chậm. Cuối hè, khí hậu không nóng lắm.

Khoảng nửa giờ sau Tưởng được gọi vào phòng khám, ngồi chưa lâu thì cửa mở, người đàn ông từ phòng bên sang, ông ta nhìn Tường cười tươi niềm nở,

"Chào ông."

"Chào bác sĩ."

Người đàn ông lật tập hồ sơ đọc lướt rồi ngẩng

lên,

"Ông vẫn uống thuốc đều chứ?"

Tưởng nói dối,

"Vẫn, thưa bác sĩ."

"Đừng quên nhé, và nếu uống rượu thì ít thôi, bỏ hẳn càng tốt. Một điều nữa, bệnh của ông ngoài thuốc men đều đặn còn phải tránh xúc động thái qua, máu cao bất thường, nguy cơ *stroke* rất cao."

Người đàn ông hỏi thêm vài câu chiếu lệ rồi nói,

"Ông sang phòng bên cho y tá lấy mẫu máu, nước tiểu và phân đưa đi xét nghiệm, tốt thì thôi, bằng không sẽ gặp tôi lần tới."

Trên đường ra *parking* Tưởng lầm bầm văng tục,

"Mẹ, khám với khiết, chỉ qua loa vài câu cốt moi tiền bảo hiểm."

Vào xe, Tưởng gọi cho một bạn nhậu,

"Chiều, khoảng năm giờ ông đến đón tôi nhé, hôm qua vừa bán được một bức tranh, hôm nay tôi bao giàn, báo các chiến hữu biết đến càng đông càng vui."

Đầu dây bên kia,

"Sao không đi xe ông?"

"À, phòng xa ấy mà, nếu uống chỉ vài chai, lái xe, nhỡ cảnh sát vồ thử độ cồn, đã phiền, huống hồ hôm nay hứa hẹn một màn ra trò. Chắc ăn nhất khi về tôi sẽ gọi *Uber*."

Tưởng đến nhà người đàn bà. Cửa đóng. Tưởng đoán, chắc sắp về, Tưởng ngồi trên lan can, đốt thuốc nhả khói nhìn vu vơ, ngoài sân rộng của chung cư cỏ đã cao ngọn, bên tay trái khu *parking* có mái che chỉ ba chiếc xe đậu lẻ loi. Hút chưa hết điếu thuốc thì mẹ con người đàn bà về.

"Anh tới lâu chưa? Bà ta hỏi.

"Năm phút trước."

Cậu bé nhìn Tưởng nhẹ gật đầu chào, tay ôm má vẻ mệt mỏi, có lẽ cậu bé vừa nhổ răng khôn. Người đàn bà nói với cậu bé,

"Con vào phòng nằm nghỉ, lát mẹ sẽ gọi ra ăn trưa."

Cậu bé lẳng lặng làm theo lời mẹ. Tưởng nhìn người đàn bà. Hôm nay bà ta mặc áo ba lỗ cổ rộng. phô hai cánh tay tròn, vùng ngực trắng, sợi dây chuyền bằng vàng trắng có cây thánh giá nằm ngoan giữa rảnh trũng. Cặp đùi no căng và đôi chân dài dưới chiếc váy ngắn phơn phớt lông măng đập vào mắt khiến Tưởng buột miệng,

"Trông em ngon như miếng sườn nướng."

Người đàn bà cười lẳng lơ,

"Thật không?

Tưởng dang rộng vòng tay, người đàn bà sà vào, họ hôn nhau. Tưởng luồn tay vào cổ áo, vân vê núm vú, người đàn bà khúc khích cười,

"Nhột em, nhỡ thằng bé thấy."

Tưởng bế người đàn bà vào phòng. Bà ta nghĩ, bà bạn rủ tối nay đi *casino*, mình vừa cháy túi hôm kia, phải cho anh chàng lên thiên đàng để vòi ít tiền mới đi cùng bà bạn được. Người đàn bà âu yếm,

"Nhớ anh muốn chết."

Tưởng vật người đàn bà ra giường, chồm lên, vùi mặt vào hai bầu vú, một tay lòn xuống váy mò tìm. Gò tình mềm, nham nhám. Hưng phấn dâng cao. Tưởng bò xuống.

Người đàn bà nhỏ giọng,

"Gợm, em tắm đã"

"Anh muốn ăn."

"Lát nữa mặc tình."

Người đàn bà ngồi dậy, mở khuy quần Tưởng, cầm vuốt ve rồi cúi hôn trước khi vào restroom.

"Nhanh lên."

'Mót lắm hả? Mới ba hôm!"

"Em ngồn ngộn thế kia thầy tu còn mờ mắt huống chi anh."

Người đàn bà cười lẳng và khuất sau cánh cửa buồng tắm. Buổi trưa yên tĩnh, Tưởng nghiêng đầu nhìn qua cửa sổ, dãi khói trắng cắt ngang bầu trời màu xám nhạt không gợn mây, có lẽ một chiếc phản lực cơ vừa bay qua.

Người đàn bà trở ra, trần truồng. Bà ta leo lên

giường,

"Thơm lắm."

Tưởng ngủ giấc dài sau trận tình sôi nổi, và thức dậy gần năm giờ chiều. Nhớ cái hẹn với người bạn nhậu,

Tưởng bật dậy, người đàn bà nằm kế mắt nhắm. Tưởng cúi hôn rồi vào restroom. Tiếng nước từ vòi sen nhè nhẹ nhịp đều. Khoản mười phút Tưởng trở ra mặc quần áo.

Người đàn bà mở mắt,

"Anh về à?"

"Yes, anh có hẹn."

Người đàn bà vẫn nằm, Tưởng ôm hôn tình nhân trước khi ra xe,

"Mai anh đến chứ?"

"Có thể, anh không hứa."

Chiều. Đường phố tấp nập. Tưởng chạy chậm, nắng đã dịu, ngang qua nhà hát thành phố Tưởng thấy tấm *pano* lớn dựng góc trái quảng cáo vở kịch chuyển thể từ tác phẩm kịch kinh điển của Nga, nghĩ, nếu như ngày trước thế nào cũng rủ Liên đi xem, Liên vốn rất mê văn học Nga. Tưởng thở dài, anh vẫn yêu vợ, nhưng là đàn ông, lại đang thời kỳ sung sức, làm sao chay tịnh nổi.

Tới nhà Tưởng cho xe vào *garage*, đóng cửa bằng

remote rồi ra thùng thư lấy phong bì lớn, vừa đẩy cửa vào vừa đọc lá thư. Tưởng thở hắt, kêu nhỏ,

"Trời!"

Cảm thấy hai thái dương đau nhói, mắt hoa, chân run, bọt mép trào ra hai bên khóe, Tưởng ngồi xuống nền cố định thần nhưng dù cố vẫn ngã vật, co giật vài cái rồi bất động. Liên từ phòng trong đi ra, nhìn thấy Tưởng sóng soài trên sàn gỗ, vội vàng bước nhanh tới, lá thư vẫn còn trong tay Tưởng, Liên cầm, đọc, và cũng như chồng, Liên bật ngửa.

Người bạn nhậu đến đón Tưởng ngạc nhiên thấy cửa mở, anh ta bước vào nhìn thấy hai vợ chồng bất tỉnh trên sàn.

31

Đã vào đông, khí hậu se lạnh, cây cảnh trong vườn bắt đầu bừng thức. Chỉ non ba tháng nữa thôi, xuân sẽ đến, mọi vật sẽ lai tỉnh, thanh xuân, tràn đầy sức sống, những búp non sẽ bung nở vô số lá xanh, những nụ hoa sẽ xòe cánh. Phải chi đời người như đất trời, đông tàn xuân đến. Chết để phục sinh. Đời người, tuổi thơ rồi thanh niên, trung niên, lão niên, cuối cùng già, chết, vĩnh viễn trôi vào hư vô!

Tưởng kéo cao *zipper* chiếc áo ấm lên tận cằm, từ ngày bị *stroke*, thận suy, Tưởng thường trực lạnh, khí hậu này đối với Liên và những người khỏe mạnh rất lý tưởng, mát mẻ, dễ chịu, nhưng với Tưởng không thế, ban đêm ngủ phải đắp mền điện, ban ngày luôn bật máy sưởi, và ít khi ra khỏi phòng, vì bên ngoài lạnh quá, chả lẽ mở máy sưởi cả nhà, buộc Liên phải gánh cái nóng? Phòng của Tưởng có cửa sổ nhìn ra công viên thành phố. Từ hôm xuất viện đến nay đã tròn ba tháng, bên trong cửa sổ, trên chiếc xe lăn, trừ thời gian cơm nước ngủ nghỉ, Tưởng ngồi đó nhìn hoạt cảnh trong tầm mắt, những lối đi ngang dọc tráng *ciment*, những cổ thụ phủ bóng râm, những tảng đá, những bờ cây, mặt hồ im sóng vươn những bông súng màu tím nhạt và những đài lá xanh, những ghế đá đặt quanh rải rác, những cặp tình nhân dạo chơi, những bé con nô đùa. Tưởng nhìn không chủ đích, không chú tâm, không lưu lại trong đầu hình ảnh nào, bởi lòng luôn ngổn ngang trăm chuyện, chuyện cũ, chuyện vừa xảy ra, chuyện tương lai.

Chuyện cũ thời thanh xuân, tình yêu, vùng quê ngoại của Liên, ngọn đồi thấp nơi Tưởng cưỡng đoạt tiết trinh người con gái sắp bước vào tuổi thành niên, khởi đầu cuộc sống chồng vợ lắm hạnh phúc nhưng cũng đầy bão giông, rồi bảy năm chinh chiến và quãng đời trung niên trên xứ người, những đứa con, những sai lầm.

Cũng trong thời kỳ này cha bị tù tội, bị tra tấn và từ trần mang theo oan khuất không thể giãi bày.

Bạn bè nữa, mỗi đứa một định mệnh, một hướng đời, có đứa tự chọn, có đứa do đẩy đưa của thời thế, có đứa buộc phải ngả về phe "cách mạng" vì sợ bị tù đày, tra tấn…

Nói tóm, chuyện cũ đầy biến cố của bản thân Tưởng và của quê hương.

Chuyện vừa xảy ra, Kha, đứa con trai độc nhất tan xác ở một xứ sở xa lạ, dẫn Tưởng đến đột quỵ. Đứa con trai, giọt máu kết tinh tình chồng nghĩa vợ. Đứa con trai, theo quan niệm của các cụ thời xưa, nối dõi tông đường. Đứa con trai thông minh, tình nghĩa với gia đình, bè bạn. Đứa con trai, niềm hy vọng của mẹ cha. Đứa con trai chết tan xác, chết oan khiên trong một đất nước ngùn ngụt hận thù phát sinh từ đói nghèo và cực đoan phe phái, tôn giáo.

Nghĩ đến con lòng dạ Tưởng quặn đau, Tưởng hiểu cái chết của Kha phần lớn do mình, nếu Tưởng không nuông chiều bản thân, nếu Tưởng kềm chế được đòi hỏi dục tính thì gia cảnh đã không lục đục, Nga buộc phải lấy chồng sớm, rồi tái giá, rồi đi xa, một hình thức thoát ly. Kha cũng thế, nó học giỏi, nếu gia đình êm ấm, ba năm đại học với nó, một thanh niên thông minh, dễ dàng vượt qua, tương lai tươi sáng là chuyện trong tầm tay. Càng nghĩ Tưởng càng ân hận.

Ngoài công viên đã nhá nhem, mọi người dần ra về, trả lại sự yên tĩnh. Đàn vịt không biết từ đâu xuất hiện bơi lặng lẽ trên mặt hồ. Bỗng Tưởng phát hiện phía sau bụi hoa vàng còn sót lại một cặp trai gái, anh con trai luồn tay vào vạt áo người tình lục soạn, cô gái nắm tay đối tác nói gì đó, Tưởng đoán lại bài bản muôn đời "đừng anh" chiếu lệ, anh con trai có lẽ biết vậy nên chẳng những không đừng, còn làm tới, bàn tay hạ thấp, và kéo mặt thiếu nữ hôn lâu, cô gái bây giờ không còn "đừng anh" nữa mà ngã hẳn người vào lòng bạn tình để mặc anh con trai tha hồ vày vò hết trên đến dưới rồi ngược lại. Tưởng mỉm cười nhớ thời trai trẻ. Làng quê, giòng sông phủ rợp bóng râm rặng tre dọc bờ bên kia, bên này là chập chùng đá tảng. Sau một bụi cây, trên bờ cỏ, Liên luôn miệng "đừng anh" khi bàn tay Tưởng lục soạn khắp thân thể Liên, không khác chàng trai bây giờ. Làm sao quên được đôi mắt nhắm, hai môi run, khung ngực phập phồng mềm mát khi miệng Tưởng nút tham lam núm hồng mọng chín, làm sao quên được âm hộ tươm ướt khi bàn tay Tưởng xoa bóp và luồn sâu vào khe trũng, điệp khúc "đừng anh" vẫn thoát ra từ miệng Liên nhưng yếu hẳn, tỷ lệ thuận với âm hộ càng lúc càng ướt nhẩy. Mấy mươi năm thoáng chốc, từ một thanh niên căng no sức sống đã trở thành kẻ tật nguyền bây giờ. Cuộc đời sao lắm đa đoan! Tưởng thở dài.

Liên mang đến một ly trái bơ xay với sữa tươi đưa

cho chồng,

"Không ngọt mô, em biết anh sợ ngọt nên không bỏ đường."

"Cảm ơn em."

"*Pharmacy* vừa tặng cái hộp bảy ngăn, em đã sắp sẵn thuốc phải uống mỗi ngày trong bảy ngăn, tù thứ hai đến chủ nhật, tiện, không sợ quên."

Tưởng cầm tay Liên bóp nhẹ muốn nói "em chu đáo quá" nhưng Tưởng im lặng nhìn vợ lòng bùi ngùi.

Sau đột quy, *hospital* chuyển Tưởng qua *nusing home* sau một tuần điều trị, theo lời bác sĩ, để tĩnh dưỡng, hồi sức. Ai từng vào *nursing home* hẳn biết, tuy là chỗ tĩnh dưỡng nhưng sự thực lại là chốn... địa ngục trần gian, nhiều bệnh nhân vào đấy lẽ ra còn sống thêm dài ngày đã phải ra đi sớm. Làm sao không chết sớm cho được khi môi trường chung quanh ngập ngụa tanh hôi mùi phân và nước tiểu của bệnh nhân trây trét. Những tiếng rên la đau đớn bất kể ngày đêm. Những bữa ăn nhạt nhẽo. Hai hôm một lần y tá đẩy xe vào buồng tắm xả nước qua loa, dầu tắm còn dính trên thân nhớt nhợt, gây ngứa ngáy, suốt đêm không chợp mắt được vì phải gãi liên tục. Tưởng sẽ lên đường sớm nếu Liên không vào đón về.

Từ hôm đọc tờ thư của bộ quốc phòng báo tin Kha mất, Liên ngất xỉu, sau đó hầu như câm, toàn thời gian Liên đến chùa, quì hàng giờ trước bục cao, ngược nhìn tượng Phật ngồi trong tư thế kiết già, mắt khép hờ, miệng mỉm cười bao dung, tâm Liên lắng xuống. Vị sư già trụ tri ngôi chùa nhỏ nói với Liên, mọi sự cố xảy ra trong cuộc đời mỗi chúng sinh là kết quả từ hạt nhân kẻ ấy đã gieo trồng từ những tiền kiếp, cho nên đừng than oán trách cứ, hãy chấp nhận mọi quả lành hay dữ, bởi nó do ta, từ ta mà có. Liên trằn trọc nhiều đêm suy gẫm lời sư cụ, trước khi vào *nursing home* bảo lãnh chồng đưa về nhà.

Khép

Hai mươi lăm năm năm, từ một trung niên chỉ mới năm mươi nay đã thành một lão già bảy mươi lăm, da nhăn, mắt mờ, tứ chi gần như bất khiển dụng, đã hàng ngàn lần ngồi trên xe lăn nhìn qua cửa sổ, từ ngôi nhà cạnh công viên, chuyển sang *mobile home* cũng có cửa sổ nhìn ra hồ tắm công cộng, và gần hơn là cây sứ ngày nào chỉ ngang lưng nay đã thành gốc cổ thụ trơ cành tựa những cánh tay cùi vào tiết đông lạnh giá, chả khác chi Tưởng, một kẻ tàn tật càng ngày càng héo úa. Không như thực vật, sẽ hồi sinh, con người sẽ phải ra đi buổi đông tàn. Hai mươi lăm năm, vào ra nhà thương như cơm bữa, rồi suy thận, rồi lọc máu, kéo lê kiếp sống đọa đày chưa biết bao giờ chấm dứt!

Hai mươi lăm năm, một phần tư đời người ! Năm tháng buồn thiu!

Khánh Trường

California. 22/10/ 2022

PHỤ LỤC

Nguyễn Vy Khanh
Trương Vũ
Phạm Chu Sa
Phạm Hiền Mây
Trần Thị Nguyệt Mai
Lê Chiều Giang
Nhật Hạ
Minh Ngọc
Đỗ Trường

NGUYỄN VY KHANH
Khánh Trường và dòng chảy văn học Việt

Văn học người Việt ở ngoài nước hình thành sau biến cố ngày 30-4-1975 đến nay đã gần nửa thế kỷ. Trong số những văn nghệ sĩ đã có công gầy dựng nền văn học hải ngoại có thể kể Võ Phiến, Mai Thảo, Nguyễn Mộng Giác, ... Nhà văn nhà báo Khánh Trường xuất hiện năm 1987, sau các vị vừa kể khoảng trên dưới một thập niên nhưng thiển nghĩ anh cũng đã là một khuôn mặt và nhân tố đặc biệt trong sinh hoạt văn học hải ngoại. Từ khi xuất hiện Khánh Trường đã sớm thành công và anh đã như phá vỡ "truyền thống" làm báo, viết văn, "tài tử" nhưng hết mình, tận tụy, khi chủ trương *Hợp Lưu* hải ngoại đồng phổ biến sáng tác của những cây bút sống trong nước. Với người làm báo, viết văn "chính thống" hay phân biệt chiếu trên chiếu dưới thì Khánh Trường ban đầu bị xem là "tài tử", "người ngoài", "nhảy dù", thì nay phải nhìn nhận anh đã là người hết mình và trung thành với đường lối khai phóng tự vạch cũng như văn học nghệ thuật nói chung – chứ không phải của phe nhóm hay chế độ chính trị nào!

Khánh Trường, nhà báo

Khánh Trường được biết nhiều như là người chủ trương tạp chí *Hợp Lưu*, nhưng anh đã nhập làng văn làng báo hải ngoại từ trước đó khi phụ trách trình bày rồi Trị-sự cho tạp-chí *Văn Học*. *Hợp Lưu* là "tập san văn học nghệ thuật biên khảo", ra mỗi 2 tháng, số 1 ra mắt đầu tháng 10-1991, do Khánh Trường chủ biên, Phan Tấn Hải phụ tá chủ biên (từ số 52 tháng 4&5-2000, Phạm Việt Cường thay thế) và một ban chủ trương có lúc trên 30 người trong số có Nhật Tiến, Hoàng Khởi Phong, Đặng Tiến, Nguyễn Mạnh Trinh, ... Ngay trang đầu ở số ra mắt, tòa soạn đã cho biết đối với một số tác giả "*để bảo đảm vấn đề an ninh..., chúng tôi phải tạm dùng những bút hiệu mới thay thế những bút hiệu đã có*" với hy vọng "*trong một tương lai gần, mọi sáng tác –*

của trong hay ngoài nước - sẽ được công khai đăng tải trên diễn đàn này, không cần phải "ngụy trang" hay đi "đi đường vòng" như hiện tại".

Tạp-chí *Hợp Lưu* với chủ biên Khánh Trường tiêu biểu cho khuynh-hướng không phân biệt nguồn gốc, nhân thân qua con đường văn-chương – thường bị gán nhãn "hòa hợp hòa giải". Trong số ra mắt tạp-chí này vào tháng 10-1991, Khánh Trường cho biết: "*Chúng tôi quan niệm rằng, tác phẩm, dù rằng đứng trên quan điểm nào, nếu thực sự giá trị, thực sự đáp ứng được lòng mong muốn của đa số độc giả thầm lặng, thì dứt khoát đó phải là tiếng nói nhân bản, tiếng nói của lòng lương thiện. Văn học nghệ thuật không chỉ đáp ứng cho hiện tại, nó sống mãi với thời gian. Chế độ chính trị nào rồi cũng qua đi, cái còn lại sẽ vẫn là cái cận nhân tình, cái đẹp, cái tốt, ... Lịch sử là thước đo chuẩn xác nhất để minh định giá trị thực sự của một tác phẩm. Vài mươi năm sau, mọi nhãn hiệu tự gắn hay bị gắn cho người cầm bút sẽ được bóc đi, còn lại chăng vẫn là cái cốt lõi. Đó là một sự thật, dù biện minh cách nào chúng ta cũng không thể phủ nhận, ... Chính vì vậy, trong tiến trình thực hiện hợp lưu văn hóa (bao gồm giữa trong và ngoài nước lẫn Việt-Nam với thế giới), điều trước tiên phải phục hồi văn hóa dân tộc. Muốn phục hồi văn hóa dân tộc, phải có tập hợp dân tộc, ở đó mọi thành phần không phân biệt quá khứ chính trị hay địa dư đều có đất đứng, đều cùng góp công sức của mình để đấu tranh loại bỏ mọi thế lực độc tài, chuyên chính, bị trị, vốn là nguyên nhân gây ra thực trạng bi thảm hiện nay tại quê hương"* ("Thư tòa soạn", tr. 4-5).

Từ năm 1987, từ khi trong nước với chính sách "Đổi mới" dù không thực sự và kéo dài nhưng đã tạo cơ hội cho một số tác giả viết và xuất bản các sáng tác văn chương hơn, sáng tạo hơn cùng với những đề tài và nội dung mang tính nhân bản hơn của con người cụ thể hơn – với những Nguyễn Huy Thiệp, Phạm Thị Hoài, Lưu Quang Vũ, Dương Thu Hương, v.v... Nhìn nhận và hỗ trợ, một số nhà văn hóa ở hải ngoại đã xuất bản tuyển tập *Trăm Hoa Vẫn Nở Trên Quê-Hương* (phụ đề "Cao trào văn-nghệ phản kháng tại Việt-Nam 1986-1989"; Lê Trần CA, 1990) giới thiệu "cao trào" và tổng kết vụ Đổi Mới văn-học chính-trị ở trong nước từ cuối năm 1987, như những chứng từ và hy vọng cho đất nước. Và bão tố đã nổi lên! Vào thời điểm đó ở hải-ngoại, chính-trị chống Cộng đã cực đoan phủ nhận những sáng-tác, biện luận của người trong nước, xem phản kháng là "phản kháng quốc doanh", xem Tuyển tập này và các nhà xuất-bản, tái bản sách bị cấm hoặc có vấn-đề trong nước như là đại lý phổ biến văn-hóa của cộng-sản hoặc đồng lõa đánh bóng cho chế độ Hà-Nội. Chống đối hung hăng nhất là nhóm Làng Văn với NH Nghĩa và Nguyễn Ngọc Ngạn - ông Ngạn lúc bấy giờ là chủ tịch Văn Bút Hải-

Ngoại và chống Cộng công khai, đã xem những người phản kháng này "*họ chưa phải là anh em của chúng ta (...) chỗ đứng của họ vẫn là chỗ đứng sau lưng Đảng (...) họ chỉ trích để xây dựng nhằm củng cố uy tín cho Đảng, bảo vệ chủ nghĩa xã-hội...*" (*Làng Văn*, 5-1990, tr. 21).

Rồi trong đêm 9-11-1989, bức tường Bá Linh bị con người đập đổ sau hơn 28 năm được dựng lên để cản lối người dân muốn tìm tự do, dân chủ. Đế quốc cộng sản thay nhau tự xóa trên bản đồ, trong nước đã ngập ngừng "cởi trói", "đổi mới", một số nhà văn nhất là những người mới rời khỏi nước sau này bắt đầu nhìn lại chiến tranh với nhãn quan của con người đã sống đã là nạn nhân hơn là chủ nghĩa phải theo. Bắt đầu thời đề nghị và tranh luận "hòa hợp hòa giải" với nhóm *Thông Luận* ở Pháp và giao lưu văn hóa với những tạp chí như *Trăm Con* ở Canada, *Thế Kỷ 21, Đối Thoại, Giao Điểm, Hợp Lưu* ở Hoa Kỳ. Khi được 12 năm, Trần Vũ (HL 67) tổng kết rằng HL thành công hoàn toàn về giao lưu nhưng chỉ thất bại trong sáng-tác. Khánh Trường là chủ-nhiệm và chủ biên từ đầu đến số 83, Phùng Nguyễn chủ biên từ số 66-69, Trần Vũ chủ biên từ số 70-83, rồi sau cùng là Đặng Hiền (84-). Sau biến động về chủ biên *Hợp Lưu* đầu năm 2005 (với số 83, Trần Vũ rút lui), nhóm biên tập Mai Ninh, Nam Dao, Miêng, Phạm Trọng Luật, ... ra đi kéo theo vài cây bút trẻ như Đặng

Thơ Thơ, Nguyên Hương, ...

Hợp Lưu là tờ tạp-chí có sự góp mặt của nhiều nhà văn trong và ngoài nước, của những tiếng nói một thời khai phóng và dũng mãnh khai phá những đề tài và cách diễn tả mới, sâu, nặng. Báo có những số đặc biệt chủ đề về các tác giả hoặc văn-học (thể loại, biến cố, v.v...). Tham luận, phê bình và nghiên cứu nhìn chung trung thực, đa phương và triệt để. Lúc thành lập, những người chủ trương có ý muốn thoát ra khỏi vòng kiềm tỏa của văn-học miền Nam trước 1975 nhưng một phần người cộng tác và bài vở vẫn có liên hệ với nền văn-học đó hoặc nói đến như đề tài, nội dung. Một số bút chiến từ và trên tờ HL: thanh và tục, 'phong trào sinh dục hóa thi ca' (từ số 31, 1996), về trí thức và phản trí thức trong văn-học Việt-Nam (HL 49 đến 55), về trí thức Việt-Nam (từ HL 61), ...

Khánh Trường khi trả lời phỏng vấn của Nguyễn Mạnh Trinh đã cho biết về lý do có mặt của *Hợp Lưu*: "*Ngày nay, sau mười mấy năm, chiến tranh đã kết thúc, quốc gia đã độc lập, vấn nạn bức thiết nhất là làm thế nào đưa đất nước ra khỏi cảnh u tối, lạc hậu, nghèo đói, độc tài, chuyên chế. Muốn giải quyết vấn nạn này, trước tiên phải đưa dân tộc trở về với "đại khối". Tùy tâm cơ, hoàn cảnh, sở thích, mỗi người mỗi cách. Tôi yêu văn nghệ, vì vậy tôi chọn văn nghệ như phương tiện để góp phần thực hiện ước mơ kia. Ước mơ xóa bỏ những vĩ tuyến 17 trong lòng mỗi người Việt-Nam, ước mơ hợp lưu mọi tinh hoa của giống nòi, không phân biệt vị trí quá khứ. Nói theo ngôn ngữ Tạ Duy Anh: phải "bước qua lời nguyền", cái lời nguyền hình thành trong não trạng mỗi chúng ta, khởi từ thảm kịch qua phân Nam Bắc. Nói gọn lại, phải ý thức rằng, chúng ta, không chừa ai, đều là nạn nhân của một giai đoạn lịch sử. Nếu chưa đủ tỉnh táo và can đảm vượt thoát khỏi thân phận nạn nhân, thì, mãi mãi chúng ta sẽ còn trầm luân trong vũng lầy thù hận. Vô lý, vô nghĩa và bất nhân. Bất nhân với chính bản thân, đã đành, còn bất nhân với lịch sử nữa*" (Trích từ *Chung Cuộc*, 1997, tr. 207-208).

Từ những năm đầu thế kỷ và một thiên niên kỷ mới, sinh mệnh văn-học hải-ngoại cũng bước vào một giai đoạn mới: chuyển động thế kỷ và lão hóa. Tạp chí *Việt* ở Úc và *Chủ Đề* ở Hoa-Kỳ muốn khởi động cho một vận hội mới đã cùng một số tạp chí hải ngoại dấn thân vào những miền đất mới, taboo, hoang, lạ, tinh thần khai phóng nhưng nhân bản, tự nhiên – vốn là kỵ tránh trước đó của giới làm văn học và xã hội. Như trường hợp *Hợp Lưu,* sau khi bứt lằn ranh chính trị và giải phóng đề tài cùng hiện thực ngôn ngữ văn chương, mở cửa tính dục và nữ quyền, khi muốn đi xa hơn với chủ đề "Văn Chương Da Màu: Bước Rẽ của Văn Chương Hoa Kỳ" đáng lẽ đi trên *Hợp Lưu* số 84 đã phải di dời sang *Thế-Kỷ 21* và dĩ nhiên, từ số 84 đó, Đặng Hiền dần dà đưa tạp chí đi hướng có khác. Những năm sau cùng – "hậu Khánh Trường", chủ trương hòa hợp văn-nghệ đã hết cần thiết, bài vở HL về văn-học nghệ-thuật bị chính-trị phe phái cực-đoan thay thế và nghiêng về trong nước hơn là hải-ngoại như lúc đầu, về sáng-tác cũng như tiểu luận, mà việc chọn lọc bài vở cũng kém xưa, thiếu đa dạng và mới, có thể do vòng lẩn quẩn của việc không ra đều và tài chánh.

Khánh Trường, nhà văn

Khánh Trường tên thật Nguyễn Khánh Trường, sinh năm 1948 tại Khánh Thọ, Tam Kỳ, Quảng Nam. Bút hiệu khác: Nguyễn Thị Giáng Châu, Kim Thi. Năm 1968 nhập ngũ, 1970 bị thương, 1972 giải ngũ. 1987 vượt biển đến Thái Lan và định cư vùng Nam California. Làm báo, làm thơ, viết văn và là một họa sĩ nổi tiếng từng triển lãm tranh ở Việt Nam, Phi Luật Tân, Mã Lai, Pháp, Đức và Hoa-Kỳ, Khánh Trường chủ trương tập san *Hợp Lưu* (1991 - 2005) và các nhà xuất bản Tân Thư, Mở Nguồn ở California. Tác phẩm đã xuất bản: *Đoản Thi Khánh Trường* (thơ, Sống Mới 1988) - *Có Yêu Em Không?* (tập truyện, Tân Thư 1990; bản dịch của Phan Huy Đường *Est ce que tu m'aimes?,* 1997) - *Chỗ Tiếp Giáp Với Cánh Đồng* (tập truyện, Tân Thư &

Thời Văn 1991) - *20 Năm Văn Học Việt Nam Hải Ngoại 1975- 1995* (biên tập cùng Cao Xuân Huy, Trương Đình Luân, Đại Nam 1995) - *Chung Cuộc* (tập truyện, Tân Thư 1997) - *Truyện Ngắn Khánh Trường* (2 tập; Nhân Ảnh, 2016) - *Khanh Truong Oil Paintings* (Nhân Ảnh, 2018) - *44 Năm Văn Học Việt Nam Hải Ngoại 1975-2019* (biên tập cùng Nguyễn Vy Khanh, Luân Hoán; Mở Nguồn, 2019) - *Chuyện Bao Đồng* (tạp bút, 2019) – *Tịch Dương* (2019) - *Dấu Khói Tàn Tro* (2020) – *Bãi Sậy Chân Cầu* (2020) - *Có Kẻ Điên Cuồng Khóc* (2020) - *Xuyên Giấc Chiêm Bao* (2021) - *Đừng Theo Dông Bão* (2021) và *Nắng Qua Đèo* (2021), từ 2019 đều do Mở Nguồn xuất bản.

Các truyện của Khánh Trường đã đưa người đọc đến với thế giới người Việt thời đầu, thuở giao thời, thời tranh tối tranh sáng của ghetto Việt-Nam – chúng tôi xin ghi nhận qua một số truyện ngắn.

Chiến tranh Việt-Nam đã chính thức chấm dứt ngày 30-4-1975 khi Cộng quân tràn vào thủ đô miền Nam bỏ ngỏ và ở những quốc gia đã mở cửa đón nhận người Việt tị nạn / mất Tổ quốc, thì sau ngày đó, dần dà hình thành các khu phố rồi cộng đồng Việt-Nam. Sự có mặt sinh động của cộng đồng này đã là nguồn cảm hứng cho giới sáng tác văn học cũng như ca nhạc, kịch nghệ. Trong số có những truyện ngắn của Khánh Trường, đã ghi lại, một cách sống động, tả thực đến khó tin những thân phận bất toàn, tang chứng của chiến tranh ở quê nhà cũng như trên đất người. Chiến tranh thời vừa qua, những cuộc hành quân, đụng độ, ... được nhắc nhở dưới nhiều tần số khác nhau, nhưng luôn xa gần hiện diện trong truyện Khánh Trường: anh hùng có, nhát sợ cũng có, cùng những chuyện vượt biển hãi hùng, ... Ngày cũ được đưa trở lại để tiếc nuối, biện minh hoặc đã nằm trong "tiểu sử" của các nhân vật, hoặc như hội chứng sinh ra những hành cử, thái độ, lựa chọn của hôm nay, ở xứ người...

Nhân vật của Khánh Trường có kẻ hết thời, sống bám đàn bà, … như "người đàn ông" hết bay nhảy vì bệnh tật sinh lý, không chịu được nhục vợ theo trai tìm thỏa mãn thiếu thốn, đã dùng súng giết bà trong Đọc Thấy Trong Mục Xe Cán Chó, như người từng có "dĩ vãng vàng son" của một thời lẫy lừng trước năm 1975, trách móc "xứ sở vô tình bạc bẽo này" chỉ vì bất tài, vợ con phải bỏ đi, trong Chắp Vá, ... Nhiều nhân vật nam cũng như nữ của Khánh Trường sau khổ ải ở quê nhà hay sóng gió vượt biên, đến được bến bờ Âu Mỹ như cá gặp nước, chạy theo dục vọng với bất kể là ai, lén lút và công khai. Có lúc suy nghĩ, muốn thay đổi nhưng hoàn cảnh đã dĩ lỡ hoặc như anh chàng trong Căn Nhà Chàng Đã Thuê. Và cũng có những phụ nữ "*qua được xứ này bỗng nhiên biến tính*", thiêu thân, sống chết vì ham hố giao hoan (dì thích cháu ngay trong nhà gần 20 năm sau thích bố mà không nỡ trong Cây Xăng Bên Kia Đường, hay mẹ và con gái cùng chú Luận trong Vết Roi Đầu Tiên), hoặc vì tham vọng, như Kh. trong Chỗ Trở Về.

Vai vế vợ chồng đảo ngược ở xứ người. Phụ nữ cũng đi làm, cũng trăm bề phải hội nhập, đối phó, và những lúc khác, cũng đi đêm đi ngày, nay có đông người tị nạn thì "tình đồng hương bỗng ngùn ngụt bùng cháy" cũng "ta về ta tắm ao ta" sau thời gian hôn nhân dị chủng, thiếu nữ trẻ luôn có lợi khí đối với người đàn ông "nhạy cảm sinh lý thái quá" trong Căn Nhà Chàng Đã Thuê, ... khiến xảy ra những chuyện khôi hài "cộng đồng" - như bà chủ báo sao cuốn nhật ký của cô nhân tình của chồng phát cho tai mắt cộng đồng trong bữa tiệc.

Thế giới văn của Khánh Trường là một thế giới văn nhiều ám ảnh, mặc cảm nhưng anh tự tin, can đảm khi nói đến những "cấm kỵ" của tập thể. Những nhân vật của Khánh Trường sống cho bản năng - "làm vừa lòng xác thịt", bất kể luân thường đạo lý thứ mà nay không còn chỗ tựa/căn bản/thể thống để có thể phê phán. Không truyện nào mà không có chuyện sex. Dù vậy, trong không gian ẩm ướt thu hẹp đó vẫn có những chuyện tình đẹp, như tình yêu với Trâm, người thiếu nữ bất hạnh mất một chân và cả gia đình vì chiến cuộc trong Tình Yêu - cũng là đoạn sau của đời chàng học sinh được bà chủ trọ nhập môn làm tình đến suy kiệt sức trai!

Các tập truyện *Có Yêu Em Không?* và *Chung Cuộc* của Khánh Trường gồm những truyện ngắn phần lớn viết về đời sống mới của những người đến từ một quá khứ, những thương phế binh, những con người cần trao đổi xác thịt như cần hơi thở, những dịch vụ share phòng, những cuộc rượu, những chia ly, tái ngộ, những cuộc tình không trơn tru, éo le về tuổi tác hoặc nhu cầu, đáp ứng ăn khớp và so le. Với người đồng chủng và dị chủng.

Có Yêu Em Không? là chuyện tình cảm của lính tráng, của một thiếu úy Nhảy dù: những lần về phép là trác táng, chửi tục, nhưng bạn nhậu Kh. bất ngờ chết trận: "*... Nửa đêm, một trái pháo vu vơ rơi ngay hầm chỉ huy. Kh. chia ba với thằng tà lọt và tên lính truyền tin quả đạn. Khi đào hầm lên, phải cố gắng lắm bọn lính mới gom được một đống thịt xương trộn lẫn cùng đất cát. Phần Kh., tôi chỉ nhận ra hắn nhờ chiếc thẻ bài và hai cái hoa mai trên cổ áo. Cái chết đúng như lời một bài hát, chết thật tình cờ... Chết thật tình cờ! Phải, nhưng nhất định không nằm chết như mơ!* (...) *Đụ mẹ, bảy năm trong một đơn vị tác chiến thực thụ, tôi chưa bao giờ nhìn thấy một cái chết như mơ! Chỉ có chết tan xương nát thịt, như Kh., chết cụt đầu cụt tay, chết cháy đen giống cây than hầm, chết banh ngực lòi phèo lòi phổi, chết phơi bụng đổ ruột cứt dái lòng thòng... như bao nhiêu thằng lính lớn lính nhỏ. Chết như mơ. Đụ mẹ,* *nói phét cũng vừa thôi.* (Có Yêu Em Không?, tr. 178-180).

"Có yêu em không?" đã là câu hỏi kiếp người, trở thành "lãng mạn" không cần thiết ở lúc da thịt cận chiến như lúc này. Lệ biên thư, báo tin có thai. Anh chàng không muốn và vẫn luôn nghĩ "*làm chồng Lệ, điều đó quả quá sức tôi. Chẳng bao giờ, không đời nào. Tôi thà biến thành tên sát nhân còn hơn phải chấp nhận cái giá kinh khủng này. (...) Không thể được, tôi tự nhủ. Trong tôi, niềm ân hận mỗi lúc một lớn, nó giày vò hành hạ tôi đến đau quặn buồng ngực. Nhưng không thể được. Cuối cùng tôi quyết định tiếp tục im lặng. Tôi chọn thái độ của một tên sở khanh. Đành vậy. Tôi thì thầm, với Lệ, mà như với chính mình. Xin lỗi, anh xin lỗi em*" (tr. 199). Chàng ta lấy vợ đẹp và quên dĩ vãng. Nhưng ngày 30-4, anh bị đi "học tập", vợ đã vượt biên với người khác; anh trở về, nghiện xì-ke, vá sửa xe đạp. Một ngày kia tình cờ gặp lại Lệ với thằng con trai bên người chồng đủ để cho anh ta thêm hối hận và mặc cảm.

Mưa Đêm là câu chuyện siêu-thực của cô gái điếm giang hồ và tên lính bại trận ngay sau ngày 30-4-1975. Tên lính bị thương, hết chỗ để về, đành sống trong căn chòi trong bãi tha ma với "con đĩ" thường làm nơi tiếp khách mua dâm. Một cuộc sống như đã chết, nơi tận cùng địa ngục, với những màn ẩu đả từ chết tới bị thương giữa người với người, với ma, với thần chết, ...

Và những cơn mưa tầm tã kéo theo những cơn gió lốc mãnh liệt. Và chờ đợi vô vọng của tên lính: *"Con đĩ bao giờ mới về? Trời đang mưa lớn thế kia, con đĩ làm thế nào về? Nếu nó đi suốt đêm, nếu nó bắt được mối ngủ đêm, nếu xe bộ đội cán nó dập đầu? Cũng dám lắm chứ! Suốt ngày nay hai đứa nào đã có một hột cơm bỏ bụng, chính đó là nguyên nhân con đĩ giở chứng với tôi. Đói, mệt, mưa tầm tã, con đĩ đi đứng lạng quạng dám đâm đầu vào xe lắm chứ! Tôi cố hết sức bò ra khỏi cửa. Có cách gì đến được hương lộ thì mới hy vọng gặp người lạ cầu cứu nhờ đưa tới nhà thương. Nhưng bán thân đã bất toại, hai tay tôi lại quá yếu, không cách nào lê nổi tấm thân, dù chỉ một hai thước. Tôi tuyệt vọng gục xuống. Cơn đau lại dội lên như muốn vỡ tung đầu óc. Đành chịu chết sao? Tôi lầm thầm cầu trời khấn Phật mong sao cho con đĩ xuất hiện.* Con đĩ trở về cùng thằng ăn mày để nhìn gã lính "*miệng há hốc, chiếc lưỡi thè ra dài ngoằng, chỗ yết hầu, cạnh sắc của miếng tôn ngập sâu, lầy nhầy một vết cắt toang hoác, dòng máu ứa ra, chảy xuống, đọng vũng trên nền đất*" (tr. 49, 50).

Biến Cố Trong Rừng Tràm: nhân một buổi tiệc cuối năm nơi xứ người, những người bạn gặp lại nhau, có người từ ngày vượt biên. Chuyến đi thất bại, họ trốn chạy công an và lạc giữa rừng tràm. Đói khát, bản năng sống còn đã mạnh hơn lương tâm con người. Người thiếu nữ ngày nào, nay là một mệnh phụ đã sống dở chết dở, trải qua ba đời chồng luôn bất an sau biến cố trong rừng tràm "... *Thì ra biến cố trong rừng tràm đã biến Thu thành một người lãnh cảm. Thu sợ đàn ông, sợ chăn gối. Nỗi sợ ám ảnh nàng không rời, ngay cả khi nằm trong tay chồng. Nỗi sợ đôi khi biến thành phản ứng điên khùng như hôm ở nhà Huân"*. Cuối cùng, Thu cũng tìm được chốn tạm ổn, *"Mười năm nay, tôi cứ suy nghĩ mãi về cái lẽ hỗ tương mâu thuẫn giữa thiện và ác, giữa khổ đau và sung sướng. Anh biết không, nếu các anh không... làm thịt đứa bé, nếu không nhờ đám khói và mùi thơm... thì đám săn chim đâu có phát hiện ra chúng tôi? Có lúc tôi căm thù, ghê tởm các anh, nhưng cũng có lúc tôi thầm cảm ơn các anh. Vậy đó, đời sống như một cõi sương mù mịt mà chúng ta thì cứ mãi quờ quạng bước đi, chẳng thể hiểu nổi đường nào sai, lối nào đúng..."* (*TNKT*, 2 tr. 145, 149, 152).

Những Mảnh Đạn thêm một lần đưa người đọc đến với những tan hoang tàn độc của chiến tranh và những hậu quả không thể tránh. Những mảnh đạn đã và đang tiếp tục tàn phá con người toàn diện, thân xác và tư tưởng, tâm hồn, không tha thứ, không nhượng, bộ, đình chiến, ... Nhưng người bị thương thường sống với hy vọng. Nếu không thì "rắc rối đấy", vì *"Chiến tranh. Chiến tranh kỳ cục"*.

"Nhưng chiến tranh cũng dạy cho con người nhiều điều. Một cách nào đó, anh rất cảm ơn những kinh nghiệm

máu xương. Nó làm mình lớn lên" (…) *Những mảnh đạn "chết tiệt" đó: "Tôi nghĩ, đến một lúc nào đó Thuận và Alex sẽ phải hiểu được điều giản dị này: tôi đã là một cái xác mục, một dĩ vãng cần lãng quên. Tôi cầu mong như thế"* (tr. 53).

Chỗ Tiếp Giáp Với Cánh Đồng: Cô gái ngồi xe lăn như "một món đồ hư hỏng chiếm quá nhiều diện tích làm vướng chân vướng cẳng mọi người", một "nhân dạng" không toàn vẹn, "như một cái giằm ghim sâu vào da thịt, nhổ ra chẳng đặng, để đó thì nhức nhối triền miên", ... Tật nguyền, cô cũng có khát vọng yêu thương, có những "*ước muốn tôi không dám triển khai. Nó cũng què quặt và bất toàn như chính con người tôi*" (…) "*Tôi xấu, phải. Tôi bất toàn, phải. Nhưng tôi cũng là đàn bà. Đàn bà, đàn bà... Chứ sao? Tôi có cái quyến rũ của một con cái, một con cái trong mùa động cỡn, người ngợm tôi chắc phải tiết ra mùi vị nào đó, mà bọn đàn ông, kể cả bố, cũng phải ngửi thấy chứ?*" (*TNKT*, 2, tr. 174). Chỉ là một nơi tiếp giáp như vậy, vì cô ta vẫn sống với "*một cái đầu đậm đặc những ảnh tượng tật nguyền*"!

Chung Cuộc kể chuyện gặp gỡ nơi xứ người rồi sống chung của một cựu "quân nhân, bị pháo kích, cụt chân, giải ngũ" và một bà đã có hai con lớn: *"Cuộc đời hắn, hiện tại, chỉ xoay quanh hai mục tiêu: chiếc giường và những chai rượu. Chiếc giường, bao giờ hắn cũng ở trong tư thế ứng chiến. Rượu, li bì từ sáng tinh mơ đến già nửa đêm. Càng uống, càng lầm lì trầm mặc. Càng uống, càng chứng tỏ khả năng vô giới hạn của một sinh vật thuộc giống đực. (...) ... Xuyên qua cái giống, hắn và người đàn bà cuống cuồng tìm kiếm lạc thú, thứ lạc thú vừa tỉnh táo vừa mù lòa, thứ lạc thú của những kẻ mang bệnh khổ dâm. Thứ lạc thú đau đớn, bệnh hoạn*" (CC, tr. 91). Nhưng rồi hắn bị tai nạn, bà vẫn đón về như để chứng minh rằng – "*Những sinh vật khốn khổ thường có khuynh hướng chối bỏ nhau tuy vẫn cứ phải dựa vào nhau*". Một chung cuộc … nhân bản!

Những truyện ngắn khác, trích từ *Truyện Ngắn Khánh Trường,* như Thảm Cỏ Nát Trong Khu Rừng Hoang qua chuyện "chú Giản" nghệ nhân đa tài và đa tình, được cha "tôi" cho ở trong căn nhà cuối vườn, nơi bao cô gái trong làng đã qua tay ông, cả mẹ của nhân vật "tôi" 12 tuổi. Vì "tôi" chạy tìm Cô Tâm báo động mà sau đó đời sống gia đình "tôi" trở thành địa ngục. Người mẹ bỏ đi và chết trôi sông. Vài năm sau, người cha cũng chết đuối té sông vì rượu. Bỏ đi hoang, sống giang hồ, "tôi" cứ bị ám ảnh và đâm ra nghi ngờ ai là cha ruột: "*Lại nữa, năm tháng qua đi, tuổi đời chồng chất, tôi càng thấy rõ hơn điều này: Ngoại trừ những thánh nhân - nếu quả thật có thánh nhân - tất cả chúng ta, những con người bình thường, đều mãi mịt mù trầm luân trong điều phải lẽ trái.*

Quả thật rất khó khăn khi muốn phân định rạch

rồi đâu là biên giới giữa thiện và ác. (...) *Xét cho cùng, mỗi người sinh ra đều gắn liền với một định mệnh. Chú Giản, mẹ tôi, cha tôi, và cả tôi nữa đều là những quân cờ nhỏ nhoi trên một bàn cờ nghiệt ngã mang tên định mệnh*" (tr. 323).

*

Trong lời tựa lần tái bản *Có Yêu Em Không?*, Khánh Trường quan niệm "*nhà văn không thể và cũng không có khả năng cải tạo xã hội, hắn chỉ có thể làm được công việc hết sức khiêm nhường là phản ánh trung thực môi trường hắn đang sống* (...) *mỗi nhà văn tự chọn cho mình một cách thế biểu hiện. Nhà văn, tuy không làm nổi công việc cải tạo xã hội. Nhưng mãi mãi sẽ là những sứ giả tận tụy, không ngừng sống chết với những ước mơ. Tôi là một nhà văn, tôi cũng đang cống hiến cho cuộc đời những ước mơ...*" (tr. I, II).

Và trong cuộc phỏng vấn của Nguyễn Mạnh Trinh, Khánh Trường cho biết: "*Tôi chỉ thực sự cầm bút khi định cư ở Mỹ, vì "bực" những mặt hàng giả quá nhiều trong văn chương hải ngoại, phát sinh từ não trạng chật hẹp "ta, địch, bạn, thù", và thói đạo đức giả. Tôi viết, tôi "phản kháng". Một trong những vũ khí tôi dùng để chống lại các định chế, định kiến ấy, là tình dục. Bởi nghiệm cho cùng, có vẻ như mọi cơ sự xảy ra trong cõi trần ai này đều phát sinh từ tính dục (nếu anh bảo tôi ăn phải bả của Freud, cũng được). Dục tính chi phối con người, chi phối xã hội. Dục tính làm nên văn chương, nghệ thuật. Dục tính tạo ra hận thù, chiến tranh... Tôi viết về tính dục, tôi khai thác tính dục, tôi trưng bày, tôi soi ngắm mọi khía cạnh của tính dục, từ thánh thiện thanh cao nhất đến bỉ ổi thối tha nhất, không phải để khích động thú tính của con người, mà là để, từ đó, ta nhìn rõ ta hơn, "thấy" ta triệt để hơn. "Nhìn" và "thấy" là chức năng và bổn phận của nghệ sĩ. Giải quyết vấn đề thế nào là chức năng và bổn phận của các nhà xã hội học, đạo đức học...*" (Trích từ *Chung Cuộc*, tr. 201-202)

Đọc Khánh Trường không dễ. Con chữ sắc bén như cứa hoài không thôi hoặc "*như con dao hai lưỡi, nó cứa vào thịt da kẻ khác và cứa ngay trên trái tim mình, buốt nhức*", những tâm tư, dồn nén, những cơn bệnh kinh niên hoặc theo thời tiết không thể chữa trị, … Các nhân vật của Khánh Trường gần như tất cả nếu không tàn phế thì cũng bệnh tật, luôn "có vấn đề", "*nhức nhối triền miên*", ... Giữa lòng xã hội thời ở quê nhà hoặc nay xứ người thì không đi đứng như đa số, mà phải chửi tục đầu môi, đấm đá, trốn chạy, lừa đảo, ... Làm "chuyện ấy" thì bất kể đâu, bất kể với ai – mà thường là với người có vấn đề (khát tình, không thỏa mãn, góa bụa, dở dang, dễ dãi, ...), … Và những cơn mưa, như đến từ cõi âm, từ đêm tối: *"Văng vẳng từ cõi mịt mù, tiếng mưa rơi rào rào rất nhẹ trên mái tôn. Tiếng mưa như một điệp khúc lê thê không thay đổi âm độ ru tôi chìm hẳn vào giấc ngủ, dù ở chỗ tối tăm nào đó trong khối óc mù lòa, tôi vẫn cảm nhận được cái lạnh đang thấm dần vào da thịt, có lẽ do nước mưa từ chái hiên nhỏ xuống, mang theo bùn đất văng tung tóe khắp thân thể"* (Chỗ Tiếp Giáp Với Cánh Đồng), …

Thế giới truyện của Khánh Trường nhìn lại rõ là của "hôm nay" - thời của các sáng tác này, một cái hôm nay bất toàn, vì ám ảnh, nợ nần của quá khứ cứ chực chờ đòi nợ, đòi giải quyết, một cái hôm nay xa lạ nhiều hơn thân quen, một cái quá khứ không ánh sáng của ngày mai, không đủ tin tưởng để hy-vọng... Tưởng dễ tìm cảm giác mạnh, gấp sách lại mới thấy cuộc nhân sinh không chỉ đơn thuần là cảnh đẹp, hạnh phúc dễ tìm, dễ sống... mà còn là bạo lực, cuồng loạn, đảo điên. Một cuộc chiến tạm ngưng, một đời sống có mới để sống-còn hoặc cơ hội vươn lên, nhưng hậu quả, phế tích, đổ vỡ và nhiều vết thương chưa thành sẹo, vẫn nhức nhối nhắc nhở và còn phải sống-với, như những bãi mìn chưa gỡ kịp, những mảnh đạn chưa hoặc không thể mổ gắp ra... Tàn độc, ác tính như ung thư bất trị, như ác tật lâu ngày không thể chữa, như mặc cảm, tâm bệnh chỉ muốn chết... Khiến bạo lực, cuồng loạn, đảo điên – và bạo dâm, tính dục bất kể và không cả tương xứng... Như thần

Chết chưa thể buông tha, như phải hứng chịu, buông tay! Từ đó nảy sinh ở Khánh Trường một thứ "luân lý" mới, "luân lý" của sống-còn, của tận đáy địa ngục, của lò lửa, của chẳng-còn-gì-để-giữ...

Nhiều truyện ngắn của Khánh Trường có nhiều tiềm năng thử nghiệm một văn cách trình bày đa chiều, miêu tả thắt chặt với tâm sinh lý sinh động của các nhân vật. Như một bức tranh bí hiểm, phải để tâm và dùng tưởng tượng mới tiếp cận được.

*

Nhiều năm sau tạp chí *Hợp Lưu* và các tập truyện kể trên, Khánh Trường như yên lặng, không xuất hiện trong các sinh hoạt văn học nghệ thuật. Mãi đến năm 2018, anh xuất hiện trở lại và đầu năm 2020, anh đã làm người đọc ngạc nhiên với truyện dài *Tịch Dương* do Mở Nguồn xuất bản – và 6 tiểu thuyết hoặc truyện vừa khác liên tiếp cho đến nay, 2022. Trong Mở ở đầu sách, tác giả cho biết: "*Tác giả viết cuốn sách này như một hình thức vật lý trị liệu, nhằm chống trầm cảm và bệnh mất trí nhớ của người già. Vì thế nó không được đầu tư thấu đáo. Độc giả hãy đọc Tịch Dương trong tinh thần "vui thôi mà". Nhiều sự kiện trong sách là những trải nghiệm của tác giả, hoặc nghe kể lại, hoặc thoát thai từ tưởng tượng. Tuy nhiên dù thế nào, tác giả luôn trung thành với quy tắc: không thiên kiến, không tô son trét phấn. Tác giả muốn nhìn sự việc như nó "đã là, đang là", bình tĩnh và loại trừ cảm tính.*

Tuy cuốn sách hình thành từ một phần sự thật song chủ yếu vẫn là sản phẩm của tưởng tượng. Mọi kinh qua của bản thân cũng như mọi cảm nhận do cuộc đời mang lại, chả khác gì vôi vữa trong các công trình xây cất, nó kết dính những viên gạch, dựng lên những vách tường, làm thành ngôi nhà, khiêm nhường hay hoành tráng. Sự kiện có thể thật, có thể hư cấu, không quan trọng, điều quan trọng theo tác giả là từ chất liệu đó, ta sử dụng chúng như thế nào? Để làm gì? Sự kiện chỉ là phương tiện" (tr. 11).

Sự kiện đối với nhà văn tự chúng không tốt cũng không xấu. Nhà văn không đóng vai nhà đạo đức hay phê phán xã hội. hà văn ở đây là nhân chứng vừa là nạn nhân, đã từng chứng kiến nhiều hoàn cảnh, sự kiện, con người của một thời chiến tranh và xã hội đi xuống.

"*Mỗi phân đoạn sẽ bắt đầu bằng hình ảnh một ông già ngồi trên xe lăn, dưới bóng râm tàn cây. Truyện sẽ trải dài qua hồi tưởng của ông già, từ bình minh đến tịch dương. Như đời người, từ thanh xuân đến già nua, với chất chồng biến cố, đan xen, chợt đến, do liên tưởng bắt nguồn từ một yếu tố nào đó, không tuân theo quy trình thời gian*" (tr. 12).

Tịch Dương mang tính *tự truyện* dưới hình thức

truyện dài từ những truân chuyên, khổ ải và hạnh phúc trong đời sống của tác giả. Khánh Trường cho biết thêm: "*tác giả muốn thể nghiệm một hình thức dựng truyện phi truyền thống, không chương hồi, không diễn biến theo trình tự lớp lang. Chỉ chia ra làm nhiều phân đoạn. Bạn đọc hãy hình dung tác phẩm như một giá gỗ dài đóng nhiều cây đinh, mỗi cây đinh được móc một tấm thẻ, người đọc hãy chọn và đọc bất cứ tấm thẻ nào, tùy thích. Mỗi tấm thẻ sẽ là một phân đoạn, có thể xem như một truyện ngắn độc lập. Song khi ghép những "mảnh" này lại, nó sẽ mang vóc dáng một truyện dài*".

"Ông già" nay an phận với cuộc sống vô thường "sinh, lão, bệnh, tử". Ông vẫn miệt mài với cọ sơn, có hẳn studio trong garage. Sóng gió bất ngờ không thiếu: vợ ông mất vì tai nạn giao thông, còn ông khi nghe tin cũng bị tai biến "*Một mạch máu trên bán cầu não bị đứt. Kết quả: hắn bán thân bất toại*", và phải về ở với con gái.

Khép lại *Tịch Dương,* người đọc có cảm tưởng vừa xem một tập hồi-ký được văn chương hóa - như Khánh Trường đã báo trước, tác phẩm được hình thành với phương tiện các sự-kiện và "một phần sự thật" qua "ngòi bút" của một họa-sĩ-đồng-thời (trong Mở, anh đã cho biết có ý tưởng viết khi "*nghĩ đến những bức tranh ghép từng xem, từng vẽ. Mỗi tấm ghép là một sáng tạo hoàn chỉnh từ màu sắc, phong cách, đường nét đến chủ đề. Người ta có thể treo các mảnh ghép này như những họa phẩm riêng lẻ. Nhưng khi gộp chung, theo trật tự đã định hướng, ta sẽ có được bức tranh lớn, với đủ mọi yếu tố làm thành một tổng thể thuần nhất*"). Như vậy, đây là một *hồi-ký rời* tập hợp những mảnh ký-ức những sự-kiện từng xảy ra, tác giả chúng nay có tuổi nhưng có những hồi tưởng muốn chia sẻ và nhắn nhủ. Bạn đọc từng quen với những truyện ngắn Khánh Trường trên *Hợp Lưu* và qua các tập truyện đã xuất bản mà chúng tôi đã nhận định ở phần đầu bài viết, sẽ nhận ra có những chuyện kể và sự kiện của hồi ký đã được tác giả viết ra, văn chương hơn với kết cấu chặt chẽ hơn; khía cạnh tính dục nay mang tính "ngôn tình" hơn là hiện thực, náo động.

Tịch Dương gần với những tiểu thuyết hậu-hiện-đại đang thịnh hành đối với văn giới hải ngoại, như một bức tranh khổ lớn về sinh-lão-bệnh-tử hay xuân-hạ-thu-đông. Khác với hội họa, văn viết dễ bao gồm liên-tưởng, hiện-thực-phóng-sự, v.v... Nhìn chung, *Tịch Dương* là một "tác phẩm" với những ý nghĩa, yếu tố và ngôn ngữ đặc thù, rất Khánh Trường!

Dấu Khói Tàn Tro (2020) là chuyện xảy ra ở nước Việt, xoay quanh nhân vật chính tên Toàn và nhiều bóng dáng người nữ đang sống và có liên hệ với Toàn, nhưng Thục Đoan, người chết, lại hiện diện từ đầu đến cuối. Hai người "*yêu nhau, thấu hiểu nhau trong từng niềm vui, nỗi buồn, sở thích, những ước mơ, hoài bão, dự phóng, không quá lời nếu Toàn khẳng định, Thc Đoan là một nửa của Toàn và ngược lại. Hai người không thể thiếu nhau trên hành trình dẫn về tương lai".* Nhưng cuộc tình đứt đoạn với sự ra đi tức tưởi, bất ngờ vì ung thư phổi giai đoạn cuối; Thục Đoan vẫn trở về, xuất hiện mạnh mẽ và thường xuyên, trong tâm tưởng của Toàn. Phải chờ đến chung cuộc, khi Toàn có con với Quyên, cô em, Thục Đoan mới nói được lời cuối: *"Chạy trời không khỏi nắng, em như đống tàn tro, để lại dấu khói sẽ quẩn theo anh suốt cuộc đời này. Thôi, em đi, vĩnh biệt anh yêu".*

Dấu Khói Tàn Tro dựng đề tài tình yêu lãng mạn mà hiện thực, và kỹ thuật, diễn tả nước đôi thực-giả mờ ảo hoặc hòa tan; tưởng tượng, phi thực nhưng liên quan và bén rễ trong cuộc sống thực hữu của các nhân vật. Khánh Trường cho nhân vật Toàn thường trực sống cùng lúc hai cõi âm-dương trong cuộc tìm kiếm tình yêu, với những cảnh và tâm-trạng diễn tả khá ấn tượng, thật-giả giả-thật không biên giới!

Xuyên Giấc Chiêm Bao (2021) viết về cuộc chiến đã xảy ra, về những sinh linh và đổ vỡ - anh cho biết trong lời Mở: "*Chiến tranh không nên có và những thảm kịch phát sinh từ chiến tranh chúng ta cần nhớ. Nhớ như nhớ một vết thương, dù đã thành sẹo, cảm giác đau đớn vẫn tồn tại trong tâm não ta mỗi lần hồi tưởng*".

"Truyện vừa" *Đừng Theo Dông Bão* (2021) đưa người đọc đến với một cuộc chiến khác: cuộc chiến sinh mệnh, của sinh bệnh lão tử, cuộc chiến làm người. Tác giả ghi văn bản sáng tác là "tiểu thuyết" và không dài dòng con chữ, nhưng đọc xong, sẽ thấy như anh dùng thể loại này để gửi gắm nhiều tâm sự, qua câu chuyện của một họa sĩ trốn chạy khỏi "*vũng lầy nhớ tưởng*" bóng người xưa và thời gian đã mất (Thục, đã "*như chất ma túy*"). Uyên đến với người họa sĩ ban đầu là cháu, rồi thành vợ "*cháu bị thôi miên bởi hình ảnh chú vờn cọ sơn trước khung bố, hình ảnh ấy đã tồn tại trong tim cháu, không chỉ bây giờ mà chắc chắn mãi về sau. Cháu dám quả quyết thế. Tóm lại, cháu yêu chú, không do "trung gian" hay "cái cớ" gì đó như chú nói cả*". Chàng lại trốn chạy tình yêu của Uyên nhưng định mệnh đã đưa họ đến và ở lại với nhau. Và An, Định, hai con trẻ sẽ đến làm tròn đầy hạnh phúc cho hai người. Chàng đã dồn đẩy lùi quá khứ vào quên lãng, dựng một cuộc sống mới, và đóng một vai trò nào đó một cách lâu dài.

Rồi cũng định mệnh khiến người họa sĩ bị hơn một lần tai biến: "*Bất khiển dụng gần toàn phần, chỉ còn hai tay hoạt động được khoảng 30% theo đánh giá của bác sĩ trực tiếp điều trị cho tôi. Một họa sĩ không còn đôi tay. Đau khổ nào hơn?*". Rồi ung thư, nhưng chàng không buông xuôi, vẫn vẽ, theo hoàn cảnh mới. Một bộ tranh mới – chủ đề "Phục sinh", được hoàn thành. Ung thư cũng ra đi nhưng không ngờ trở lại, lần này xem như vô phương: "*Trước lúc rơi vào hư vô, tôi cố với tay lên, cầm bàn tay Uyên, câu nói mang tính tiên tri đầy tự tin của Uyên buổi mới quen nhau: sẽ có một ngày chú thú thực, "chú yêu cháu" nẩy ra trong tri giác đã bắt đầu nhập nhòa trắng xóa, tôi thu hết tàn lực, thều thào, "Anh Yêu Em!*".

Con chữ, cách kể chuyện *Đừng Theo Dông Bão* như là một thứ văn không yên ổn của một con người bị bứng ra khỏi đam mê nghệ thuật, khỏi "*thế giới màu sắc, cọ sơn, khung bố*" nghĩa là phải sống cuộc đời thực tế, phải chọn lựa - "chọn lựa nào không mất mát?" và cuối cùng phải rời bỏ thế giới hạnh phúc đang hình thành để chấp nhận chuyển qua thế giới khác.

Khánh Trường qua *Đừng Theo Dông Bão* viết như một thứ trực giác, cảm nghiệm cá nhân và như một tự nguyện dừng chân, một thẩm thấu. Và như một hồi cuối, sau một loạt 6 tiểu thuyết liên tục trong hai năm, sáng tác như thôi thúc, diễn trình cái tâm lý chôn kín và trình với người đọc như đang xảy ra và tại sao, nhưng tôi tin anh vẫn chưa hết tâm sự và điều muốn nhắn gửi.

Truyện Khánh Trường ở giai đoạn sau không còn cái háo hức của sống thật và nhập cuộc, hội nhập hết mình của ban đầu, tuy vậy độc giả của anh vẫn có thể nhận ra ngọn lửa văn chương sống động và sống thật vẫn chưa tắt hẳn dù đây đó anh đã xem như là một loại "hồi ký" và "trị liệu".

Nguyễn Vy Khanh

Toronto, 2020, 2022

TRƯƠNG VŨ
Khánh Trường và Hợp Lưu

Mùa thu năm 2002, tạp chí Hợp Lưu tổ chức kỷ niệm 12 năm ngày chào đời của tạp chí này, tại Santa Ana. Bùi Bảo Trúc, Nguyễn Hữu Liêm và tôi được mời đọc bài phát biểu. Trong bài của mình, tôi nhấn mạnh đến sự thành tựu của "những suy nghĩ bình thường". Xin tóm tắt nội dung bài phát biểu như sau đây.

Thời gian đó, tôi đã rời Việt Nam được 25 năm, trong một chuyến vượt biển đầy gian nan. Kể từ đó, tôi lần lượt chứng kiến những đổi thay kinh hoàng của thế giới, nói chung, và của Việt Nam, nói riêng. Cũng như cảm nhận được biết bao thay đổi ngay chính trong tôi.

Sáu tháng trước, tôi có trở về thăm quê hương. Thoạt tiên, tôi không nhận ra những con đường cũ, không nhận ra bất cứ một khuôn mặt quen thuộc nào trên những con đường đó. Tôi có cái cảm giác của một anh Rip Van Winkle, một buổi đẹp trời xách súng đi săn, khi mệt nằm lăn ra ngủ, lúc tỉnh dậy thấy râu dài tới rún, tóc bạc phơ, cỏ dại phủ kín nòng súng đã rỉ sét. Nhìn quanh, chẳng còn thấy làng mạc thân quen. Cuối cùng thì anh thợ săn cũng hiểu, thực ra làng mạc của anh vẫn còn đó, nó chỉ khác đi theo thời gian thôi. Và, cuối cùng rồi, tôi cũng gặp lại rất nhiều người thân yêu cũ. Tôi gặp lại dì tôi, các chị tôi, các cháu tôi, các thầy giáo, bạn bè, và những học trò cũ. Trong khung cảnh ấy, cái anh Rip Van Winkle, là tôi, dĩ nhiên vô vàn xúc động. Có rất nhiều điều để nói với nhau, có những phút cùng nhau im lặng, cũng như, có không ít câu hỏi đã được đặt ra.

Trong dịp về thăm quê hương đó, tôi đi nhiều nơi, từ Nam ra Bắc. Tôi gặp nhiều bạn bè mới trong giới cầm bút. Rất nhiều người trong số này có bài vở đăng tải trên Hợp Lưu, hoặc tích cực ủng hộ sự hình thành của tạp chí Hợp Lưu. Tôi có nêu lên một câu hỏi. Câu hỏi thật ra rất tầm thường, vô duyên nữa là khác. Đó là, tại sao ở trong nước không có một tạp chí như tạp chí Hợp Lưu ở hải ngoại? Ý tôi muốn nói đến một tạp chí văn học đăng tải những sáng tác, những tiểu luận bằng tiếng Việt thuần túy dựa trên giá trị văn chương và trí thức, mà không coi trọng cái địa chỉ hay nghề nghiệp trong quá khứ cũng như hiện tại của người viết. Tôi nhận được nhiều câu trả lời tế nhị, hầu hết là để giúp tôi tự tìm ra lời giải. Cái lời giải mà mãi đến lúc ấy, qua nhiều lần tự vấn, tôi vẫn không mảy may hài lòng. Tôi từng nghĩ, một câu hỏi đơn giản như thế, dựa trên những suy nghĩ bình thường như thế, nhưng để tìm được câu trả lời, sao mà gian nan và phức tạp đến vậy! Tôi nhắc lại câu chuyện trên chỉ để nhân đó trình bày một số suy nghĩ tản mạn xung quanh sự ra đời, cùng bao nhiêu rắc rối, thăng trầm, và những thành tựu của tạp chí Hợp Lưu ở hải ngoại.

Vào lúc đó, Hợp Lưu bước sang năm thứ mười hai, số ra mắt phát hành đầu tháng 10, 1991. Từ 1989 đến 1991 là khoảng thời gian mà không một người Việt Nam nào có thể quên được, kể từ sau biến cố 1975. Cái dấu ấn của 1975 đang trở thành mờ nhạt so với 1989. Khoảng thời gian đó, thế giới rung chuyển. Rung chuyển đến độ có những quyền lực tưởng chừng như bất tận, vụt chốc tan biến. Có những đổi thay chính trị và xã hội tưởng chừng chỉ có trong mơ bỗng trở thành hiện thực, cũng như, có những cái từ hiện thực trở về lại trong mơ. Và, dĩ nhiên, cũng có những ước mơ thay đổi, đặc biệt đối với người Việt, vẫn luôn luôn chỉ có trong mơ.

Văn học Việt Nam hải ngoại được hình thành và nuôi dưỡng bởi những nhà văn lưu vong và những người yêu văn học, ngay từ những năm đầu tiên người tỵ nạn

Việt Nam định cư trên đất nước này. Nó đã trải qua rất nhiều khó khăn trong những năm đầu, và dần dà đạt được nhiều thành tựu đáng kể. Những thành tựu ấy, phần lớn, do sự đam mê của người viết, và dĩ nhiên, do tài năng của họ. Tạp chí Văn Học Nghệ Thuật do Võ Phiến chủ biên và sau đó, tạp chí Văn Học do Nguyễn Mộng Giác phụ trách (những chủ biên sau cùng là Hoàng Khởi Phong, Trịnh Y Thư, Cao Xuân Huy), đã có những cống hiến đáng kể cho những thành tựu đầu tiên này. Sau biến cố Đông Âu 1989, nhiều nhà văn Việt Nam, trong hay ngoài nước, qua tác phẩm, biểu lộ sự nhạy cảm của họ về những đổi thay chắc chắn phải có của nhân loại trong những ngày sắp tới. Trong giới cầm bút hải ngoại, bắt đầu có những nỗ lực nhằm tạo một môi trường sinh hoạt văn học và nghệ thuật vượt trên những mâu thuẫn chính trị giữa nhà văn trong và ngoài nước. Một môi trường để mọi người có thể đón nhận tác phẩm của người khác chỉ dựa trên giá trị văn chương và tầm nhìn của tác giả. Cần nhắc lại là dù ở thời điểm 1989, ở hải ngoại, các khuynh hướng bảo thủ vẫn còn nhiều, và luôn tạo những lực đối kháng mạnh đối với thành phần cấp tiến. Thế nhưng, không đầy một năm sau, tạp chí Hợp Lưu (TCHL) ra đời. Chủ biên là nhà văn/họa sĩ Khánh Trường, với sự cộng tác tích cực của nhiều nhà văn, trí thức nổi tiếng như Trần Vũ, Phan Tấn Hải, Phạm Việt Cường, Thụy Khuê, Đặng Tiến, Võ Đình, v.v...

TCHL phát hành mỗi hai tháng một số. Bài vở được lựa chọn dựa trên giá trị văn học nghệ thuật, không phụ thuộc vào địa chỉ cư trú của tác giả trong quá khứ cũng như hiện tại. TCHL đã trải qua rất nhiều khó khăn, do thiếu hụt tài chánh, nhân sự cùng phương tiện, nhưng hình thức và nội dung của HL vẫn luôn luôn được chăm sóc tối đa. Nhìn trọn 62 số báo của 12 năm qua, rất khó ai biết được số nào đã thành hình vào những lúc khủng hoảng nhất của tạp chí. TCHL đã chịu nhiều áp lực chính trị và dư luận từ nhiều thành phần khác nhau trong cộng đồng, về nội dung hay chủ trương được gọi là "giao lưu văn hóa" của tạp chí này. Những áp lực đó không nhỏ. Tuy nhiên, HL vẫn biểu lộ được tinh thần đa nguyên của một sinh hoạt văn học có khuynh hướng tiếp thu những ý thức khác nhau về nghệ thuật, và, đã tập trung được nhiều nhất về bài vở của những tác giả được đánh giá cao của văn học VN hiện đại, kể cả trong lẫn ngoài nước.

Những thành tựu của TCHL kể trên, thật ra chỉ là thành tựu của những người yêu văn học nghệ thuật, muốn làm văn học nghệ thuật bằng sự đam mê, bằng tinh thần sáng tạo, nhưng đồng thời cũng bằng những suy nghĩ rất bình thường của con người, cho đời sống cá nhân, và đời sống cộng đồng. Yêu văn học nghệ thuật thì cố làm cho được những tác phẩm tốt, làm cho tới nơi, làm một cách bền bỉ. Yêu tác phẩm của mình thì cũng phải biết tôn trọng tác phẩm của người khác. Muốn dành cho mình cái tự do được suy nghĩ theo cách của mình, được làm văn học theo cách của mình, thì cũng phải biết tôn trọng tự do của người khác, được suy nghĩ theo cách của họ, và làm văn học nghệ thuật theo cách của họ. HL chỉ có nghĩa là hợp lại một cách bình đẳng những giá trị khác nhau và để người đọc, người thưởng ngoạn phê phán hay chọn lựa từng công trình riêng lẻ. Và, văn hóa thì phải giao lưu. Không có thứ "văn hóa ao tù".

Sự thành tựu của HL 12 năm qua chỉ là sự thành tựu của những suy nghĩ bình thường, của rất nhiều người yêu thương văn học nghệ thuật một cách bình thường. Nhưng sự thành tựu đó chắc chắn sẽ không có được như chúng ta đã chứng kiến, nếu nó thiếu vắng một người. Tôi muốn nói đến người chủ biên của tạp chí suốt 12 năm qua. Anh là một chủ biên tuyệt vời, một họa sĩ nhiều năng lực, một nhà văn có tài. Làm bất cứ công việc gì anh cũng hết lòng với công việc đó. Hết lòng với tạp chí của anh, hết lòng với hội họa, hết lòng với bạn bè. Rất nhiều cái để khen ngợi anh, cả cái hết lòng của anh với những chuyện không liên quan gì đến công việc anh đang làm... Người ta đã nghe nói rất nhiều về một Khánh Trường (KT) viết, vẽ, làm báo, người ta cũng đã nghe nói không ít về một KT giang hồ, bạt mạng trong ăn nhậu, trong giao du, trong những quan hệ... - nói theo ngôn ngữ của anh - linh tinh... Nhưng ở đây, tôi muốn ngợi khen anh một điều: nhờ nỗ lực của KT suốt 12 năm qua mà chúng ta có được tạp chí Hợp Lưu, một thành tựu và là một trong những niềm kiêu hãnh của văn học Việt Nam Hải Ngoại.

Trên đây là nội dung bài phát biểu của tôi cách đây 21 năm. TCHL, sau KT đến một vài chủ biên khác mà lâu dài nhất là Trần Vũ, và sau cùng là Đặng Hiền đã không còn nữa. Không còn nữa như một tạp chí giấy với những thành tựu đã kể trên. Trong nước, đến nay cũng chẳng có một tạp chí giấy nào với tinh thần "hợp lưu" và với sự tham dự nồng nhiệt của giới văn học nghệ thuật, như TCHL đã từng có. Trong nước, Văn Đoàn Độc Lập có nỗ lực lớn, tạo tinh thần đó, nhưng vẫn còn bị giới hạn vào không gian mạng và vào sự đóng góp của giới cầm bút trong nước. Tôi chưa có được câu trả lời hoàn toàn thỏa đáng cho thắc mắc của mình đã nêu ra trước đây, là "tại sao trong nước không có một tạp chí như Hợp Lưu?".

Hai mươi mốt năm của thời đại này nhiều biến đổi lắm. Biến đổi nhanh đến chóng mặt. Chuyện "giao lưu văn hóa" không còn là vấn đề nhạy cảm như trước. Nhưng, cũng có những biến đổi ngược chiều. Vùng Thủ Đô Hoa Thịnh Đốn, vào những năm đầu của tỵ nạn có ba nhà sách bán sách báo tiếng Việt. Ngày nay, không còn nhà sách nào. California là tiểu bang có đông người tỵ nạn nhất, hình như chỉ còn một. Trong giới cầm bút hải ngoại, có câu nói đùa "ngày nay chỉ có nhà văn đọc sách lẫn nhau". Câu nói đùa nhưng chắc không xa sự thật bao nhiêu.

Lâu nay, tôi biết Khánh Trường thường xuyên ra vào bệnh viện. Sau này, thỉnh thoảng ghé vào FaceBook của anh, cũng luôn nghe kể chuyện ngồi xe lăn ra vào bệnh viện. Tuy nhiên, cũng biết, trong điều kiện sức khỏe có như thế nào, anh vẫn tiếp tục vẽ, viết và nói năng rất thẳng tính. Sự thẳng tính này cùng với những đam mê cuồng nhiệt của anh khiến tôi luôn hoài niệm về một thời rất đẹp của TCHL. Đó là một diễn đàn cho những tranh cãi nhiệt tình và thẳng thắn về các vấn đề gay go nhất của văn hóa, văn học nghệ thuật VN. Những tranh cãi sôi nổi này đã tạo nên những nét sinh động cần thiết cho một nền văn học đang vươn tới những giá trị cao, trong một hoàn cảnh đặc biệt của một cộng đồng có khá nhiều va chạm phức tạp.

Sinh hoạt Văn học Việt Nam hiện nay rất cần những nỗ lực như của Khánh Trường hơn 30 năm trước.

Trương Vũ

Virginia, tháng 9.2022

PHẠM CHU SA
Khánh Trường, bạn tôi

Khi quen Khánh Trường hơn bốn mươi năm trước, tôi chỉ biết bạn là họa sĩ. Trường có phòng vẽ và trưng bày tranh ở cuối đường Đồng Khánh (tức Trần Hưng Đạo B), quận 5 - Chợ Lớn. Ít khi nghe bạn ta nói chuyện văn chương, dù mấy bạn chung thân thiết của hai đứa tôi đều là nhà văn, nhà thơ: Hoàng Ngọc Tuấn, Nguyễn Tôn Nhan, Đoàn Thạch Biền (tức Nguyễn Thanh Trịnh trước 1975), Phù Hư... Thỉnh thoảng gặp nhau ở nhà Khánh Trường trên đường Đông Hồ - con đường nhỏ cạnh cây xăng 79 Lý Thường Kiệt, Tân Bình. Nhà Khánh Trường ở cuối đường, có mấy bụi chuối trước sân. Căn nhà nhỏ trên con đường nhỏ này là nơi tụ tập, đàm đúm, nhậu nhẹt của đám nhà văn, nhà thơ hầu hết thất nghiệp hoặc làm những nghề tay trái kiếm tiền mua gạo! Phải khen bà vợ của chàng họa sĩ ngang tàng chịu đựng được đám bạn của chồng nghèo rớt mồng tơi nhưng vẫn nghênh ngang, khệnh khạng. Rượu vào lời ra. Không thiếu những trận cự cãi nhau về đủ thứ chuyện tào lao trên trời dưới biển. Kể cả có lúc suýt tẩn nhau. Chỉ vì tâm trạng uất ức, bức xúc với xã hội bấy giờ, không biết xả stress ở đâu! Tôi nhớ một bữa nhậu chiều ba mươi tết năm Nhâm Tuất - 1982 tại nhà tôi, không biết cãi nhau chuyện gì mà Khánh Trường và Phù Hư đều sửng cồ và suýt đánh nhau. Tôi phải can gián hết lời. Dịch giả Lê Khắc Cầm vốn là nhà giáo rất trầm tính, đã từ tốn can ngăn nhưng không được, buồn quá bỏ về!

Có lẽ bấy giờ những người miền Nam - nhất là giới cầm bút cảm thấy hụt hẫng, cô đơn, rất cần có bạn bè. Gặp thì gây gổ, không gặp thì nhớ. Giống như cái tựa một bài hát bình dân "Xa nhau thì nhớ gặp nhau lại buồn"! Nguyễn Tôn Nhan sau khi bị tai nạn giao thông khá nặng, phải nằm bệnh viện Chợ Rẫy mấy tháng, nhưng khi tạm ổn về nằm nhà, cũng không quên được đám bạn quậy, lâu lâu cũng cố đạp xe chở con gái lọc cọc từ Bà Chiểu qua nhà Khánh Trường đàn đúm - nhưng chỉ dám "liếm rượu" cho đỡ thèm thôi! Hỏi sao đi nhậu mà chở con theo? Nhan cười hồn nhiên: Bà vợ cho con bé đi theo canh không cho bố uống rượu bả mới yên tâm.

Những năm cuối 1970 đầu 1980, ngẫu nhiên chúng tôi bốn đứa: Khánh Trường, Đoàn Thạch Biền, Phù Hư và tôi ở gần nhau. Nhà bọn tôi như bốn góc của một tứ giác - cách nhau trên dưới cây số, nên hay gặp nhau. Thường thì ở nhà Khánh Trường, có khi ở nhà Đoàn Thạch Biền. Thỉnh thoảng ở nhà Phù Hư hoặc nhà tôi. Rồi Khánh Trường vượt biên, hình như 1985. Tôi biết tin khi chị Lê – người vợ đầu của Khánh Trường đạp xe qua nhà tôi báo tin chàng đã tới đảo của Indo hay Mã Lai rồi. Sau khi chồng vượt biên, vợ Khánh Trường hay đạp xe qua tâm sự với Hoa - người vợ đầu của tôi - cho đến khi chị ấy xuất cảnh đi Pháp. Tôi nghĩ hai bà gặp nhau thế nào cũng tỉ tê tâm sự về hai gã chồng nghệ sĩ bay bướm đào hoa! Một bữa tôi đi nhậu về khuya, vợ tôi bảo chiều nay chị Khánh Trường sang chào mai đi Pháp. Chị gởi lời chào anh. Tôi mừng và hy vọng rằng chắc rồi họ sẽ gặp lại nhau. Nhưng không… Bởi mình không biết gì về nội tình gia đình bạn. Dù vợ tôi có nghe chị tâm sự nhưng không hề kể với tôi điều gì!

Hơn mười năm sau khi tôi đang làm ở báo Thanh Niên, một hôm Tổng Biên tập Nguyễn Công Khế gọi qua phòng anh. Có một ông trung tá công an đang ngồi chờ tôi. Anh Khế giới thiệu trung tá T.V.D thuộc Cục A 25 (An ninh - Tư tưởng – Văn hóa) muốn hỏi chuyện tôi. Anh ta đưa tôi tấm ảnh chân dung một người đàn ông trung niên khuôn mặt đầy đặn hồng hào, tóc cột ra sau. Anh ta hỏi tôi có biết người này không? Tôi nói thấy quen quen. Anh ta nói, họa sĩ Khánh Trường - chủ biên tạp chí Hợp Lưu ở Mỹ. Tôi à, nó là bạn tôi. Có chuyện gì không? Anh ta bảo, tuần sau ông ấy về Việt Nam, thế nào cũng gặp anh… Tôi nghĩ, thằng này bảnh dữ! Nó chưa về mà ở đây họ đã biết, còn tính dàn trận tiếp đón nó! Tôi nói, dĩ nhiên rồi. Hơn mười năm không gặp, thế nào cũng gặp bạn bè đàn đúm nhậu nhẹt. Tay trung tá công an nói: "Khi nào gặp ông ấy…" Rồi anh ta bỏ lửng. Tôi nghĩ có lẽ anh ta muốn nhờ tôi chuyện gì đó, nhưng thấy tôi nói thẳng thừng nên thôi. Tôi chào anh ta, lên phòng biên tập đọc bản in thử lần cuối số báo Chủ nhật để tối in, mai phát hành. Mấy hôm sau Khánh Trường về. Tôi nghe nói có mấy ông nhà văn, nhà thơ gốc Hà Nội ra phi trường cầm bảng đón họa sĩ Khánh Trường - vì không biết mặt chàng! Nhưng Khánh Trường chỉ chào hỏi rồi đi thẳng ra quán bia 81 Trần Quốc Thảo của Hội Văn nghệ gặp đám bạn Sài Gòn cũ đấu láo chuyện trên trời dưới đất, rồi về khách sạn trên đường Bùi Thị Xuân - cách tòa soạn báo Thanh Niên mấy trăm mét.

Sáng hôm sau tôi ghé khách sạn đón Khánh Trường uống cà phê ăn sáng. Vừa gặp hắn đã chửi thề, vì đêm qua nhậu xỉn về tới khách sạn đã nhận được giấy mời - đúng ra phải gọi là giấy triệu tập - đến trụ sở Công an Thành phố làm việc! Tôi bảo, có việc mẹ gì mà làm. Chắc họ sẽ hỏi mày "Đi đâu - làm gì - với ai"? Đúng như tôi nghĩ. Họ hỏi Trường về đã gặp ai? Chàng nói hôm qua tôi gặp cả trăm người ở quán bia Hội Văn nghệ, làm sao nhớ hết. Hôm sau nghe Trường nói lại nhận được thư mời của công an. Nhưng Trường bảo, sau khi làm việc, lãnh đạo Phòng P.A 25 Công an Thành phố đã mời chủ biên tạp chí Hợp Lưu đi ăn tối.

Tổng Biên tập Nguyễn Công Khế nhờ tôi mời Khánh Trường đến thăm báo Thanh Niên. Trước đây báo Thanh Niên đã trích đăng lại một số bài của Khánh Trường trên Hợp Lưu. Khi Trường đến, Nguyễn Công Khế gọi phòng tài vụ xuất trả nhuận bút cho Khánh Trường. Chàng hơi bất ngờ. Tôi đùa bảo, thôi mày đưa tao mai rủ anh em đi nhậu. Trường và Khế vốn đồng hương Quảng Nam. Hai người trò chuyện khá thoải mái…

Khánh Trường về thăm quê Quảng Nam cũng được "đón tiếp" kiểu như Sài Gòn nhưng không có chuyện "được mời" đi ăn tối! Hắn về quê rồi ra Huế, Hà Nội. Tại Huế - theo lời Khánh Trường kể lúc trở lại Sài Gòn trước khi hắn về Mỹ - nhờ có Hoàng Phủ Ngọc Tường bảo lãnh nên mấy lãnh đạo công an Huế - trước kia là học trò ông Tường - nể nang không bắt bạn ta trình diện mỗi ngày!

Trước khi gặp lại Khánh Trường, tôi đã nghe Lâm

Triết - họa sĩ Việt kiều vừa về nước sống với vợ mới Kim Minh. Minh là bạn tôi, Lâm Triết là đàn anh đồng hương Bình Định nên tôi thường ghé thăm chơi với hai người. Lâm Triết nói về Khánh Trường rất trân trọng. Anh cho tôi xem bài viết của Khánh Trường trên Hợp Lưu - hình như tựa là "Phòng tranh không được mở cửa" - hay đại loại như thế. Bài viết phê phán thái độ của một số anh em văn nghệ sĩ hải ngoại - rất thẳng thắn không sợ đụng chạm. Tôi nghĩ đây đúng là tính cách Khánh Trường. Đó là lần đầu tôi đọc Khánh Trường. Từ nhiều năm trước tôi chỉ xem tranh bạn thôi. Tôi rất bất ngờ khi một họa sĩ viết phê phán một sự kiện thời sự xã hội chắc tay như thế! Nhà thơ Phạm Việt Cường trước khi lên San Jose làm báo Mercury, từng hợp tác với Khánh Trường thời kỳ đầu mới nhận làm Hợp Lưu nói với tôi : "Khánh Trường bước vào làng văn, làng báo một cách tự nhiên, thoải mái. Nó viết nhanh, viết khỏe, viết dễ dàng như lấy đồ trong túi"... Gần nhất là chỉ trong vài năm qua, Khánh Trường ngồi xe lăn, gõ bằng một ngón tay mà đã xuất bản đến tám tiểu thuyết thì phải biết nhà văn viết dễ dàng như thế nào!

Được biết một thời ở Mỹ, Lâm Triết, Khánh Trường, Đinh Cường chuyên trình bày bìa sách báo có tiếng. Lâm Triết vốn là họa sĩ trừu tượng nổi tiếng từ thập niên 1960 ở Sài Gòn, từng đoạt huy chương vàng Giải thưởng Hội họa Toàn quốc năm 1962. Khi qua Mỹ dù phải bươn chải kiếm tiền nuôi con, thỉnh thoảng mới cầm cọ nhưng anh vẫn tiếp tục theo trường phái trừu tượng… Khi Lâm Triết vừa về Việt Nam, tôi có bài phỏng vấn Lâm Triết về hội họa nói chung và hội họa Việt Nam ở Mỹ nói riêng. Và sau đó là bài viết về thế giới tranh trừu tượng Lâm Triết. Cả hai bài đều đăng trên Thanh Niên chủ nhật.

Trong buổi nhậu trước khi Khánh Trường về lại Mỹ, tôi hỏi nguyên nhân tại sao từ họa sĩ chuyển sang làm báo. Đặc biệt tạp chí Hợp Lưu với tham vọng tập hợp những dòng chảy văn chương Việt về chung một dòng lớn. Khánh Trường cho biết, lúc mới sang Mỹ chứng kiến cảnh chống cộng cực đoan đến độ không chịu nổi, bấy giờ tôi (KT, phụ trách mỹ thuật) cùng Cao Xuân Huy, Hoàng Khởi Phong, sau này thay bởi Trịnh Y Thư (chủ bút) trông coi tờ Văn Học do nhà văn Nguyễn Mộng Giác giao lại vì chị Diệu Chi, vợ anh, và các cháu vừa từ VN sang, anh muốn toàn tâm toàn lực lo cho gia đình. Tôi có đề xuất ý kiến nên chọn và đăng truyện, thơ, biên khảo… của các nhà văn trong nước nếu hay, nhưng các vị kia, người thì bảo chưa phải lúc, người thì khẳng quyết, dứt khoát không chơi với Việt Cộng, tôi bực, tách ra làm tờ Hợp Lưu, với ý hướng qui tụ hai dòng chảy trong ngoài, bởi tôi nghĩ, các thể chế chính trị rồi sẽ bị đào thải hay tự đào thải, riêng văn chương nghệ thuật sẽ tồn tại mãi mãi nếu có giá trị.

Hợp Lưu ra đến số ba thì hết vốn, Khánh Trường bèn viết một cuốn tiểu thuyết dạng "dâm thư" tựa là "Qua khe hở" ký bút hiệu Tống Ngọc, kể đủ chuyện hành lạc phòng the còn hơn cả cuốn dâm thư nổi tiếng của Trung Quốc là "Nhục bồ đoàn" của Lý Ngư. Chính tác giả là người vẽ minh họa cho cuốn dâm thư này cực kỳ táo bạo và hấp dẫn. Khánh Trường bán đứt bản quyền được 25 ngàn đô để giúp Hợp Lưu vượt qua cửa tử.

Sau lần đầu về Việt Nam với nhiều sự cố, hình như Khánh Trường còn về nước mấy lần nữa, gặp gỡ bạn bè đủ khuynh hướng. "Hắc bạch giang hồ" hắn đều chơi ráo. Những lần ấy tôi chỉ tham dự các trận nhậu thoáng qua. Có đợt nào Trường về tôi không nhớ, không biết sao hẹn nhau nhậu nhẹt ở nhà Trần Mạnh Hảo trong cư xá Chu Mạnh Trinh với đủ cung bậc hỉ nộ ái ố! Lần khác thì nhậu nhà Phù Hư, khi thì đàn đúm đến vài chục bạn bè văn nghệ ở quán Đất Phương Nam…

Lần sau cùng Khánh Trường và vợ về Việt Nam khoảng năm 2009. Chàng đã phải ngồi xe lăn vì bị tai biến mạch máu não, nhưng vẫn còn lạc quan, cười suốt. Vợ chồng ở khách sạn gần quán cà phê của tôi trên đường Ngô Thời Nhiệm, quận 3 Saigon. Tôi đề nghị Nguyễn Tôn Nhan ghé khách sạn thăm xong rủ Khánh Trường trốn vợ qua chỗ tao làm vài ly. Nhan nói với bà xã Trường là rủ đi uống cà phê. Hai thằng đi taxi đến quán tôi. Bia rượu và mồi chuẩn bị sẵn. Không biết ai thông tin mà có mấy người bạn văn nghệ nghe có Khánh Trường đã đến tham dự rất rôm rả. Có Phạm Việt Cường - bạn vàng của Khánh Trường lúc này "vượt biên" về Việt Nam chuẩn bị lấy vợ… mới. Nhạc sĩ Miên Đức Thắng cũng đến tham dự nhưng hơi muộn. Có cả vài cô nhà thơ, nhà văn trẻ người Hà Nội mà tôi không biết, chưa nghe tên bao giờ. Tôi nghĩ chắc do Phạm Việt Cường báo. Nhưng Cường nói, tao chỉ báo vài đứa thôi, nhưng chắc có bạn ngưỡng mộ Khánh Trường, nghe tin đến gặp mặt nó ấy mà. Tôi nghĩ bụng, thằng "quạ sĩ – nhà zăn" bạn mình có sức hút dữ ta! May mà không thấy công an theo bám nên bữa nhậu khá vui. Đêm đó Khánh Trường rất vui cũng tranh thủ "lén vợ" làm vài lon! Rồi cũng chính Nguyễn Tôn Nhan gọi taxi đưa bạn về khách sạn, không biết có bị vợ Khánh Trường la rầy gì không vì "dám dụ chồng bà đi uống bia!" Đó là lần cuối cùng Trường gặp Nhan, vì cuối năm sau Nhan mất. Đây cũng là lần về chót của Trường, bởi sau đó chàng bị suy thận, di chứng của tai biến, phải thường xuyên chạy thận nhân tạo, không thể đi đâu xa quá vài ngày!

Nhắc lại chuyện hội họa, văn chương của Khánh Trường, tôi nghĩ, con người Khánh Trường quỷ thần đề huề hai vai. Cả trong hội họa lẫn văn chương. Hội họa và văn chương cũng đề huề trong tâm thức chàng họa sĩ - nhà văn. Tranh Khánh Trường thời kỳ đầu nhiều bức có phần nặng về nhục dục - không chỉ trong tranh khỏa thân. Nhưng càng về sau này khi sắp chạm tới nỗi chết, tâm chàng họa sĩ ngang tàng một thuở đã lắng đọng lại, nhưng không cô đặc mà nhẹ nhàng, phiêu hốt. Khoảng mười năm trước, Khánh Trường gởi cho tôi xem mấy bức Thiền họa trong bộ tranh "Đáo Bỉ Ngạn", thấy được tâm chàng gần như vượt thoát.... Văn chương Khánh Trường cũng vậy. Càng về sau này chàng viết thoải mái, nhẹ nhàng hơn thời kỳ đầu khi mới bước vào cõi văn chương bạn ta ùng hục viết. Có lẽ một phần cuộc sống bạn ta phải thường xuyên đối diện, đương đầu với tật bệnh, đếm từng ngày sống. Thế nhưng mười mấy năm qua, nhiều bạn bè đã tranh nhau đi trước, còn chàng thì vẫn sống nhăn. Tôi nhớ hồi 2014, lúc qua Mỹ tôi ghé nhà thăm, Khánh Trường nói: "ĐM, tao muốn chết nhưng thằng Obama nó không cho tao chết!" Bởi bấy giờ Trường vừa liệt ngồi xe lăn, vừa phải lọc thận nhân tạo, được y tế Mỹ đặc cách cho đặt tại nhà chàng một máy chạy thận. Chị Oanh - vợ Trường được học một khóa vận hành máy và săn sóc người chạy thận, được hưởng lương khi chăm sóc chồng! Mỗi đêm trước khi đi ngủ, bà vợ chỉ cần nối máy với ống đã gắn sẵn cho chồng, sáng mai ngủ dậy rút kim, khóa máy là xong. Muốn đi đâu bà vợ đẩy xe lăn lên xe lái đi. Có hôm thấy chị chở chồng tới nhà bạn hiền Nguyễn Đình Thuần để chàng ngồi chơi với đám bạn văn nghệ, rồi lái xe đi shopping. Mua sắm xong, chị lái xe tới đón chồng về. Nhà họa sĩ Nguyễn Đình Thuần là nơi đàn đúm anh em văn nghệ sĩ Nam Cali, được gọi là "Quán Biên Thùy". Bạn bè văn nghệ đa số lớn tuổi hưu trí, hẹn nhau đến nhậu nhẹt lai rai nói chuyện trời mây non nước… Hầu hết các bạn "quá đát" được vợ hoặc con cháu chở tới, chiều tối đón về, chứ uống mấy ly đố anh nào dám cầm lái? Cảnh sát thổi là tịch thu bằng lái, 6 tháng sau hì hục thi lại. Có khi còn phải ra tòa! Các bạn đến "Quán Biên Thùy" thường tự giác mua rượu bia hay đồ nhắm gì đó mang theo. Đến Nam Cali muốn gặp anh em văn nghệ, xin mời ghé "Quán Biên Thùy" của vợ chồng Thuần - Hương!

Thời gian sau này biết tin Khánh Trường phải đi chạy thận trong bệnh viện vì trước đó do gắn ống sơ suất chàng bị nhiễm trùng liên miên, nên y tế không cho để máy ở nhà nữa. Nghe bạn kể tuần 3 bận đi chạy thận trong bệnh viện khá vất vả, đau đớn, mệt mỏi, mình cũng thấy xót xa! Chỉ biết gởi lời chúc và động viên bạn mình thôi. Còn Khánh Trường thì động viên tôi viết tiếp "Chuyện Làng Văn" - hồi ức về những chuyện bên lề của các văn nghệ sĩ thân quen ở miền Nam trước 1975… Trường bảo, mày viết được đấy. Viết tiếp đi, cuối năm tao gom lại in thành sách cho mày. Tôi vốn lười, dự tính viết từ năm sáu mươi tuổi, nhưng lần lữa mãi mười mấy năm sau mới khởi viết, khi quỹ thời gian sắp cạn. Cảm ơn mày đã động viên, Khánh Trường.

Phạm Chu Sa

PHẠM HIỀN MÂY

Khánh Trường, Người Bạn Văn Thân Thiết của Tôi

1

"Những người muôn năm cũ
Hồn ở đâu bây giờ"
(Vũ Đình Liên)

Anh vẫn thường lên trang mình và tự cười cợt, mỉa mai, châm biếm, kiểu như là, hơn nửa đời người, tôi bệnh tật, nhiều bạn xưa của tôi đã lần lượt về chầu trời, thế mà sao tôi lại sống dai thế nhỉ, tận đến giờ này,

dai nhanh nhách, như giẻ rách, lê lết, chán chường, mỏi mệt…

Kiểu như là, sao tôi chưa chịu chết nhỉ, bao giờ thì tôi mới chết đây, chứ sống như thế này khổ quá, nhàm quá, cứ đi lọc máu, rồi về nằm, nằm chán, thì lại ngồi dậy cho người ta khiêng đi lọc máu... Rồi anh cười, anh để vào sau status các icon mặt cười, cười haha, cười ngặt nghẽo…

Nhìn anh cười mà sao tôi lại cảm ra, sau nụ cười như khóc đó, là khuôn mặt mếu của anh. Tôi thấy vậy, nụ cười méo xệch như nén lại, đè xuống cho tiếng khóc khỏi bật ra, và cứ chịu đựng như thế, đã trong hơn suốt ba mươi năm trời…

Rảnh rỗi, chẳng biết làm gì, anh viết. Viết đủ thứ, đủ thể loại, tiểu thuyết, truyện ngắn, truyện sex… Viết đàng hoàng chán thì quay ra viết tưng tưng, cà rỡn. Gần đây, anh nhắc nhiều đến chuyện xưa, người xưa. Anh nhắc nhiều đến hồi đó, cái hồi mà anh còn dọc ngang, vẫy vùng thiên hạ, đầu đội trời, chân đạp đất, lấy hộp màu làm gối, lấy bàn nhậu làm giường, vợ ư, quên đi, con ư, ta nợ nhau đời này vậy nhé…

Cái thời mà, chỉ bạn bè là quan trọng, chỉ vẽ vời, viết lách, xem việc thiên hạ như việc của mình… , là ý nghĩa mà thôi…

Có phải chính vì thế mà nhà thơ Hà Khánh Quân linh cảm ra điều gì chăng, nên mới muốn làm một số đặc biệt cho anh trên tạp chí Ngôn Ngữ? Tôi không biết. Có thể, đó chỉ là việc tình cờ, chuyện tình cờ, như muôn vàn những tình cờ xảy ra trong cõi trần gian này. Những tình cờ thường đột ngột và không báo trước, để rồi sau đó, những ai hoài thường lặng một mình khi buổi chiều sang, dưng bỗng thốt lên, đầy ngơ ngác:

"Những người muôn năm cũ
Hồn ở đâu bây giờ.... "

2

"Tài tình chi lắm cho trời đất ghen... !"
(Nguyễn Du)

Ở đời, mấy ai chỉ toàn được người thương, người thích. Đặc biệt, với người có chút tiếng tăm, thì việc ấy lại càng hiếm. Trừ phi...

Phải, trừ phi, đến một ngày, họ ra người thiên cổ...

Thế nhưng, ở một số hiếm hoi khác, dẫu còn đương sống, cũng vẫn được nhiều người nhắc, nhiều người nhớ, và anh, có trong số đó. Kẻ thù anh, không thấy (cũng có thể là tôi không biết). Người ghét anh, dường cũng chẳng đến mức ghét cay ghét đắng, ghét đến cả đường đi lối về. Hay người ta, thấy anh, nhiều năm dài sống trong bất như ý, nên, giận mấy cũng hóa thành thương cảm chăng?

Tôi không biết. Tôi chỉ biết, với tôi, anh là người đáng quý, đáng mến, dễ thương, hiền lành với lối sống trung dung, dĩ hòa vi quý, biết điều, và, chẳng làm chi đến nỗi gây thiệt hại cho người chung quanh…

Ngoài những cái đáng mà tôi vừa kể, riêng với tôi, anh còn là ân nhân. Sáu tập thơ của tôi, lần lượt ra đời trên đất Mỹ, một tay anh lo toan. Cái tên Phạm Hiền Mây của tôi, bay đi xa hơn, nhiều tiếng vọng lại hơn, cũng có phần từ anh…

Chẳng mục đích gì. Chẳng toan tính, lợi dụng gì. Vì mến chữ, mến người, lại như tự thấy mình là người đi trước, tự thấy mình có trách nhiệm với đàn em văn nghệ… , mà đưa vai cáng đáng, vậy thôi. Chuyện này xưa nay vốn cũng nhiều, khắp nơi, không lạ…

Người tốt tính lại giỏi, vẽ giỏi, đứng chủ biên cũng giỏi, giao hảo cũng hay, nói và viết, ngăn nào, cũng không tệ như thế, sao lại phải ngồi trên xe lăn đến hơn nửa đời người, phải bó gối, chịu trận một chỗ lúc tóc còn xanh, sức còn đương, như vậy… ?

Tại sao… ?

Tại sao… ?

Và, tại sao… ?

Thì tại vậy nên đành phải vậy. Tại số mệnh. Tại nghiệp báo. Tại, tại, tại… Không trả lời được thì đổ thừa, chớ biết phải lý giải làm sao cho trọn vẹn bây giờ:

Tài tình chi lắm cho trời đất ghen… !

3

"Không là lính thú sầu lên ải
Cũng thấy lòng chia dưới cát lầm… !"
(Trần Huyền Trân)

Đời thiệt bất như ý. Tinh thần còn vững. Ý chí còn xuân. Nỗi ham vẽ, ham viết vẫn còn dấy lên hàng phút, hàng giờ, tha thiết. Thế mà, đôi chân thì không đi lại được. Hai bàn tay cộng lại, chỉ nhúc nhích được mỗi một ngón. Thế có ức không. Thế có đau lòng không. Đời khác gì viên ngọc còn đương sáng, còn trang sức cho người thêm đẹp vẻ trăm năm, thế mà, lại bị cát sa mạc nhào lên, trộn xuống rồi vùi sâu chín tầng bụi lấp. Nỗi sầu làm lính thú bị quan trên chỉ thị xung tấn ra biên ải, xa vợ xa con, chẳng biết ngày về, nhẽ, cũng chỉ bằng với nỗi sầu của anh đang phải trải trong những năm tháng đằng đẵng vừa qua…

Trước mắt tôi giờ đây là kệ sách. Kệ có hai mặt, bốn tầng, thì tôi dành hẳn một tầng, mặt bên này, bày sách của Khánh Trường: Truyện Ngắn Khánh Trường, Khánh Trường Oil Painting, Bốn Mươi Bốn Năm Văn Học Việt Nam Hải Ngoại, Chuyện Bao Đồng, Tịch Dương, Dấu Khói Tàn Tro, Bãi Sậy Chân Cầu, Có Kẻ Cuồng Điên Khóc, Xuyên Giấc Chiêm Bao, Đừng Theo Dông Bão, Nắng Qua Đèo…

Sách xuất bản thì nhiều đến như vậy. Chưa kể, bao năm còn khỏe mạnh là bấy nhiêu năm, anh phụ trách tạp chí Hợp Lưu, một tạp chí tên tuổi, có giá trị văn chương lâu bền; một tạp chí bắc cầu giữa những tay viết trong ngoài Việt Nam đầu tiên, trong thời kỳ còn nặng nề chia phân lẫn đố kỵ. Anh thân thiết theo lối giang hồ với hầu hết các văn nghệ sĩ nổi tiếng, mà viết tên họ ra, chắc danh sách dài như cái tên anh vậy, Khánh Trường, cả trang giấy chớ không phải ít đâu.

Anh vẽ tranh nude cũng đẹp. Viết truyện sex cũng dàn trời. Nói tục, chắc cũng một cây. Là anh tự nhận thế, nên tôi cũng biết thế… .

Tài nào mà không tật. Là tôi cũng nghe người xưa nói vậy, nên tôi cũng chỉ biết đến vậy…

4

"Ôm lòng đêm, nhìn vầng trăng mới về, nhớ chân giang hồ
Ôi phù du, từng tuổi Xuân đã già, một ngày kia đến bờ, đời người như gió… !"
(Trịnh Công Sơn)

Viết về một họa sĩ, một nhà văn, mà tài năng và tai ương trong đời, xấp xỉ, như Khánh Trường, sẽ không bao giờ là đủ. Nhất là với tôi, lớp đàn em, sinh sau (theo nghĩa văn nghệ), đẻ muộn. Tôi lại ở Việt Nam, anh thì ở Mỹ, chưa từng một lần gặp mặt. Thế nhưng anh Luân Hoán vẫn đánh tiếng, nhờ tôi viết, chắc có lẽ vì cái duyên chữ bấy lâu nay giữa tôi với anh Khánh Trường. Sáu xuất bản của tôi, anh lo tất tật. Ngược lại, sáu truyện dài gần đây anh cho ra đời, cũng chính tôi là người đọc lại, và, sửa lỗi chính tả giùm cho anh ấy…

Trong lòng tôi, Khánh Trường là một đàn anh, một người anh, mà tôi một mực kính trọng, và quý mến, dẫu những thị phi này nọ, không phải không từng lần tôi có nghe…

Thì đã sao. Rồi cát bụi hết thôi. Tranh cãi hơn thua, cho mình phải, cho mình đúng, cho mình hay… để mà làm gì, để mà được gì… Khánh Trường, tên anh đẹp. Đẹp như tấm lòng hào sảng anh, từng đến nhân gian này, và, cho đi, trao tặng…

Đời người như gió qua… !

Sài Gòn ngày 04. 09.2022

Phạm Hiền Mây

TRẦN THỊ NGUYỆT MAI

Khánh Trường, Người Kết Nối Muôn Phương

Tháng 10/1991, Hợp Lưu ra đời. Tôi đã có mặt ở Mỹ vài năm, còn thuộc diện dân mới nhập cư. Cảm thấy không kham nổi việc làm nặng nhọc với vóc dáng "mình hạc xương mai", nên dù đã xa tuổi thiếu nữ, tôi vẫn cố công đèn sách tạo dựng tương lai. Xứ sở mới, ngôn ngữ không là tiếng mẹ, đầu óc tiêu thụ chậm, nên trong khi người khác chỉ cần học một giờ thì tôi phải ngốn gấp ba bốn lần nhiều hơn. Cộng thêm gia đình, con nhỏ... chẳng còn thời gian nào để nghĩ đến chuyện văn chương. Thành phố tôi ở có ít người Việt, sách báo tiếng Việt cũng không. Mà nếu như có, chắc tôi cũng đành phải giả đò ngó lơ "cầm bằng như không biết mà thôi"...

Tôi bắt đầu nghe tên anh khi đọc bài viết "Khánh Trường, Sức Mạnh Của Im Lặng" của họa sĩ Đinh Cường vào tháng 1/2012 nhân dịp anh bày 30 bức tranh Thiền. Lúc đó, tôi chỉ biết anh là một họa sĩ như anh Đinh Cường đã nhận xét, "Tôi thật sự cảm phục bạn ở Sức Mạnh Của Im Lặng và tìm chốn nương tựa cho tâm hồn mình: Đức Quan Thế Âm Bồ Tát. Như Nietzsche với hình ảnh Zarathustra đã gợi lên lộ trình sâu rộng của một bậc Đại Bồ Tát giữa lòng đen tối của thế gian. Khánh Trường là hình ảnh của Zarathustra "*Trong tất cả những tác phẩm, ta chỉ yêu những tác phẩm nào được tác giả viết bằng máu của chính mình. Ngươi hãy viết bằng máu rồi ngươi sẽ biết được rằng máu chính là tinh thần.*" Zarathustra đã nói như thế Khánh Trường đã vẽ như thế." [1]

Cách đây vài năm trước thời đại dịch Covid-19, trong lần ghé phố Bolsa, tôi nhờ anh Thân Trọng Mẫn đưa đến thăm anh chị Nguyễn Đình Thuần. Bữa đó anh Mẫn nói với tôi, đại ý: "Anh sẽ đưa NM đến nhà anh NĐT. Nhưng tới Bolsa mà không đến thăm anh Khánh Trường là một thiếu sót lớn. Anh ấy đang bị bệnh nặng, không biết lần tới NM đến Bolsa thì còn có dịp để gặp không?" Thế là anh Mẫn chở tôi đến nhà họa sĩ Khánh Trường trước, dù tôi chưa hề quen anh. Chỉ nghe nói họa sĩ Khánh Trường layout, làm bìa sách rất đẹp. Lúc đó anh đang bệnh nhiều, phải nằm trên giường. Đương nhiên, khi cả hai người không quen hay biết gì về nhau thì câu chuyện không thể tránh khỏi sự tẻ nhạt. Tôi chỉ hỏi thăm anh đôi câu về sức khỏe, còn lại anh Mẫn và anh nói chuyện với nhau là chính. Quả tình tôi không hề biết mình đang được hạnh ngộ người sáng lập tờ Hợp Lưu một thời đình đám.

Đến khi giúp tạp chí Ngôn Ngữ đọc bản thảo số 2 (tháng 7/2019), xem tùy bút "Tha hồ mây trắng bay" của anh Khánh Trường, tôi thật sự thương cảm cho hoàn cảnh của một cậu bé sinh ra trong gia đình khó khăn không may rơi vào số phận nghiệt ngã. "Quá khứ tôi? Chẳng những chả có gì đáng tự hào, trái lại luôn làm lòng tôi quặn thắt." [2]. Cậu bé 13 tuổi đã phải rời nhà ra đi khi "Cha tù tội oan khiên. Mất đi nguồn lao động chính. Bữa cơm hàng ngày dù chỉ mắm rau nhưng vẫn bữa đói bữa no. Bà mẹ kế không nghề nghiệp. Tôi và hai đứa em trai còn quá nhỏ... Một ngày một đêm trên con tàu cũ kỹ đến vùng cao, Đà Lạt, đẫm ướt sương mù và lạnh cóng. Đói, khát, lo sợ. Thằng nhỏ bước xuống sân ga, tay ôm một bọc ni-lông tái chế xỉn bẩn, bên trong đựng bộ quần áo cũ, hai may-ô, hai quần lót và một gói xôi, ba củ khoai lang mua từ ga Phan Rang. Trong túi chỉ còn đúng 20 đồng nhàu nhĩ." [2]. Đi về hướng hồ Xuân Hương, trời lạnh cóng. Nhìn thấy tiệm thuốc tây, cậu bé bước vào định tránh gió, bớt lạnh thì ông chủ tiệm hỏi mày muốn mua gì? Cảm nhận mối nghi ngờ nơi người chủ, nó sợ hãi ấp úng, đáp Optalidon "vì có lần đọc báo biết một thiếu nữ bị tình phụ, cô ta tuyệt vọng, quyên sinh bằng cách uống trọn tuýp Optalidon"[2]! Rời tiệm với ống thuốc và hai đồng tiền thối, nó tiếp tục đi vô định đến một trạm taxi, có cây xăng lớn, tìm góc tối cuối nhà rửa xe và thiếp đi một lát. Khi tỉnh dậy, thấy bọn nhỏ trạc tuổi lăng xăng xách nước, lau rửa những chiếc taxi trong bến và được tài xế cho tiền, nó nghĩ sẽ sống được bằng nghề này nên cũng bắt chước làm theo. Chẳng ngờ chưa kịp làm gì thì đã lãnh ngay một cú đá trí mạng, ngã ngửa của tên đàn anh vùng đó. Rồi cậu bé bị bán đi cho "chị Hai" của một động điếm. "Buổi tối, sau một ngày mỏi rã chân ngoài đầu hẻm, léo nhéo mời chào các đấng chiến sĩ rằn ri ngang qua, "Đại ca ơi, đi một phát lấy hên đại ca. Hàng mới ở tỉnh lên, mướt rượt, đông ngò (nhiều lông), nước nôi đầy đủ. Hết sẩy đại ca ơi…" Khuya, tôi trở vào, ăn qua quít bát cơm với vài chị đượi, rồi vào ngủ ở một trong bốn phòng, nếu vắng 'khách'"[2]. "Một tối, đang thiu thiu nửa tỉnh nửa mê, tôi nghe có tiếng đôi co bên kia "vách", "Ra đi cha nội... Uống chi lắm rứa? Dai như đỉa, bộ tui sức trâu à?". Tiếng cười hềnh hệch: "Càng lâu càng sướng em ơi... Lẽ ra em phải thối tiền lại cho anh... Không cảm ơn còn bày đặt than thở...". "Tui chịu hết nổi rồi." Tiếp theo, tiếng động mạnh, có lẽ một thân thể bị đẩy rơi xuống mặt sàn gác. Tôi giật mình tỉnh ngủ. "Tui không đi nữa, để tui xuống nói Má Hai tìm cho anh con khác. Tiếng đàn ông lớn giọng: "Đụ mẹ mày ngon. Tao đập chết mẹ mày bây giờ!" "Thách đó, đập đi!" và tiếng xô xát. Tôi tốc tấm "vách" chạy sang. Tên lính đang nắm tóc chị T. kéo rịt xuống. Chị T. không vừa, một tay bóp chặt hạ bộ tên lính, một tay quơ quào rối rít, cố gỡ nắm tóc dài đang bị tên lính làm chủ. Cả hai đều trần truồng. Chị T. mới đến làm ở "động" non hai tháng, người nhỏ nhắn, không đẹp nhưng tính tình vui vẻ hào phóng. Chị rất thương tôi. Những hôm ế khách chị và đồng nghiệp đợi gánh hột vịt lộn ngang qua, gọi vào, chén. Tôi được hưởng ké, chị T. luôn luôn bao giàn. Khi thấy chị T. bị tên lính hành hung, tôi lập tức nhảy vào bênh. Tôi phóng người bám trên lưng tên lính, hai tay đấm thùm thụp vào đầu hắn. "A, thằng oắt con, muốn chết hử?" Tên lính thả chị T. ra, vòng tay thộp cổ tôi, đẩy mạnh vào vách ván. Tôi nhỏ con, ốm yếu, chả hơn gì con nhái bén trong bàn tay hộ pháp của tên lính. Chị T. được tự do, vội nhào xuống sàn, lật gối lấy con dao giấu bên dưới, chĩa về phía tên lính, hét: "Thả thằng nhỏ xuống. Tên lính cười hăng hắc, không quay lui, thay vì buông tôi ra, hắn lại đẩy lên cao. Tôi nghẹt thở, tay chân giãy giụa điên cuồng. Chị T. nhào tới. Và thật bất ngờ, ngoài dự đoán của tôi, của cả tên lính, chị T. vung tay, đâm ngọt lưỡi dao vào sườn tên lính. Hắn giật bắn người, buông tay, tôi rơi xuống sàn, hắn cũng loạng choạng quỵ ngã, hai tay ôm bụng. Khi Má Hai hay tin, sai người gọi cảnh sát đến thì tên lính cũng vừa thở hắt, giã biệt trần gian. Chị T. bị bắt, bị tù. Ngày tôi được vào thăm, chị vuốt tóc tôi, cười buồn: "Thế này biết đâu lại hay, ra tù, chị sẽ về quê..." Chị khuyên tôi, "Đời em còn dài, không nên chôn vùi ở đó..." và chị nhắn Má Hai trao tôi một phần số tiền chị đã dành dụm được trước đây, hiện Má Hai đang giữ hộ. Nhờ số tiền, tôi mua vé xe đò xuống Qui Nhơn, ở đó, tôi sống chung với một thằng bạn cùng tuổi trong một toa tàu bỏ hoang cuối sân ga."[3]. Giữaa lúc tuyệt vọng, đói lả, cậu bé gặp một ân nhân, là thầy giáo, nuôi cậu trong những ngày đầu và dạy nghề vẽ cho cậu. Từ đó, cậu bé sống bằng nghề ký họa chân dung cho lính viễn chinh và gái điếm ở những *snack bar* còn người bạn thì đi đánh giày. "Trời vừa sụp tối, tôi cùng thằng bạn cắp sách vở đến các lớp học bổ túc. Trầy trật mấy năm, thằng bạn đỗ được cái tú tài bán. Hắn đăng lính, lon chuẩn úy, đóng đồn trên Pleiku. Ở đơn vị mới chưa được bao lâu, một đêm đồn bị tấn công, hắn chết. Tôi mất một thằng bạn quý. Người đã từng chia ngọt xẻ bùi với tôi suốt thời niên thiếu, người đã từng đưa lưng hứng chịu một con dao chặt nước đá lởm chởm răng cưa để cản đường cho tôi thoát thân, khi cả hai bị một băng nhóm khác thanh toán vì đã xâm phạm địa bàn hoạt động" [3].

Nên từ đó, tôi vào các trang mạng tìm hiểu thêm những thông tin về họa sĩ Khánh Trường. Đây là lý lịch trích ngang do anh tự ghi:

"... sinh ra, lớn lên, đi học, đi giang hồ, đi làm... du đãng. 1968: đi lính, 1970: bị thương. 1972: giải ngũ. 1987: vượt biển đến Thái Lan. 1988: định cư ở Nam California, Mỹ. Nghề chính: không có. Nghề phụ: thập cẩm. Một cuộc đời trôi nổi hư hỏng và tầm thường, nhợt nhạt đến chính chủ nhân cũng phải thở dài!" (chung cuộc, trang 170) [5]

Anh thổ lộ với Lê Quỳnh Mai, "ngày xưa đi lính, tôi bị sáu mảnh đạn ghim trong đầu, chấn thương sọ não, mắt vì thế bị lưỡng thị (nhìn một thành hai). Mấy mươi năm sau giải ngũ, thị giác dần hồi phục, nhưng vì tai biến, cơ thể suy nhược, bệnh cũ tái phát. Nay, tôi vẽ, phối màu, phần lớn dựa vào kinh nghiệm, để gia giảm sắc độ hơn là bằng mắt nhìn." [3]

Và chia sẻ với Đỗ Lê Anh Đào, "giai đoạn sáng tác đáng nhớ nhất là ngày tôi đã tập cầm cọ lại được sau bạo bệnh. Đáng nhớ, vì chưa bao giờ trong đời tôi cực nhọc như thế nhưng vui như thế khi vẽ hoặc viết. Cô cũng biết tôi bị stroke 3 lần, đưa đến hậu quả tay chân chỉ sử dụng được khoảng 30%. Chân đi đứng nghiêng ngả, phải ngồi xe lăn; tay vụng về, cầm nắm vật dụng nếu thiếu chú tâm, sẽ rơi, đổ; tệ hơn, không viết được, chỉ có thể gõ chữ trên phím computer bằng một ngón duy nhất của bàn tay phải, chữ được chữ mất vì không làm chủ được tứ chi. Giọng nói ngọng nghịu, phát âm khó khăn. Mắt lưỡng thị, chỉ nhìn và nhận biết mọi sự vật qua một… màn sương, và chỉ đọc được chữ trên màn hình computer với điều kiện phải phóng lớn chữ thành tối thiểu size 14. Chưa hết, hơn một năm trước tôi lại bị thêm bệnh ung thư thanh quản và loét bao tử. Sức khỏe đã sa sút càng tệ hại trầm trọng, có thể "lên tàu" bất cứ lúc nào. [4]

Trần Vũ đã vẽ lại chân dung họa sĩ Khánh Trường lần đầu gặp mặt:

"Khánh Trường với Khánh (một nhân vật trong "Có Yêu Em Không" của KT) là một. Một con người và một nhân vật với tất cả liều lĩnh khinh mạn, nửa hảo hớn, vừa du đãng, chất ngất đam mê nhưng cũng bất cần đời và đôi lúc biết mất dạy... Những ngày sau tôi khám phá anh là type Django như tôi ưa thích. Tôi cũng thích có một người anh chịu chơi như vậy, đầy thói hư tật xấu nhưng biết hiên ngang bao che cho đứa em khi cần thiết." [6]

Nhưng hơn hết thảy, phải nói đến tấm lòng của anh đối với văn chương, muốn phá bỏ quá khứ nặng nề, định kiến hẹp hòi một chiều, tạo một diễn đàn, sân chơi chung để anh em cầm bút hải ngoại và quốc nội cùng tham gia. Anh đã làm hết sức có thể như vẽ bìa, layout sách, thậm chí viết... dâm thư với mục đích duy nhất là có tiền trả chi phí giúp tờ báo sống còn, và chịu đựng tất cả những lời hằn học, bỉ thử của không ít người chống đối. Là "cha đẻ" của Hợp Lưu, với niềm tin đó là "diễn đàn đầu tiên khởi xướng giao lưu hai dòng văn học Việt Nam Bắc Nam do hoàn cảnh trớ trêu và bi thảm của một giai đoạn lịch sử, đã phân rẽ thành hai nhánh. Hai thập kỷ, 1954-1975, nếu lấy chiều dài của dòng chảy một dân tộc, quả thực chả nghĩa lý gì. Nhưng chúng ta, những người làm văn học nghệ thuật đã sinh ra, lớn lên, trưởng thành trong giai đoạn này, không thể phủ nhận đã khắc đậm vào não trạng của chúng ta, hướng dẫn tư duy của chúng ta, để sản sinh, làm thành hai mảng văn học chảy về hai hướng khác biệt. Bằng rung cảm nhạy bén của một người yêu tiếng Việt, chúng tôi đã nhìn thấy điều đó, và mang khát vọng muốn đồng quy hai dòng chảy này. Bởi chưng, thiển nghĩ, văn học Việt Nam không thể lớn mạnh nếu không hợp lưu. Một thủy đạo lớn tất nhiên sẽ mạnh hơn hai phụ lưu nhỏ." [7]

Anh chia sẻ: "Ngày nay đọc lại những số Hợp Lưu cũ, bạn đọc mới không thể hình dung được vô vàn khó khăn đến từ nhiều mặt, từ xin bài, đánh máy, layout, chạy tiền in, quảng bá để có độc giả dài hạn, đi đến các nhà sách trong phạm vi 6, 700 dặm để phát hành và đòi tiền bán… Một mình một ngựa. Tôi, đến bây giờ thỉnh thoảng nhớ lại, vẫn còn ngạc nhiên sức lực đâu chu toàn hàng trăm việc như thế. Nhất là phải đối đầu với nhiều chống đối dữ dội, cực đoan. Hàng đêm điện thoại gọi đến nhà chửi rủa, lăng mạ, thậm chí còn hăm dọa ném lựu đạn vào nhà "cho tan xác lũ ăn cơm quốc gia thờ ma cộng sản". Báo chí bêu riếu, bỉ thử, thậm chí một bà chủ báo viết: "Ra đường chẳng may gặp tên KT buộc phải bắt tay thì hãy mang vào bàn tay 10 áo mưa để tránh bẩn" (vì đến số 3 hết tiền in, tôi phải viết… dâm thư, bán, để có tiền in báo). Ban ngày vào quán, khách quen giạt qua bàn khác vì sợ "lạc đạn". Tình hình 40 năm trước không giống bây giờ tẻo teo. Một tác giả trong nước xuất hiện trên một tờ báo hải ngoại nếu không là Việt cộng thì đích thị là bọn nằm vùng hoặc phản bội, trở cờ cần thanh toán!!!" [7]

Quyết tâm thực hiện tờ báo, gắng sức vượt qua những trở ngại khó khăn, Hợp Lưu đã có những thành công, được nhà văn Trần Vũ ghi lại: "12 năm không biên giới đã cho phép Hợp Lưu đăng tải vô vàn những sáng tác, biên khảo, phỏng vấn của các tác giả trong nước. Không thể liệt kê hết 16.500 trang của 66 số báo, chỉ có thể nhắc lại những ấn tượng chính:

Quả Vườn Ổi (Hoàng Cầm), Dị Mộng, Qua Sông (Cung Tích Biền), Đàn Sẻ Ri Bay Ngang Rừng (Võ Thị Xuân Hà), Giấc Ngủ Nơi Trần Thế (Nguyễn Thị Ấm), Đảo Ngụ Cư (Đỗ Phước Tiến), Vũ Điệu Của Cái Bô (Nguyễn Quang Thân), Phù Thủy, Hậu Thiên Đường (Nguyễn Thị Thu Huệ), Lão Khổ (Tạ Duy Anh), Một

Chuyện Phải Gió (Nguyễn Quang Lập), Gió Dại, Khắc Dấu Mạn Thuyền (Bảo Ninh), Mùa Hoa Cải Bên Sông, Người Đàn Bà Xóm Trại (Nguyễn Quang Thiều), Bảy Trích Đoạn Mùa Xuân Vùng Da Cam, Phòng Bốn Giường (Bùi Hoàng Vị), thơ Thanh Thảo, Nguyễn Đỗ, Hoàng Hưng, Bùi Chí Vinh, Nguyễn Quyến, Nguyễn Quốc Chánh, Nguyễn Duy, Nguyễn Trọng Tạo, Trần Vàng Sao, Lâm Thị Mỹ Dạ, Triệu Từ Truyền, Lê Đạt. Truyện ngắn Nhật Tuấn, Nguyễn Thị Minh Ngọc, Ngô Thị Kim Cúc, Phan Thị Vàng Anh, Trần Thùy Mai, Trung Trung Đỉnh, Lý Lan, Võ Thị Hảo, Trần Thị Trường, Hòa Vang, Nguyễn Bản, Lê Minh Khuê, Ma Văn Kháng, v.v... Biên khảo lý luận của Nguyễn Kiến Giang, Lại Nguyên Ân, Bùi Thiết, Đào Thái Tôn, Vương Trí Nhàn, Tiêu Dao Bảo Cự, Lê Ngọc Trà, Phong Lê, Hoàng Ngọc Hiến, Nguyễn Huệ Chi, Phạm Xuân Nguyên, Lê Hoài Nguyên, v.v... Ở mỗi bộ môn đều có rất nhiều bản thảo gởi ra từ trong nước như trường hợp Thằng Bắt Quỷ (Cung Tích Biền), Xuân Hồng (Nguyễn Huy Thiệp), Từ Man Nương đến AK (Phạm Thị Hoài), Không Đề (Trần Vàng Sao), Chia (Nguyễn Trọng Tạo), Người Thuận Tay Trái, Chạy Đạn, Dặm Trường (Trần Thị NgH.), Tự Bạch, Tiểu thuyết Vô Đề (Dương Thu Hương), Ngọn Núi Ảo Ảnh, Tuyệt Tình Cốc (Hoàng Phủ Ngọc Tường), Tầng Trệt Thiên Đường, Nghiệp, Dị Mộng, Khu X Nội Quang (Bùi Hoàng Vị), Truyện Của Chíp, Bụi Nắng (Phan Huyền Thư), Văn

Học và Xã Hội VN (Phạm Thị Hoài), Nhìn Chung Một Bức Tranh Hoàn Chỉnh Về Văn Học Dân Tộc (Phạm Xuân Nguyên), thơ Hoàng Hưng, Nguyễn Đỗ, Nguyễn Quốc Chánh, nghiên cứu ngôn ngữ Nguyễn Bạt Tụy, tiểu luận Trần Độ, v.v..." [6]

Vì lý do sức khỏe của chính anh và sự từ nhiệm của chủ biên Trần Vũ cộng thêm những ý kiến không thể thống nhất được trong nội bộ, anh Khánh Trường đã rút hẳn tên khỏi Hợp Lưu từ tháng 7/2005.

Tháng 10/2022 tới đây là kỷ niệm 31 năm kể từ khi tạp chí Hợp Lưu ra đời. Tuy anh Khánh Trường không còn làm Hợp Lưu nữa nhưng 12 năm đầu do đích thân anh chăm sóc tờ báo đã lưu lại trong lòng độc giả những dấu ấn không phai. Như nhà báo Lê Quỳnh Mai đã trích lời Trần Đạo để ở phần *chapeau* bài phỏng vấn của cô: *"Tạo ra một diễn đàn trong đó mọi nhà văn Giao Chỉ, bất kể hình hài ít nhiều dị hợm của nó trong thế kỷ 20, đều có tiếng nói, đâu phải chuyện chơi. Ông là người làm được điều đó. Nội chuyện đó thôi, ông sẽ lưu danh trong lịch sử văn học Việt Nam..."*[3]. Và nhà thơ Hoàng Hưng ghi ở *chapeau* khi giới thiệu bài viết của Khánh Trường "Hợp Lưu và hợp... tuyển" trên trang Văn Việt ngày 29-1-2019: *"Năm năm trước, một số anh chị em chúng tôi trong nước, lập ra Ban Vận động Văn đoàn Độc lập Việt Nam và báo mạng vanviet.info, cũng là tiếp nối ý nguyện, ý chí Hợp Lưu của anh!"*

Như thế, ước nguyện mà anh Khánh Trường ấp ủ vẫn còn và sẽ còn được duy trì.

Trần Thị Nguyệt Mai
9/9/2022

Tham khảo:

[1] Đinh Cường – Khánh Trường, sức mạnh của im lặng
https://www.diendantheky.net/2012/01/khanh-truong-suc-manh-cua-im-lang.html

[2] Khánh Trường – Tha Hồ Mây Trắng Bay – Ngôn Ngữ số 2, tháng 7/2019.

[3] Lê Quỳnh Mai – Tác Giả, Với Chúng Ta – Phỏng vấn Họa sĩ Khánh Trường
https://hopluu.net/a2961/tac-gia-voi-chung-ta-hoa-si-nha-van-khanh-truong

[4] Đỗ Lê Anh Đào – Nói chuyện với Nhà văn / Họa sĩ Khánh Trường
https://damau.org/12002/noi-chuyen-voi-nha-van-hoa-si-khanh-truong

[5] Hà Khánh Quân – Họa phẩm trong thơ Khánh Trường
https://www.luanhoan.net/theochantho/html/theochantho-khanhtruong.htm

[6] Trần Vũ - Hợp Lưu 12 năm, trang tôn kinh huyền hoặc hậu hiện đại
http://phannguyenartist.blogspot.com/2012/12/khanh-truong.html

[7] Khánh Trường – Khánh Trường, Hợp Lưu và hợp... tuyển
http://vanviet.info/van/khnh-truong-hop-luu-v-hop-tuyen/

LÊ CHIỀU GIANG

Khánh Trường. Rượu biết rót về đâu

"... Soi gương nhìn kỹ mặt mày
Cũng râu cũng tóc đủ đầy giống... ta!
Thế nhưng trong cõi ta bà
Nhiều khi những tưởng mất cha cái mình..."
Khánh Trường

Tôi bị ám ảnh triền miên bởi những hình tượng ốm đau, kiệt quệ. Những lặng lờ thấp thỏm, sợ hãi đợi chờ cho một ngày cuối cùng, chấm hết... Nên đã rất ít khi tôi còn dám thăm hỏi ai thêm về chuyện thở ít, thở nhiều hay đã gần ngưng thở.

Anh Khánh Trường mỗi khi tôi nhớ đến, phải là hình ảnh của một giang hồ. Một tay chơi luôn cười cợt, ngạo nghễ với đời, để nếu cần, đang ngồi café cứ quăng đại chiếc ghế lên trời cho hả cơn giận dữ. Dễ thương và may mắn nhất là anh có được những tiếng cười xòa thông cảm, những tiếng cười phá chấp từ bè bạn.

Sau 1975, Anh Nghiêu Đề và tôi hay ghé phòng dạy vẽ của Khánh Trường bên Phú Nhuận. Phòng tranh nhỏ có lớp dạy vẽ và là nơi anh nhận vẽ truyền thần, sao lại hình Ông Bà… Khi hăng hái chuyện rong chơi, anh cười cười đuổi học trò về, miễn luôn học phí cho ngày hôm đó. Anh vội vã đóng cửa lớp, phòng tranh cho dễ bề lang thang café thuốc lá. Những ly café mà khề khà từ sáng đến trưa, với những nói cười say sưa cùng khói thuốc, những câu chuyện còn đậm đà hơn cả những bình rượu trắng ngày càng trở nên hiếm hoi.

Anh Duy Trác, người sống vô cùng ngăn nắp cũng đã có lần trong một ngày giáp tết, ngồi nhà Khánh Trường cho đến 3 giờ sáng. Chúng tôi vui với cháo gà của chị Khánh Trường. Một con gà nhỏ, với rất nhiều loại rau, và 12 người bạn. Nước lã, tôi xúi chị Khánh Trường đổ thêm cho nồi cháo càng lúc càng đầy hơn, chỉ cần thoáng chút hương vị gà thôi chắc là cũng đủ… Chúng tôi và Nguyễn Đình Toàn, Duy Trác, Trần Quang Lộc, Nga Mi, Nguyễn Trọng Khôi, Nguyễn Tôn Nhan… ngồi hát hò, thơ phú cho đến hết đêm. Những đêm Saigon không dài. Đêm xao xác. Đêm hoang mang và đêm rất ngắn.

Đó là những tháng ngày chúng ta vừa vuột mất quê hương. Nói như anh Nguyễn Đình Toàn, thời gian đó nếu chúng tôi không có một nhóm để rong chơi, ca hát thì chắc là đã… chết hết.

Rồi đã chẳng còn những gặp lại, chúng tôi chợt tan tác muôn phương, kể cả có bạn bè đôi ba lần cứ phải vào tù ra khám...

*

California.

Nơi có tiếng réo gọi của rất nhiều gương mặt cũ.

Khi gặp lại anh Nguyễn Trọng Khôi từ Boston qua CA ghé San Diego cùng với Phạm Việt Cường và Khánh Trường. Chúng tôi ngồi… đếm. Những mất mát gần gũi và xa xôi, những bạn bè rớt rơi còn hay mất. Ôm đàn hát mải mê, hát miên man, Nguyễn Trọng Khôi… khóc.

Nước mắt, có khi không cần nói gì và hỏi gì thêm. Nước mắt, thông điệp của mọi thứ và mọi điều, có khi hiểu ra hết và đôi khi chẳng ai hiểu gì. Nguyễn Trọng Khôi hát cho những ngày lê thê, tê tái ở Saigon trước khi anh lên máy bay ra đi…

Rộn rã nhất chắc là khi Khánh Trường có Hợp Lưu. Văn thơ đủ thứ làm anh bận rộn thêm với cả tỷ những bạn bè cũ, mới. Cái dễ thương của Khánh Trường là dù cuộc vui lớn nhỏ thế nào cũng phải hò hét hết bạn bè đến tham dự. Không đủ ly thì rót rượu đỏ trong ly giấy, không có tiền thì in báo thiếu chứ nhất định phải là… ca múa với rong chơi.

Chuyện hay hay là một trong những lần gật gù, bàn bàn tán tán về văn chương, Mai Thảo lỡ nói vài câu kiểu… Mai Thảo. Cái kiểu rất là Mai Thảo! Lạ là không ai ngạc nhiên gì khi Khánh Trường tạt nguyên chén nước mắm vào anh. Mọi người chỉ đành cười ngượng ngập, trong khi Mai Thảo rất bình tĩnh, giọng khề khà như trầm xuống hẳn: "Ừ, thì ngày mai "nó" sẽ đi tuyên truyền rằng "nó" mới hắt nước mắm vào mặt Mai Thảo".

Nhưng với tôi, sau ngày không vui đó, chính nước mắm đã là một chất keo sơn đầy hương vị, dán quãng đời còn lại của Mai Thảo với Khánh Trường. Nhất là những tình những nghĩa, những tận tâm chăm lo, săn sóc của Khánh Trường đối với Mai Thảo, suốt từ khi Mai Thảo bắt đầu ốm đau cho đến giờ phút phải ra đi.

Đặc biệt là anh Khánh Trường rất chán và dị ứng với phong thái trịnh trọng của một số vị làm văn chương, chữ nghĩa. Anh cứ nhất định gán cho họ là nhóm "Văn nghệ sĩ cung đình".

Trong tiệc cưới Bé Búp, tôi lúng túng tổ chức một mình vì không còn anh Nghiêu Đề. Bàn 12 người, chỉ có anh Khánh Trường nói ra lời khiếu nại: "Chị ơi, làm ơn xếp tôi chỗ khác, tôi mà phải ngồi với những ông "Văn chương cung đình" này thì vui sao nổi?". Khánh Trường cứ thế mà tuyên bố khơi khơi, nói ngay tại chỗ, làm 11 người còn lại khó chịu. Tôi vội vàng mời anh ngồi với nhóm bạn của Bé Búp, để chú Khánh Trường tha hồ cụng ly cùng… các cháu. Tiệc cưới rất đông thiên hạ, mà tôi vẫn nghe ra tiếng anh hò hét, nói cười bên một đám trẻ, thế hệ chẳng cần biết, chẳng đoái hoài gì đến văn chương, thi phú… Những thứ mà theo Khánh Trường, nó chỉ làm cho cuộc đời thêm lôi thôi, lung tung và rắc rối.

Đám cưới dưới San Diego thì đã tức cười như thế. Ngay tháng sau tôi tham dự hôn lễ con trai của anh chị Hồ Thành Đức trên Santa Ana. Có chuyện bày ra bốc thăm sao đó, chợt tên tôi được mời lên sân khấu để nhận… tranh tặng. Ngay lập tức thiên hạ nghe anh Khánh Trường nói vọng lên, rất lớn: "Sao hôm nay chị xui quá vậy, còn phải mang tranh Bé Ký về tới tận San Diego". Có tiếng cười vui ào ào của tất cả bạn bè và dễ thương nhất là có cả tiếng cười rất vang của anh Hồ Thành Đức. Đặc biệt, chính Khánh Trường là người tình nguyện mang tranh Bé Ký ra xe giúp tôi.

*

Sau một thời gian dài bỏ San Diego ra đi. Tôi trở lại CA như một người rất mới.

Những Văn nhân, Thi sĩ cung đình hay những vị giang hồ Thơ Văn lang bạt. Nhiều người đã bỏ đời ra đi. Tôi ngồi với các bạn lứa tuổi của mình, những bạn bè rất mới.

Mới đây, chị Nguyễn Thị Khánh Minh ra mắt thơ "Đêm", là ngày tôi gặp lại chị Thùy Hạnh. Một ánh trăng sáng mơ màng trong văn thơ của nhiều Thi sĩ.

Sức sống mãnh liệt ban cho chúng ta lòng can đảm và có thêm luôn cả sự mạo hiểm không ngờ. Đã không còn dùng được tay phải, chị lái trên freeway với chỉ một tay trái, băng qua những dòng xe như thác, chạy bạt mạng và chạy như điên, chỉ vì: "Cô đơn là điều chúng ta sợ hãi nhất", chị than thở cùng tôi.

Chị Thùy Hạnh và tôi nhắc lại chuyện từ những năm xưa. Thời Thùy Hạnh đẹp thơ mộng, lúng liếng với đôi mắt rất đa tình. Chị hát và ngâm thơ rất hay, có thêm một giọng nói dịu dàng như lá. Thuở mà chị chưa mang bịnh, chưa ốm đau.

22 năm đã qua đi, chúng tôi còn nhận ra nhau để cùng ngậm ngùi, tiếc nuối nhắc nhớ về lần gặp cuối cùng. Phòng khách nhà chị, nơi có bóng nắng nhạt mờ xuyên qua chút ánh chiều sắp tắt. 22 năm về trước, chúng tôi ngồi hát với nhau, những bản nhạc đẹp ngời của Phạm Duy, Cung Tiến. Cao Xuân Huy, người luôn có nụ cười tươi vui và ấm áp, đỏ mặt với rượu tràn lan cùng Hoàng Khởi Phong và Khánh Trường. Hiếm khi nào cả ba cùng

trầm lặng như thế. Thùy Hạnh ngâm thơ Quang Dũng, Hoàng Cầm, tôi hát Sombre Dimanche, dù hôm đó là chiều thứ bảy.

Chưa bao giờ tôi thấy anh Khánh Trường hăng hái gì với ca ca hát hát. Duy nhất hôm nhà chị Thùy Hạnh anh uống rất nhiều, uống đủ để ngất ngưởng với thơ, ngâm thơ và để say với "Hồ Trường".

Chí chưa thành, danh chưa đạt
Trai trẻ bao lăm mà đầu bạc
Trăm năm thân thế bóng tà dương
Vỗ gươm mà hát
Nghiêng bầu mà hỏi
Trời đất mang mang ai người tri kỷ
Lại đây cùng ta cạn một hồ trường...

*

Đã rất lâu rồi tôi không gặp lại, cũng chẳng ghé thăm. Vẫn biết anh đã không còn đủ hơi để lo lắng thêm cho bất cứ một điều gì. Nhất là anh đã chẳng bận tâm chi nữa đến chuyện hội họa với văn chương... Dù mới đây thôi tôi còn biết rằng, có lúc Anh đã phải dùng dây và băng keo, bó cây cọ vẽ vào cánh tay phải, rồi dùng bàn tay trái cũng đã rất yếu, di chuyển và lê lết màu sắc lên những tấm canvas. Vẽ, phải chăng chỉ là tiếng kêu la thảng thốt, chút níu kéo, chút trì hoãn thảm thương?

Kèm theo bài viết này tôi sẽ dùng bức tranh của anh như một minh họa. Bức tranh mà khi anh xuống San Diego trong ngày giỗ Nghiêu Đề, tôi đã phải nói lời xin lỗi vì tranh anh vẫn dựa lẻ loi bên tường. Tôi chưa kịp treo tranh anh cùng tranh bè bạn… Anh liền buông một câu ẩn chứa chút ngạo mạn: "Tranh Khánh Trường, chỗ đúng nhất phải là… dựng ngay dưới đất". Và, anh đã cùng tôi cười vang, tiếng cười bạt mạng, tiếng cười chỉ có ở Khánh Trường.

Tôi đang viết gửi anh thay cho một lời thăm hỏi.

Đặc biệt là đã chẳng có một lời hỏi thăm nào dài lê thê bất tận, với rất nhiều thứ kỷ niệm mà gia đình tôi đã có cùng Anh. Nhất là những ngày của năm 1999, dù rất bận với Hợp Lưu, anh đã cùng anh Nguyên Khai bỏ nhiều thì giờ layout rất đẹp cho sách Tranh của anh Nghiêu Đề.

"... Ta có hai bàn chân
Đi hoài không tới đích
Ta có một sợi xích
Trói hoài đôi bàn tay..."

Khánh Trường

Lê Chiều Giang

NHẬT HẠ
Vài kỷ niệm với anh Khánh Trường

Ngày ấy, tôi có một nhà hàng nhỏ chuyên bán thức ăn Pháp – Việt tên ARTIST. Các văn nghệ sĩ thường lui tới. Anh Khánh Trường và nhiều họa sĩ khác đã giúp tôi trang trí nhà hàng nhỏ này. Tôi đã thường làm những cuộc triển lãm tranh nho nhỏ để bán tranh cho các anh chị họa sĩ quen biết.

Anh Trường thường lui tới, cà phê, ăn uống với các bạn hữu. Anh cao, gầy. Tóc cột, áo sơ mi quần tây đóng thùng, lúc nào cũng có vẻ gọn gàng chỉn chu. Anh vừa vẽ tranh, vừa làm báo nên có rất nhiều bạn. Anh luôn vui vẻ, cười nhiều, nói nhiều. Nhưng có một hôm anh im lặng, có vẻ buồn buồn... Anh nói với tôi rằng anh cần thuê một căn phòng để dọn ra. Chẳng hiểu vì chuyện gì, anh bỏ nhà, hoặc bị vợ đuổi?

Lúc ấy tôi có một warehouse để quay video ca nhạc nhưng đã lâu không dùng tới, tính trả lại cho chủ phố. Tôi hỏi anh có muốn thuê warehouse đó không, vì vẫn còn tên tôi, với giá cũ nên rẻ hơn.

Và anh đã thuê lại warehouse đó để ở. Một lần ghé "nhà" anh có công việc, tôi rất ngạc nhiên khi thấy căn phòng rỗng không đã trở thành một studio để ở, tiện nghi, xinh xắn rất tươm tất và sạch sẽ. Lúc ấy tôi đã thầm phục sự tinh tế và ngăn nắp của anh, một điều tôi thấy rất lạ, so với những chàng nghệ sĩ đang sống độc thân khác. Anh Khánh Trường được tiếng (hay... mang tiếng) là đào hoa, nhưng, với tôi, lúc nào anh cũng lịch sự, nhẹ nhàng, đứng đắn như một người anh lớn, dù lúc ấy tôi còn đang độc thân.

Một thời gian sau, anh trả lại warehouse và trở về nhà với vợ. Tôi rất mừng cho anh. Nhưng... mừng không được lâu, anh lại khăn gói bỏ nhà ra đi. Lần này anh đến ở nhà bạn, họa sĩ Nguyễn Đình Thuần và vợ là chị Hương, dù lúc ấy tôi có nghe anh không được khỏe. Một buổi, đang ăn tối với bạn - chị Hồng Liên và anh Lê Hải - ở một nhà hàng. Thức ăn đã được gọi, chúng tôi đang nói chuyện, chờ cơm... Thì chị Hồng Liên nhận được phone của anh Nguyễn Đình Thuần gọi. Tôi nghe chị nói với anh Thuần – " Anh gọi xe cấp cứu đi... Tụi tôi ăn xong sẽ đến" rồi cúp máy.

Hỏi chị Liên chuyện gì? Thì được biết anh Khánh Trường đang trong tình trạng xấu mà anh Thuần lúng túng không biết phải làm sao. Tôi nóng lòng như lửa đốt, không yên tâm chờ cơm được, nói "Anh chị cứ dùng cơm, em phải tới nhà anh Thuần ngay xem sao", rồi lập tức chạy xe như bay tới nhà anh Thuần.

Bước vào phòng gặp anh Khánh Trường nằm trên giường, mặt mày nhợt nhạt, trắng bệch, mắt không mở lên được. Tôi bấm 911 vội vàng. Phone còn cầm trên tay, đang nói chuyện với người trực máy thì tôi thấy anh Trường ọc ra một bụm máu tươi rồi một búng máu nữa... Sàn nhà đầy máu, như ai đó đã dội cả xô máu lênh láng khắp phòng. Tôi hét lên sợ hãi, không cầm được nước mắt như mưa, chưa bao giờ tôi thấy máu nhiều như vậy! Xe cứu thương tới, rất may, anh Khánh Trường đã được kịp cứu sống... Rồi vợ anh - chị Oanh - mang anh về chăm sóc. Qua những sóng gió, cuối cùng, chị Oanh cũng vẫn là nơi nương tựa của anh Trường. Dù lúc đó - chị trẻ đẹp - chắc cũng điên đầu với anh chồng bướng bỉnh, lúc nào... "nghe nói" cũng đầy đàn bà vây quanh!

Bây giờ anh chị có các con đã lớn, thành đạt. Trong ngôi nhà ấm cúng anh chị vẫn đón những người bạn tới thăm...

Bên cạnh anh Khánh Trường, tôi rất quý mến và nể phục chị Oanh. Mong anh khỏe hơn để còn viết, còn vẽ... Còn một Khánh Trường tài hoa, luôn được mọi người yêu quý.

Nhật Hạ

MINH NGỌC
Nhân vật nữ trong truyện ngắn Khánh Trường

Khánh Trường là một nghệ sĩ đa năng - làm thơ, làm báo, viết văn truyện dài truyện ngắn, thể loại nào cũng độc, nhưng trước hết ông là một họa sĩ có tài. Con mắt hội họa của Khánh Trường soi thấu nhân vật của ông, lột trần từ trong ra ngoài bằng ngòi bút tả chân sống động. Trong truyện ngắn của Khánh Trường, các nhân vật hiển hiện sắc nét trong bố cục không gian thứ lớp như một bức tranh.

Thập niên 90 là giai đoạn sáng tác sung sức của Khánh Trường, có một lúc, ông được xem là một tác giả táo bạo về đề tài tình dục, đến nỗi có người nói đùa rằng vị thầy tu nổi tiếng trong giới văn nghệ hoàn tục vì đọc truyện Khánh Trường. Dĩ nhiên đó chỉ là lời nói đùa, và chuyện hoàn tục của thầy không liên quan gì đến Khánh Trường, nhưng giai thoại đó phản ánh phần nào sự định hình của công chúng về khuynh hướng sáng tác của Khánh Trường. Khi làm tạp chí Hợp Lưu, ông giới thiệu liên tiếp những truyện dữ dội về tình dục của Trần Vũ, Đỗ Hoàng Diệu...

Nếu nhân vật nam của Trần Vũ thiên về bạo dâm, cuồng dâm đến phi lý, nhân vật nữ của Đỗ Hoàng Diệu vùng lên thách thức giống đực, thì nhân vật của Khánh Trường thuần túy bản năng, rất thực tế, rất "người". Tình dục là một bản năng, một nhu cầu của mọi con người, không cần cường điệu thái quá, cũng không có gì xấu xa ghê tởm phải tránh né mà những nhà mang danh đạo đức sồn sồn lên án, như thể là họ chay tịnh suốt đời không dòm ngó sờ mó thân xác ai cả. Như những người khó hiểu khi Thái tử Charles (nay là Anh hoàng Charles III) uy nghi trang trọng lại thủ thỉ với Camilla muốn làm cái tampon trong cửa mình của bà, hay Thống đốc Spitzer của New York oai phong cương nghị trước công chúng lại bò la lết liếm chân cô điếm hạng sang. Trong phòng riêng, mọi con người giàu nghèo sang hèn xấu đẹp đều trở về với bản năng trời sinh. Khánh Trường tuyên ngôn rất chí lý: "Người ta đã nhìn sự kiện bằng định kiến, người ta không nhìn sự kiện như nó là một tất yếu thuộc bản chất, nguyên nhân phát triển và sinh tồn của muôn loài. Buồn cười thay, khi cánh cửa phòng ngủ khép lại, thì những người tỏ ra đạo mạo nhất, nghiêm trang nhất, lại là những kẻ hăng say nhất." (Cây Xăng Bên Kia Đường)

Với quan niệm đó, Khánh Trường đã dám mô tả khát vọng thân xác của người đàn bà, lĩnh vực cấm kỵ trong xã hội chịu ảnh hưởng Nho Khổng. Chính vì xã hội và cộng đồng giương bình phong Khổng giáo, những đối tượng ông đưa vào truyện đa số đều có hoàn cảnh bế tắc hoặc tự đưa mình vào chỗ bế tắc, khiến cho họ mâu thuẫn giữa bản năng và lý trí, không thể thoát ra, cách giải quyết thường tiêu cực. Cô bé nhà quê ngây thơ bị cưỡng dâm, rồi mang thai, tuyệt vọng viết thư cho gã đàn ông đã cao chạy xa bay, hỏi "Có yêu em không?" (Có Yêu Em Không). Cô gái tật nguyền ngồi bên cửa sổ trông thấy đôi tình nhân ân ái, tưởng tượng người cha kế (người đàn ông duy nhất bên cô) là đối tượng tình dục (Chỗ Tiếp Giáp Với Cánh Đồng). Một phụ nữ độc thân quan hệ lén lút với cậu bé mười bảy tuổi đang sức lớn, con trai riêng của chị ruột ở chung nhà (Cây Xăng Bên Kia Đường). Một góa phụ trẻ tái giá nhưng vẫn ám ảnh chồng cũ khi ân ái (Những Mảnh Đạn). Người đàn bà cô đơn khuất phục trước sự chiếm đoạt của gã đàn ông ở trọ (Chung Cuộc). Người vợ hồi xuân khao khát tình yêu (Đọc Thấy Trong Mục Xe Cán Chó). Mụ nạ dòng rổ rá cạp lại với vị lãnh tụ cộng đồng (Mr. Trần). Những người đàn bà ly dị chồng vẫn còn vướng víu băn khoăn trong tình cảm chồng cũ chồng mới (Chắp Vá). Hình ảnh xen lẫn giữa người vợ cao sang và con đĩ bệ rạc, có thể chỉ là một (Mưa Đêm).

Đặc biệt, những người phụ nữ thuộc dạng "người thứ ba" thỏa mãn nhu cầu tình dục của đàn ông có vợ khá phổ biến trong truyện ngắn Khánh Trường. Chuyện ngoại tình đối với người đàn ông nhẹ nhõm, đương nhiên, tình tiền trao đổi sòng phẳng, nhân vật nam nhạt nhòa bận rộn với hai dòng đời song hành, nhưng người nữ biến hóa đủ mọi tâm trạng. Cô gái quan hệ cùng lúc với nhiều tình nhân, kẻ vì tình, kẻ vì tiền (Căn Nhà Chàng Đã Thuê). Thiếu nữ bị hải tặc cưỡng hiếp tập thể khi vượt biên, khủng hoảng tinh thần, bay nhảy qua ngày với đàn ông có vợ, kết thúc bằng chiếc xe lao xuống dốc sau cuộc đánh ghen (Chỗ Trở Về). Cô gái mang thai với người tình đang có vợ, nhảy khỏi căn phòng ở tầng thứ ba mươi (Phòng Số 3164). Một phụ nữ độc lập, đùa giỡn trên mặc cảm ngoại tình của người đàn ông (Cũng Chẳng Có Gì Quan Trọng). Cô gái trẻ chìm đắm trong sự lôi cuốn xác thịt từng trải của người đàn ông lớn tuổi (Cuốn Nhật Ký). Đa số nhân vật nam chỉ muốn một quan hệ ngoại tình ổn thỏa, nhưng khi người đàn ông quyết tâm tiến tới, thì người phụ nữ sau chuyến đi dài mấy tiếng đồng hồ cùng người tình bất chợt đổi ý, không muốn đối diện vợ anh ta để tiến hành thủ tục ly dị mà quay trở về, để lại một gia đình yên ổn sau lưng (Cỏ). Nhân vật vợ thường vắng bóng, khi xuất hiện, có thể là người đàn bà vô tình chuyên chú chuyện gia đình con cái (Cũng Chẳng Có Gì Quan Trọng), hay đau khổ dằn vặt dẫn tới hạ nhục chồng (Cuốn Nhật Ký). Trong những truyện này, nhân vật nam đam mê nhục dục, quay cuồng trên thân xác người nữ với những động tác bạo liệt, cảm giác cháy bỏng, kích thích người nữ tột cùng. Ngòi bút Khánh Trường diễn tả tỉ mỉ linh động nhưng không sống sượng thô tục - môi hôn, tay, chân, tư thế, hơi thở, mồ hôi. Quan hệ tình dục vợ chồng lại khác hẳn, nhuốm vẻ nhàm chán của sự quen thuộc đến mức "trả bài": "Nàng vừa nói vừa dùng hai ngón chân khều chiếc xì líp - chiếc xì líp bèo nhèo xơ xác đường ren viền quanh, đũng vàng ố. Nàng co hai chân, uỡn người tròng vào, bật bật sợi dây thun cho đáy đừng lệch rồi quay nghiêng kéo chăn phủ tận mang tai, không quên nhắc lại, "Lát nữa ký cho em..." (Cũng Chẳng Có Gì Quan Trọng).

Không phải nhân vật nữ nào của Khánh Trường cũng hùng hục giường chiếu. Hình ảnh thánh thiện hiếm hoi là Trầm, cô gái bị thương tật trong căn nhà sập giữa chiến trận, gợi lên tình cảm lưu luyến nhớ nhung của nhân vật nam, tương phản với người đàn bà xác thịt hừng hực đã cho anh nếm mùi nhục dục đầu đời trong cùng truyện Tình Yêu. Một nhân vật nữ khác không (hay chưa) sa vào cơn lốc tình ái là nữ độc giả trẻ có đôi mắt phượng gặp gỡ nhà văn cô ái mộ, mà lối xưng hô "chú, cháu" dựng sẵn hàng rào ngăn cách tà tâm léng phéng (Mắt Phượng). Ý Trâm trong truyện Đôi Mắt là nàng thơ của họa sĩ. Người bạn gái được cô vợ cũ nhờ săn sóc cho chồng sau khi ly dị (Trái Bóng). Quan hệ mông lung giữa người đàn ông và người đàn bà trước sự chứng kiến của cô con gái (Dưới Sâu, Biển). Cô gái chấn động tâm thần sau khi chứng kiến cảnh tượng kinh hoàng trong chuyến vượt biên thất bại, trở nên lãnh cảm (Biến Cố trong Rừng Tràm). Người đàn bà e sợ đụng chạm xác thịt với người mình thương mến từ thời thiếu nữ (Những Vòng Tròn Không Đồng Tâm). Người mệnh phụ hư ảo liêu trai (Tòa Lâu Đài Cổ).

Khác với đa số tác giả nam giới, hình ảnh người mẹ trong truyện ngắn Khánh Trường qua lời kể những nhân vật xưng "tôi" không hoàn hảo thiêng liêng như những người mẹ thông thường trong văn chương. Người mẹ của cô gái tật nguyền oán ghét con, coi như món nợ đời (Chỗ Tiếp Giáp Với Cánh Đồng). Người mẹ có đôi bàn tay đẹp từ bỏ chồng con dấn thân phiêu lưu tình trường để rồi kết cuộc bi thảm (Những Bàn Tay Đẹp). Người mẹ ngoại tình với em kết nghĩa của chồng, bị giày vò nhục nhã, chết đuối ngoài sông (Thảm Cỏ Nát Trong Khu Vườn Hoang). Freud nếu đọc được những truyện này ắt sẽ viết thêm nhiều luận thuyết.

Với những nhân vật thiên hình vạn trạng như vậy, Khánh Trường dẫn dắt độc giả qua những diễn biến tâm lý qua ngòi bút sắc bén đến kinh ngạc, thể hiện sự am tường của người từng tiếp xúc với nhiều tầng lớp phụ nữ khác nhau trong xã hội và con mắt tinh tế thấu đáo tâm can của họ. Cách diễn tả của ông có lúc nhẹ nhàng trân trọng, có lúc xót xa đau đớn, có lúc khinh bạc cay độc, có lúc bông lơn hài hước, có lúc thâm trầm sâu sắc, nhưng không lơi tay hay quá tay, theo dòng tình tiết câu chuyện. Mặc dù nhân vật và câu chuyện đa dạng đa hình, độc giả vẫn nhận ra nỗi ám ảnh quá khứ đè nặng lên định mệnh các nhân vật: chiến tranh, vượt biển, hải tặc, trại tị nạn, xứ người lạc lõng, tâm trạng bất mãn ghê tởm thực trạng cuộc chiến và sự háo danh rỗng tuếch trong cộng đồng. Lao vào nhục dục thân xác có khi không phải để hưởng lạc, mà để tìm quên, để trả thù. Cảm giác nhục thể cuồng nhiệt qua đi, các nhân vật trở lại với thực tại: thân phận cô đơn, mối quan hệ nhập nhằng, sự bế tắc vô vọng.

Như để làm nền nổi bật người nữ, các nhân vật nam thường bạc nhược, hèn yếu, vô vị, nhỏ mọn, thiếu ý chí, không dám hay không thể nghĩ xa hơn xác thịt đàn bà, mặc dù tác giả luôn mô tả họ có khả năng tình dục cường tráng mãnh liệt. Đó phải chăng chỉ là cái tư tưởng tự huyễn hoặc, cái fantasy thông thường của đàn ông luôn tin mình là chúa tể trên giường, đo lường sức mạnh của mình bằng phản ứng nhục thể của người nữ? Tuy chú tâm vào tâm lý tình cảm của người nữ, Khánh Trường vẫn chưa tránh khỏi tư tưởng sexist (xin hiểu đây là một thành ngữ về chủ nghĩa giới tính, không phải tình dục), tức là tư tưởng phân biệt giới tính kẻ cả của người nam nhìn xuống người nữ như là đối tượng tình dục bậc dưới và cảm giác chiếm hữu. Khánh Trường công nhận bản năng tình dục của người nữ bình quyền với nhu cầu xác thịt của nam giới, người nữ và người nam thỏa mãn lẫn nhau, nhưng nhân vật nam của ông luôn luôn đóng vai trò chế ngự, chủ động, nhiều khi hành động như ban phát đặc ân cho người nữ. Những khi ông đóng vai người nữ xưng "tôi" trong truyện, lời của nhân vật thường diễn tả cảm giác tuyệt vời khi gần gũi người nam, khao khát mong đợi từ họ, vẫn là tâm trạng của kẻ bậc dưới. Cách kết thúc truyện thường tiêu cực, dường như tác giả sa đà vào tình huống bế tắc rồi không tìm được lối thoát ra cho nhân vật của mình, những người nữ không đủ sức đứng lên chống lại dư luận xã hội, cộng đồng.

Khánh Trường vẫn còn lai rai viết truyện dài. Tôi mong có dịp thấy ông trở lại với thể loại truyện ngắn sở trường với những nhân vật nữ mới mẻ hơn, hiện đại hơn. Dù sao, các nhân vật nữ đam mê quyến rũ với những số phận éo le của ông đã để lại ấn tượng khó quên trong lòng độc giả.

Minh Ngọc

2022

ĐỖ TRƯỜNG
Khánh Trường – Chuyện Chưa Có Hồi Kết

(Vài suy nghĩ nhân đọc Truyện ngắn Khánh Trường tập 1)

Dường như, mỗi người thường có một thói quen, đặc điểm riêng nào đấy, khi đọc, hay nghiền ngẫm. Và tôi cũng vậy, đôi khi đang đọc người này, bất chợt liên tưởng đến văn của người khác. Sự so sánh, liên tưởng ấy, quả thực đẻ ra cho tôi những điều thú vị, nhất là ở các nhà văn đã từng là lính chiến, viết sau 1975 ở hải ngoại. Do vậy, khi đọc Khánh Trường, tôi nghĩ ngay đến Cao Xuân Huy, Tưởng Năng Tiến, và đọc Tưởng Năng Tiến hình ảnh Cao Xuân Huy, Khánh Trường từ đâu lù lù mò đến. Không hẳn giọng văn, mà bởi ba bác nhà văn này đào xới cái mặt trái của chiến tranh, của con người, xã hội, một cách rất tận tình. Sự thẳng tưng ruột ngựa này, gây ác cảm, ít nhiều động chạm đến đồng đội cũ, dẫn đến nhiều phiền toái, song ngòi bút, sự can đảm của họ vẫn đi đến tận cùng.

Thật ra, tôi đã đọc nhiều Cao Xuân Huy và Tưởng Năng Tiến, còn Khánh Trường dường như mới chỉ đọc vài, ba bài thơ, truyện ngắn của ông mà thôi. Tuy nhiên, tài năng hội họa, cũng như lòng can đảm, sự tự tin, dám đi giữa hai làn đạn, với mấy mươi năm chủ biên, dẫn dắt tạp chí Hợp Lưu làm cho tôi cảm phục, mến yêu ông. Mấy hôm trước, nhà thơ Luân Hoán từ Canada gửi tặng tôi cuốn: Truyện Ngắn Khánh Trường Tập 1. Nhận sách, tôi đọc ngay, và quất một mạch ngay trong ngày. Có thể nói, đây là một trong những tập truyện hay, lạ nhất tôi đã được đọc trong thời gian gần đây. Lạ, bởi vẫn những người lính, thân phận ấy, nhưng Khánh Trường đi sâu vào khai thác mặt trái của họ, trong và sau chiến tranh. Một mảng đề tài tôi nghĩ, bị bỏ ngỏ từ trước đến nay. Và cùng những khẩu ngữ dân dã, hè phố mang tính giang hồ đã làm nên một giọng văn độc đáo Khánh Trường. Có một điều đặc biệt nữa, cũng như cuộc đời (người lính) nhà văn Khánh Trường, những thân phận nhân vật trong truyện của ông đều bỏ ngỏ, không hồi kết. Vâng, đó là những cái kết mở, buộc người đọc phải suy nghĩ, hoặc như viết tiếp cùng tác giả vậy.

Nhà văn, họa sĩ Khánh Trường sinh năm 1948 tại Quảng Nam. Ngay từ tuổi thơ ông đã phải lăn lộn chốn giang hồ. Chuỗi ngày nhiều đắng cay, ít ngọt ngào ấy, như chất liệu sống để cho ông viết nên những tác phẩm hiện thực, sinh động sau này. Và khi bước được ra khỏi vũng bùn đó, bằng nghị sống, bằng đam mê, Khánh Trường tự học, tự mày mò để trở thành (các loại nhà) họa sĩ, nhà văn, nhà thơ, và nhà báo tên tuổi, tài hoa như ngày nay. Cũng như bạn bè cùng thế hệ, cuộc đời Khánh Trường đi qua chiến tranh, gắn chặt với thân phận đất nước. Do vậy, năm 1968 ông phải vào lính. Sau biến cố 1975 một thời gian khá dài, ông mới vượt biển và định cư tại California - Hoa Kỳ. Những năm gần đây, bệnh tật tưởng chừng nhiều lần đã quật ngã ông, nhưng bằng nghị lực sống Khánh Trường vẫn miệt mài vẽ, và viết.

Là một tác giả viết, vẽ đủ các thể loại và làm báo đã rất lâu rồi, nhưng không hiểu sao những tác phẩm của Khánh Trường phổ biến trên (mạng) internet rất ít. Và dù có cố gắng tìm tòi, tôi cũng chỉ đọc được một tập: Truyện ngắn Khánh Trường tập 1. Tập truyện này, ông đã chọc vào cái ung nhọt, với nhiều khía cạnh của cuộc sống, con người. Tuy nhiên, bài viết này, tôi chỉ đi sâu vào chân dung người lính, và hồn vía tư tưởng, bút pháp Khánh Trường trong khuôn khổ tập truyện này, qua góc nhìn chủ quan của tôi mà thôi.

Sống trong giới du đãng giang hồ, rồi lăn lộn

nơi chiến trường, cho nên hình ảnh, thân phận con người, nhất là người lính đậm nét và xuyên suốt trang văn Khánh Trường. Đọc ông, ta không chỉ thấy cái bi thương, hay sự kệch cỡm, ti tiện của con người, mà còn bắt gặp những lời mỉa mai một cách sâu cay đến tầng lớp thượng tầng, chóp bu, thông qua hình ảnh so sánh, với nghệ thuật hồi tưởng đan xen, làm cho người đọc phải bật ra tiếng cười trong sự đớn đau.

Sự tàn khốc, tâm trạng của người lính nơi chiến trường.

Nếu ta đã đọc Phạm Tín An Ninh, Song Vũ, hay Trạch Gầm, thì hình ảnh người lính dưới bom rơi đạn nổ ấy, khác hẳn với người lính trong những trang văn Khánh Trường. Sự bi quan, khiếp đảm của người lính dưới ngòi bút Khánh Trường có lẽ chỉ là cá biệt, song phần nào đấy, bật lên hết cái sự tàn nhẫn của chiến tranh, cũng như tâm trạng thực của họ. Có Yêu Em Không? là một truyện ngắn như vậy của Khánh Trường. Không biết, hình ảnh sợ sệt, yếu đuối của người sĩ quan trẻ đó có phải là hiện thân của Khánh Trường hay không? Nhưng những hình ảnh tang thương và sinh động này, tôi nghĩ, chưa trải qua, Khánh Trường khó có thể tưởng tượng và viết được như vậy:

"Tôi chạy lúp xúp sau Kh., một thằng lính vượt

qua mặt tôi, nó hét: Chuẩn úy cúi thấp cái đầu xuống, coi chừng không có chỗ đội nón... Tôi chưa kịp nhìn xem thằng lính là ai thì hắn bỗng bật ngửa ra sau, giãy đành đạch, cái nón sắt văng khỏi đầu, lăn long lóc vào đám cỏ cao, cánh tay trái của hắn bung lên, đập vào ngực tôi, rơi xuống chân, co giật liên hồi. Tôi điếng người, vội nhủi vào một gốc cây, úp mặt sau lớp vỏ sần sùi. " (Có Yêu Em Không?)

Và người lính trẻ Khánh Trường đã nhận ra: Chiến tranh, chỉ là một trò chơi của những dã thú đội lốt người. Và chiến tranh với mục đích, hay nhân danh chủ nghĩa, lý tưởng nào đi chăng nữa cũng ngập ngụa máu tanh, hận thù. Do vậy, ngòi bút ông như một chiếc cần, đưa mức độ tàn sát, dã man của cả hai bên chiến tuyến lên bàn để cân đong đo đếm. Với thủ pháp so sánh mang tính điện ảnh, kịch trường sân khấu, Khánh Trường đã bóc trần bộ mặt thật của chiến tranh một cách trần trụi, sinh động hơn. Và thủ pháp này, góp phần làm nên truyện ngắn Bàn Tay Trái đặc sắc của Khánh Trường. Đọc nó, làm cho tôi liên tưởng đến cái cách giết người dã man của những người lính ở hai bên chiến tuyến Bắc - Nam trong Tiểu Thuyết Vô Đề của nhà văn Dương Thu Hương. Thật vậy, nếu ai chưa đọc Tiểu Thuyết Vô Đề, mà bắt gặp ngay kiểu giết người thời trung cổ của lính phương Bắc dưới ngòi bút Khánh Trường, tôi nghĩ, sẽ bị ám ảnh, dẫn đến chứng mất ngủ lâu dài là cái chắc:

"Đó là xác của một binh sĩ đơn vị bạn bị địch quân bắt. Sau khi khai thác anh lính đến tơi tả - những vết nứt ngang dọc trên thân thể trần truồng chứng minh điều đó - họ chặt đầu anh. Thủ cấp được cắm trên cọc tre, ngay dưới gốc cây, hai con mắt lồi ra ngoài, miệng há hốc, những chiếc răng cửa bật gốc ngả nghiêng, máu khô quánh hai bên khóe, mảng tóc ngắn bết máu không che kín được vầng trán cày sâu vết dao nhọn vạch thành chữ ngụy, lũ kiến đỏ vẽ trên da mặt những đường nứt ngoằn ngoèo ngang dọc. Địch quân đã treo xác lên cây, xiên đầu qua cọc nhọn cắm giữa lối đi, như một lời cảnh cáo, uy hiếp tinh thần đơn vị đến sau..."

Và ngòi bút Khánh Trường quẳng lên bàn cân cái hành động giết người của người lính Nam cũng không khác gì lục lâm thảo khấu. Vâng, dường như cán cân man rợ ấy, giữa lính Bắc và lính Nam trở về mức thăng bằng chăng:

"Hắn nằm nghiêng, cong queo bất động, chỉ có tiếng rên nhỏ, thật nhỏ phát ra ri rỉ như tiếng muỗi vo ve. Một người lính dùng mũi súng lật ngửa gã cán binh, hắn cố mở lớn hai con mắt đã lạc thần, nhìn. Thanh niên có cảm tưởng trong hai hố mắt sâu hoắm ấy một tia hy vọng vừa lóe sáng. Người lính quay hỏi viên trung sĩ tiểu đội trưởng: "Mình đưa hắn đi gặp Bác chứ?" Viên trung sĩ gật đầu. Lập tức, khóa an toàn bật kêu, và tiếp theo, một chuỗi tiếng nổ giòn tan. Gã cán binh nẩy

ngược vài cái, đôi mắt trắng dã, đứng tròng. Không kịp đợi cái xác nằm im, người lính cúi xuống, rất bình thản tuột chiếc khâu vàng trên ngón tay đeo nhẫn của gã cán binh, bỏ túi, đứng dậy quay lui, không thèm nhìn lại lần thứ hai cái xác do chính anh vừa giải phóng." (Bàn Tay Trái)

Và đi sâu vào đọc văn học thời chiến, ta có thể thấy, nếu những người lính ở hai bên chiến tuyến trên trang văn Trần Hoài Thư, Lữ Quỳnh, hay Thảo Trường vẫn còn lại cái tình đồng loại, sự cảm thông cho nhau, thì với Khánh Trường, chiến tranh đã giết chết cái tình người còn sót lại ấy. Và chính nó đã biến những con người trong sáng, lương thiện trở thành ác nhân. Không phải là tất cả, song quả thực người lính nơi chiến trường, giữa sống và chết còn có hành động, khuôn mặt đen ngòm như vậy nữa. Từ khía cạnh, góc nhìn đó, Khánh Trường đã khai thác, đặt lên trang viết của mình. Tuy nhiên, ông không những vấp phải sự phản ứng của đồng đội, mà còn cả của những người lính bên kia chiến tuyến. Có thể nói, viết được những trang văn này, cần lắm sự dũng cảm của nhà văn Khánh Trường.

Và chiến tranh càng khốc liệt, càng đánh mạnh vào tâm lý người lính. Sự dao động tinh thần dẫn đến cái bi quan, chán chường ấy, đã được Khánh Trường miêu tả rất sâu sắc và chân thực. Có thể nói, ông là nhà văn có tài đi sâu vào miêu tả, so sánh, phân tích diễn biến nội tâm nhân vật:

"Suốt nửa tháng sau ngày chứng kiến cảnh ấy, thanh niên đêm ngủ thường giật mình choàng tỉnh, khắp người lạnh toát, van tim chừng như bị ai bóp nghẹt. Chỉ một năm, thanh niên chứng kiến bao nhiêu thảm kịch. Người chết, đủ kiểu đủ cách. Người bị truy lùng, vây bắt, tra tấn, cũng đủ kiểu đủ cách... Trên khắp mọi nẻo đường thanh niên đã đi qua, trùm phủ một màu xám, bao la, hun hút. Màu xám tối ám như bầu trời mùa đông sụt sùi mưa bão thanh niên sẽ phải chịu đựng những ngày sắp tới. " (Bàn Tay Trái)

Không dừng lại ở bi quan, mà sự khiếp đảm dẫn đến những hành động tiêu cực của người lính. Thật ra, hành động tự hủy hoại một phần thân thể để rời chiến trường, hoặc khỏi phải đi lính, không phải chỉ có ở một số lính tráng, thanh niên miền Nam, mà thanh niên miền Bắc lúc đó cũng vậy. Vâng, và vẫn truyện ngắn Bàn Tay Trái. Nó tiêu biểu nhất ở đề tài này của Khánh Trường. Đọc nó, chợt nhớ lại, khoảng năm 1969-1970 lúc đó tôi còn rất nhỏ. Một lần đi học về, vô tình nhìn thấy anh hàng xóm kê tay lên bậu cửa, dùng dao thái chuối, băm bèo cho lợn, tự chặt đứt phăng hai ngón tay của mình, để khỏi phải đi bộ đội. Cảnh tượng ấy làm tôi bị ám ảnh suốt tuổi thơ. Và cho đến nay, tóc đã bạc nửa mái đầu, mỗi lần nghĩ đến tôi vẫn chờn chợn, rờn rợn. Không rõ cuộc sống anh hàng xóm hiện nay ra sao. Ngày đó, quả thực anh không phải đi bộ đội, nhưng bị trói lại, dong đi khắp nơi, với tấm biển treo trước ngực: Thanh niên như tôi là mất nước, trong tiếng trống, tiếng phèng la… Và ta hãy đọc lại trích dưới đây, để thấy rõ, từ diễn biến tâm lý ấy, dẫn đến hành động tiêu cực của người lính, tuổi trẻ miền Nam (nói riêng, và cả hai miền nói chung) dưới ngòi bút rất chân thực Khánh Trường:

"Trong tích tắc, ý nghĩ bật thành quyết định, thanh niên không kịp đắn đo, anh vội vã kê cánh tay trái lên gò mối, tay còn lại nâng cây súng, chĩa mũi vào lòng bàn tay, nhắm mắt, nghiến răng, bóp cò. Thanh niên dội bật ra sau, có cảm tưởng một nhát búa tạ vừa đập xuống giữa lòng bàn tay, anh hét lớn, cây súng rơi xuống chân. Thanh niên ngã vật ra, máu bắn tung tóe khắp mặt mũi quần áo, anh muốn ngất đi…" (Bàn Tay Trái)

Nếu đọc Khánh Trường, ta chỉ cảm được một thứ bạo lực dục tình, nảy sinh từ sự tàn khốc của chiến tranh, thì quả thực mới thấy được cái vỏ. Mượn những hình ảnh đó để giễu nhại sự hèn nhát của tướng lĩnh, hay những kẻ quyền thế lưu manh mới là cái cốt lõi ông muốn dẫn dắt, truyền tải đến người đọc. Ngay từ ngày đầu cầm bút ta đã thấy được thủ pháp nghệ thuật so sánh, hoán dụ này ở truyện ngắn: Có Yêu Em Không? của ông. Với giọng điệu khinh bạc, lời văn dân dã, Khánh Trường đan xen tình tiết, mang tính phim ảnh kịch trường, những hình ảnh cưỡng tình, lợi dụng lòng tin ấy, đã bóc trần bộ mặt thật của những kẻ hại nước lừa dân. Một đoạn văn rờn rợn, trong tiếng mõ kinh cầu cho người lính tử trận, lồng vào những pha cưỡng dục, lừa tình như vậy dưới đây, sẽ làm sáng tỏ những đặc điểm này trong truyện ngắn Khánh Trường:

"Dưới nhà, tiếng kinh tụng của hai vị sư bắt đầu hòa cùng nhịp chuông mõ. Tôi nhìn xuống những ngọn đèn cầy trên nắp áo quan lao chao sáng. Ánh sáng hắt lên căn gác mù mù... Tôi gác chân đè nghiến hai đùi con nhỏ, bàn tay còn lại mò tìm cái khuy quần... Cả đời, tôi thù ghét thậm tệ những cái khuy cái móc kể cả những cái khuy cái móc vô hình trừu tượng, đại loại kiểu nói năng ba que xỏ lá móc hầu móc họng làm cho con người ta nghe xong tức ói máu trào đờm. Con nhỏ vội chụp bàn tay tôi lại. "Em lạy anh... đừng anh... anh... anh... đừng..." Không thể đừng được nữa rồi. Đã bước lên diễn đàn, đã hiệu triệu quốc dân, ai quăng súng cuốn cờ bỏ của chạy lấy người, mặc bố chúng nó, đồ hèn nhát Việt gian bán nước! Chúng ta phải sát cánh cùng nhân dân chiến đấu đến giọt máu cuối cùng! Không thể đừng được nữa rồi. Tôi thì thào bên tai con nhỏ..." (Có Yêu Em Không?)

Viết về sau biến cố tháng 4-1975, giọng văn Khánh Trường càng trần trụi, cay nghiệt, và thâm thúy hơn. Ông viết về sex, phơi bày tình dục, trong truyện ngắn Đêm Mưa, song tôi không thấy cái nhục dục, nhầy nhụa ở đó, mà chỉ thấy sự nhầy nhụa hiện lên từ (lời) ông tổng thống trong ngày Saigon hấp hối. Thật vậy, vẫn biện pháp hoán dụ, Khánh Trường mượn nhà thổ, đĩ điếm để phơi bày bản chất ươn hèn của giới cầm quyền, làm cho người đọc phải bật ra tiếng cười chua chát. Và từ đó ta có thể thấy, Khánh Trường là nhà văn có trí tưởng tượng và sự liên tưởng thật phong phú:

"Riêng tôi, sáng ba mươi tháng Tư đơn vị tan hàng, tôi cởi bỏ bộ quân phục, nhủi vào động nằm với con đĩ. Lúc ông tân tổng thống lên đài ra lệnh cho binh sĩ bỏ súng quy hàng, tôi đang hùng hục mê tơi trên bụng con đĩ, sau khi đã nốc nửa lít rượu đế cộng với ngổn ngang rựa mận chả chìa lá mơ củ riềng cùng với đám chiến hữu ở một quán thịt cầy gần khu nhà thổ. Chẳng hiểu tại cái lệnh đầu hàng chó chết nó làm tư tưởng tôi phân tán hay tại nửa lít rượu mà cuốn băng ghi âm những lời vàng ngọc của ông tân tổng thống được phát lại đến lần thứ tư tôi vẫn chưa ra. Con đĩ càu nhàu: Uống cho cố vào, lâu như quỷ. Tôi cười hềnh hệch" (Đêm Mưa)

Có thể nói, văn thơ Khánh Trường đi sâu được vào lòng người đọc như vậy, bởi ông đã mở ra một con đường đi riêng cho mình. Ngoài khai thác đề tài khó nhằn, dễ va chạm, ít có người dám thử bút, Khánh Trường còn là nhà văn có tài sử dụng biện pháp tu từ ẩn dụ, liên tưởng so sánh, với lời văn rất mộc mạc, dân dã.

Văn ông không kén người đọc. Từ ông giáo sư cho đến người lao công vẫn có thể bật ra tiếng cười sảng khoái, hay mỉa mai như nhau, khi đọc Khánh Trường. Do vậy, khi nghiên cứu, hay đánh giá Văn học Việt trước và sau chiến tranh, những trang văn độc đáo này của Khánh Trường không thể không nhắc đến.

Thân phận người lính sau chiến tranh.

Sau 1975, khi các nhà văn ở hải ngoại, hay còn ở trong nước thường hồi tưởng về chiến tranh, hoặc viết về những năm tháng cải tạo tù đày, thì Khánh Trường đi sâu vào khai thác cái tráo trở, bạc bẽo của con người. Có một điều gây cho tôi những cảm xúc đặc biệt, khi cùng viết về tình người sau chiến tranh đối với người lính thất trận: Nếu trong truyện ngắn Trả Tiền, Cao Xuân Huy để tình người còn sót lại ở trong cô gái điếm, thì đến Đêm Mưa của Khánh Trường dường như, cái tình đồng loại ấy hoàn toàn không còn nữa. Sự cạn tàu ráo máng đó, như một bức tranh hiện thực nhớp nhơ, với nỗi bần cùng, ô nhục của người lính thất trận, mà Khánh Trường đã vẽ nên.

Vâng, đọc Đêm Mưa của Khánh Trường, tôi không chỉ nhớ đến Trả Tiền của Cao Xuân Huy, mà còn nhớ đến cả tiếng chửi ngoa ngoắt trong truyện Những Đứa Trẻ Đầu Thai Giữa Hàng Rào của Thảo Trường. Thật vậy, với tôi, truyện ngắn Đêm Mưa, hay và điển hình về đề tài này của Khánh Trường. Và đoạn văn, hay những câu liên hoàn chửi dưới đây, Khánh Trường cho ta thấy, nhân phẩm của con người bị chà đạp như thế nào, dưới cái đạo đức, tình người đã bị đảo lộn tùng phèo ấy:

"Con đĩ tru tréo: Đụ má tao tởm mày lắm rồi. Bắt đầu từ bây giờ, mạnh đứa nào đứa đó tự lo lấy thân, mày đừng báo cô tao nữa, hãy để cho tao yên. Đụ má, một năm nay vì mày mà tao thân tàn ma dại, mày thấy không?... Tôi cố nuốt cơn giận cho trôi tuột xuống bụng. Mặc mẹ nó, nhịn một chút chẳng chết ai... Đây đâu phải lần đầu tiên con đĩ giở giọng với tôi! Con đĩ giở giọng kể từ lúc nó biết tôi đã hết thời. Phải, quả thật tôi đã hết thời. Ngày trước tôi thuộc hạng có máu mặt, tuy chẳng lon lá chức phận, nhưng bộ đồ rằn ri cũng tạo được cho tôi cái uy tín đáng kể với bọn du đãng cao bồi đâm cha giết chú quanh vùng này." (Đêm Mưa)

Trốn được địa ngục trần gian nơi nhà tù cải tạo, nhưng cuộc sống của người lính ấy ở tận đáy của xã hội. Không chỉ có nhân phẩm, mà thể xác cũng bị đọa đày. Không thể làm phép so sánh, song dưới ngòi bút trần trụi này của Khánh Trường, thì có lẽ nhiều người sẽ chọn nơi cải tạo tù đày chăng:

"... giáp với cánh đồng rộng trồng rau cải nực nồng mùi phân người. Căn chòi trước kia có lẽ là một cái chuồng trâu bỏ hoang. Sau ngày biến động, khu nhà thổ bị ruồng bố, bọn tôi dẫn nhau ra đây, góp nhặt được

mấy tấm tôn cũ, mớ ván thùng cùng ít tre trúc, gỗ tạp sửa sang lại... phía sau dựa lưng bãi tha ma... Mùa đông, côn trùng, muỗi mòng, giun dế, dơi chuột, ếch nhái, và dĩ nhiên cả rắn rít bò vào chòi tìm chỗ trú" (Đêm Mưa).

Tuy bi thương và cùng cực là vậy, song những ước mơ, khát vọng (của con người nói chung và) của người lính nói riêng vẫn mãnh liệt. Có thể nói, văn thơ Khánh Trường không chỉ đan xen tình tiết hiện tại, với những ký ức đã xa vời vợi, mà còn có lời văn dân dã, trần trụi lồng vào những hình ảnh, lời văn gợi cảm, mượt mà. Đoạn trích có những hình ảnh, ước mơ và khát vọng rất đẹp dưới đây sẽ cho ta thấy rõ điều đó:

"Thung lũng mở ra bát ngát. Vành trăng lặn từ lúc nào tôi không hay. Về phía đông, chân trời đã rạng, và rất nhanh, khối lửa đỏ ối, to như một cái nong trồi lên, nhuộm đỏ khúc sông trước mặt. Chúng tôi dừng lại bên này bờ, nước sông dâng cao, sóng nhỏ lăn tăn tràn lên bãi cát lấp lánh lân tinh. Từ bụi ô rô cách chỗ chúng tôi đứng mươi bước, đàn vịt trời chợt vỗ cánh bay lên, tiếng cánh đập lạch phạch đồng loạt phá tan bầu khí tĩnh lặng của buổi bình minh. Mặt nước xao động, màu máu đỏ lềnh vỡ ra, lung linh huyền ảo. Huệ nói: Mình về nhà nhé! Tôi gật đầu". (Đêm Mưa)

Tuy mang tính chân thực, song đôi khi ta bắt gặp những trang văn, hình ảnh tưởng tượng quá mức của

Khánh Trường. Đành rằng tiểu thuyết, truyện ngắn văn học phải có hư cấu, song cái sự hư cấu ấy, người đọc có thể chấp nhận được. Tôi sinh sau đẻ muộn, không phải trải qua những năm tháng đẫm máu này, và hoàn toàn chỉ hiểu chiến trường qua sách báo. Tuy nhiên, khi đọc đoạn văn Khánh Trường miêu tả sự trả thù của người lính với viên đại úy ở nơi chiến trường một cách bẩn thỉu, hạ cấp, nằm ngoài sức tưởng tượng của tôi. Đêm Mưa là một truyện ngắn rất hay, và gây cho tôi nhiều cảm xúc, song đọc đến đoạn văn này đã cắt ngang dòng cảm xúc ấy của tôi:

"Bạn bè đồng đội nhìn tôi khinh bỉ, dưới mắt chúng nó, tôi là tên nịnh bợ hèn hạ mất hết nhân cách làm người. Chúng nó tránh tôi như tránh hủi. Mặc kệ, tôi bất cần, tự an ủi, cứu cánh biện minh cho phương tiện. Làm sao chúng biết được niềm sung sướng hả hê tôi đang có được? Quả vậy, còn sung sướng nào hơn khi mỗi ngày hai bữa cơm, do chính tay tôi nấu nướng hầu hạ, tên đại úy đã táp ngon lành phần ăn thơm tho béo bổ, phần ăn đã được tôi trộn thêm vào mỗi lần một ít cứt của chính tôi?" (Đêm Mưa)

Nỗi buồn nơi đất khách

Và người lính ấy cũng đến được nơi phải đến. Nhưng nỗi đau về tinh thần dường như cứ đeo bám mãi không thôi. Nếu người đàn bà mở lòng đón nhận người phế binh cụt chân là cái kết của thiên truyện Chung Cuộc, thì ở Chắp Vá vẫn người phụ nữ ấy đã ruồng bỏ người chồng, một cựu trung đoàn trưởng. Vâng, có thể nói, ngòi bút Khánh Trường đã chọc vào mọi ngõ ngách của cuộc sống. Với khẩu ngữ, lời văn sắc lạnh, cùng hình ảnh so sánh mang tính miệt thị, làm người đọc có sự đồng cảm hơn với nỗi đau, cái khốn cùng của người sĩ quan lỡ vận, trước lòng tham, sự tráo trở của người đàn bà bao năm chăn gối: *"Cậu A ngày trước chỉ là trung sĩ dưới quyền anh xa lắc, bây giờ cũng kỹ sư như ai, anh không đáng xách dép cho nó... Thằng B chí thú tiến thân, bây giờ nếu lấy tiền của nó đem mà đốt thì cỡ mười thằng như anh cũng thành tro... Bộ anh không biết nhục sao?"* (Chắp Vá)

Vẫn mượn thiên truyện Chắp Vá, Khánh Trường không chỉ gắn trách nhiệm của từng cá nhân, mỗi con người với thất bại, nỗi đau quá khứ, mà còn bóc trần tính cách giả dối, sĩ hão, với những hội đoàn người Việt bát nháo hiện nay. Bởi, nó đang lặp lại hình ảnh, sự ham muốn danh tiếng, uy quyền, y chang ngày tháng cũ nơi quê nhà vậy. Có thể nói, viết truyện Chắp Vá là sự dũng cảm, dám đi giữa hai làn đạn Cộng Hòa và CS của nhà văn Khánh Trường. Bởi, đang lúc hừng hừng nước sôi lửa bỏng như vậy, ông đã dám chọc thẳng vào cái tổ ong vò vẽ đó:

"Lỗi là lỗi của các anh, không chịu biết người biết ta, không thấy được cái u mê của mình, bao nhiêu năm rồi còn khư khư ôm chặt cái dĩ vãng vàng son, rồi phẫn nộ chửi trời chửi đất, chửi Cộng Sản, chửi chế độ, chửi cấp chỉ huy, chửi lãnh đạo, làm như mọi tội lỗi đều do thiên hạ, bởi thiên hạ, còn mình tiết sạch giá trong. Lại còn trò lập bang lập hội, chia bè kết nhóm, nay ra thông cáo, mai đăng nghị quyết, mốt đọc kiến nghị. Làm được quái quỷ gì chẳng thấy, chỉ thấy tốn rượu tốn thịt, chỉ thấy thằng này chửi thằng kia, hội này tố hội nọ, bôi bùn trét cứt vào mặt nhau, thua cả phường đá cá lăn dưa Chợ Cầu Ông Lãnh." (Chắp Vá)

Có thể nói, giễu nhại, châm biếm là những thủ pháp nghệ thuật góp phần làm nên trang văn Khánh Trường. Đây là thủ pháp nghệ thuật truyền thống, đã được nhiều nhà văn sử dụng trước đây. Tuy nhiên, không phải ai cũng thành công. Không hề có ý so sánh, song đọc truyện ngắn Mr. Trần của Khánh Trường chợt làm tôi nhớ đến cái món chọc ngoáy (châm biếm) của những Vũ Trọng Phụng, Ngô Tất Tố hay Tam Lang, Hoàng Đạo. Cười đấy, nhưng mà đau. Ở hải ngoại với tôi hiện nay, có lẽ, Tưởng Năng Tiến và Khánh Trường là hai cây bút viết khá sâu cay ở thể loại này? Có thể nói, Mr. Trần là truyện ngắn hay, và tiêu biểu nhất về thủ pháp nghệ thuật này trong Truyện ngắn Khánh Trường tập 1. Thật vậy, chỉ đôi mươi dòng kể, với từ ngữ đậm nét dân gian cuộc đời người đàn bà lăng loàn hiện lên một cách sinh động, gây cho người đọc tiếng cười hài hước, và chua chát:

"chị muốn trở về nguồn... thỉnh thoảng lai rai cắn trộm vài quả ái ân với các đấng mày râu đồng chủng. Hại thay, tai vách mạch rừng, anh G.I. chịu không thấu, đành lôi chị ra tòa ca bài tình nghĩa đôi ta chỉ thế thôi. Với chức năng làm mẹ rất đỗi cao quý, chị được tòa xử cho quản lý hai ba bất động sản và một trương mục khá bề bộn, để tiếp tục nuôi hai nhỏ con tạp chủng, chứng tích hùng hồn nhất của tình hữu nghị Mỹ Việt một thời keo sơn. Trở lại với cội nguồn, chị ban đầu hơi bơ vơ, thứ nhất chữ không hay cày không giỏi, thứ hai đồng hương có vẻ không happy với hành động quy hồi cao quý của chị. Nhưng... loay hoay thế nào chị lại trở thành chủ báo. Dù chữ nghĩa hết sức ăn đong, có khi viết một câu ba dòng đã trật năm bảy lỗi chính tả, nhưng chị vẫn thành công vượt bực trong ngành báo." (Mr. Trần)

Vẫn mang đậm nét khẩu ngữ dân gian, với lối miêu tả, so sánh trực diện, không chỉ kẻ háo danh, cơ hội như Mr. Trần, mà từ dáng hình người đàn bà ấy bật ra nhân cách con người, trong cái sân khấu hề chèo nơi hải ngoại. Tuy không phải là tất cả, nhưng đọc truyện ngắn Mr. Trần ta thấy được phần nào cái mặt sau nhem nhuốc của cộng đồng người Việt. Phải nói, đây là tài năng liên tưởng, sử dụng từ ngữ, và lối quan sát tỉ mỉ của nhà văn Khánh Trường:

"Mr. Trần thấy hoàn cảnh cô quả lẻ bóng của chị, rất lấy làm thương xót. Chim chóc còn có cặp có đôi, gà vịt còn có trống có mái, ngay cả hoa còn có hoa đực hoa cái, huống hồ người. Bèn mon men làm quen. Trai tài gái sắc gặp nhau, như rồng mây gặp hội. Dù ngay tình mà nói, tuổi tác chị cũng đã xế chiều, lại bị bơ sữa đế quốc làm cho cái body tăng trưởng một cách rất hỗn hào về chiều ngang, bất chấp chiều cao khiêm nhường một thước năm mươi, nên trông chị lúc nào cũng ủn ỉn lạch bạch thấy mà thương." (Mr. Trần)

Có thể nói, chỉ thông qua một tập truyện ngắn để viết chân dung một tác giả đa tài, và dày công sáng tạo như Khánh Trường, thì quả thực khó khăn. Do vậy, trong khuôn khổ bài viết này, tôi nghĩ, có thể còn nhiều thiếu sót, và những chi tiết chưa thực đúng. Song với giọng văn đặc biệt, cùng những truyện kể bỏ ngỏ, chưa có hồi kết, tôi tin, văn thơ cũng như cuộc đời Khánh Trường vẫn còn phải nghiên cứu và viết tiếp…

Leipzig ngày 14-9-2022

Đỗ Trường

MỤC LỤC

PHỤ LỤC

Liên lạc:
Hân Lê
nhà xuất bản Mở Nguồn
18366 Mapledale Lane
Huntington Beach, CA 92646
Email: han.le3359@gmail,com
Fb: hanle

Or

Khánh Trường
Email: khtruong07@gmail.com
Fb: khanh truong

MỞ NGUỒN

www.ingramcontent.com/pod-product-compliance
Lightning Source LLC
LaVergne TN
LVHW040051051026
849525LV00002B/648
* 9 7 9 8 3 3 0 4 2 3 2 8 6 *